നവനാസ്തികതയും യുക്തിവാദവും

INSIGHT PUBLICA

Nadakkavu, Kozhikode, Kerala, 673011
www.insightpublica.com
e-mail: insightpublica@gmail.com
Title: Navanasthikathayum Yukthivadavum
Author: Adv. Rajagopal Vakathanam
(Malayalam)
First Edition: August2023
Book Design: Sree Lesh

Printed and Published by
InsightinPublica Printers & Publishers Pvt. Ltd.
ISBN 978-93-5517-376-8
₹190

നവനാസ്തികതയും യുക്തിവാദവും

അഡ്വ. രാജഗോപാൽ വാകത്താനം

INSIGHT PUBLICA®

ഗ്രന്ഥകർത്താവിന്റെ കൃതികൾ

ദൈവത്തിനെത്ര വയസ്സായി?: എന്തുകൊണ്ട് നാസ്തികത
ആര്യദ്രാവിഡ വിവാദവും ഭഗവദ്ഗീതയുടെ രാഷ്ട്രീയവും
നാരായണഗുരു നവോത്ഥാന നായകനോ?
ജാതിവ്യവസ്ഥയുടെ രാഷ്ട്രീയഭൂമിക
അയ്യങ്കാളിയുടെ ചരിത്ര പ്രസക്തി
നിരീശ്വരതയുടെ അനിവാര്യത
മതവും വിദ്യാഭ്യാസവും ന്യൂനപക്ഷാവകാശവും
അമൃതാനന്ദമയിയും ആഗോളവൽക്കരണവും
സംവരണത്തിന്റെ രാഷ്ട്രീയം
യുക്തിചിന്ത
യുക്തിവാദം എന്ത്? എന്തിന്? എങ്ങനെ?
ജ്യോത്സ്യവും ശാസ്ത്രവും
മരണക്കുരുക്കുകൾ ഉണ്ടാകുന്നത്.
രാമജന്മഭൂമിയോ ബാബറി മസ്ജിദോ?
പ്രശ്നം ജാതി തന്നെ
യജ്ഞസംസ്ക്കാരവും ക്ഷേത്രവിമോചനവും: നവബ്രാഹ്മണിക അധിനിവേശം
ഏക സിവിൽകോഡും മതരാഷ്ട്രവാദവും
മതഭീകരതയുടെ മാരകവഴികൾ
പവനസ്മൃതികൾ (എഡിറ്റർ)
ചാവേർനിലങ്ങൾ (നോവൽ)

ലഘുകൃതികൾ

വൈക്കം സത്യഗ്രഹം: ഒരു ചതിയുടെ ചരിത്രം
പുണ്യാഹത്തിന്റെ രാഷ്ട്രീയം
ഭഗവദ്ഗീത മാനവികതയുടെ ശത്രു
ഇസ്ലാമിക രാഷ്ട്രീയവും മുസ്ലീം ഭീകരവാദവും
ആഗോളവൽക്കരണവും സാംസ്ക്കാരിക ജീർണ്ണതയും
എക്സ്പ്രസ് ഹൈവേ: വിനാശത്തിന്റെ സ്വപ്നപാത
സ്മാർട്ട് സിറ്റി: വികസനത്തിലെ പകൽക്കൊള്ള
നരേന്ദ്രൻ കമ്മീഷൻ റിപ്പോർട്ടും സംവരണത്തിന്റെ രാഷ്ട്രീയ വിവക്ഷകളും
ന്യൂനപക്ഷാവകാശവും മതനിരപേക്ഷതയും
ആൾദൈവങ്ങളുടെ അവതാരലക്ഷ്യം
മതഭീകരതയും പാഠപുസ്തകവിവാദവും
യാഗത്തിന്റെ രാഷ്ട്രീയം
നിരീശ്വരതയുടെ അനിവാര്യത
മതഭീകരതയുടെ മാരകവഴികൾ
ദൈവം എന്നെ ബ്രാന്റ് അമ്പാസിഡർ
ഇന്ത്യയുടെ രക്ഷയ്ക്ക് മതനിരപേക്ഷത
ജാതി ചോദിക്കുന്ന കേരളം

കേരള യുക്തിവാദി സംഘം ജനറൽ സെക്രട്ടറിയും വൈസ് പ്രസിഡ ണ്ടുമായി ദീർഘകാലം ഇപ്പോൾ സെക്രട്ടേറിയറ്റ് അംഗം. യുക്തിരേഖ യുടെ എഡിറ്റർ. കേരള മിശ്രവിവാഹവേദി പ്രസിഡണ്ട്..
വ്യവസായ വാണിജ്യ വകുപ്പിൽ വ്യവസായ വികസന ഓഫീസറായി റിട്ടയർ ചെയ്തു.
ഭാര്യ: ജോസി പി.പോൾ
മക്കൾ: അഡ്വ. മനിത മൈത്രി, മനുജ മൈത്രി
മരുമക്കൾ: ആഷിഷ് രാജു,സിന്റോ തോമസ്
കൊച്ചുമകൾ: അയാൻ ആമി

വിലാസം: വാകത്താനം പി.ഒ, കോട്ടയം 686538
ഫോൺ: 9447973962
atheist vakathanam@gmail.com
FB/YouTube: Rajagopal Vakathanam

അഡ്വ. രാജഗോപാൽ വാകത്താനം

ഉള്ളടക്കം

മുഖമൊഴി

നവനാസ്തികത: ശാസ്ത്രവും പ്രതീക്ഷയും

2001 സെപ്തംബർ 9-ന് വേൾഡ് ട്രേഡ് സെന്റർ തവിടുപൊടിയാക്കപ്പെട്ടപ്പോൾ ലോകം ഭീതിയോടെ സൈനികമതത്തെ തിരിച്ചറിഞ്ഞു. ലോകപോലീസായ അമേരിക്ക പോലും മതഭീകരവാദത്തിന്റെ മുന്നിൽ ഞെട്ടിവിറച്ചു. മതനന്മയെക്കുറിച്ചും ദൈവസ്നേഹത്തെക്കുറിച്ചുമുള്ള സങ്കല്പങ്ങളും വേൾഡ് ട്രേഡ് സെന്ററിനൊപ്പം തകർന്നു വീണു. അതിൽ നിന്ന് ഉയിർകൊണ്ട മാനവിക സിദ്ധാന്തമായിരുന്നു നവനാസ്തികത.

നാസ്തികത ദൈവമുണ്ടായ കാലം മുതലുണ്ട്. യുക്തിചിന്തയാണ് ലോകത്തെ നവീകരിച്ചത്. അതിന്റെ ഉല്പന്നമായ ശാസ്ത്രമാണ് മനുഷ്യവംശത്തെ ആധുനികവല്ക്കരിച്ചതെന്നതിനു രണ്ടു പക്ഷമില്ല. സുദീർഘമായ അത്തരമൊരു ചരിത്രവും ദർശനവും നാസ്തികത വാദത്തിനുണ്ട്. അതിൽ നിന്ന് എന്തു വ്യത്യസ്തതയാണ് നവനാസ്തികതയ്ക്കുള്ളത് എന്ന അന്വേഷണമാണ് ഈ കൃതി.

നവനിരീശ്വര സാഹിത്യം

സാംഹാരിസിന്റെ The End of Faith (2004) ആണ് നവനിരീശ്വരതയുടെ തുടക്കം കുറിച്ച കൃതി. മതവും ഭീകരതയും എങ്ങനെ പരസ്പരപൂരകമാകുന്നു എന്ന് സാക്ഷ്യപ്പെടുത്തിയ കൃതി ബെസ്റ്റ് സെല്ലറായി. യുക്തി ചിന്തയുടെ ഭാവിയെ പ്രതീക്ഷയോടെ വിശദീകരിച്ച ഹാരിസ്സിന്റെ Letter to a Christian Nation തുടങ്ങിയ കൃതികളും കൂടി പ്രസിദ്ധീകരിക്കപ്പെട്ടതോടെ നവയുക്തിയുടെ സൂര്യൻ ഉദിച്ചുയർന്നു.

Richard Dawkins ന്റെ God Delusion നാസ്തിക തരംഗങ്ങളെ വിശ്വവ്യാപകമാക്കി.ലോകമെമ്പാടും ദൈവത്തിനെതിരായ കാമ്പെയി

ന് ഈ കൃതിയും തുടർന്നുവന്ന Out growing God എന്ന കൃതിയും നിമിത്തമായി. Selfish Gene എന്ന ശാസ്ത്രഗ്രന്ഥത്തിലൂടെ പരിണാമ ശാസ്ത്രത്തിന് പുതിയെ വ്യാഖ്യാനം നൽകിയ ശാസ്ത്രജ്ഞനായിരുന്നു ഡോക്കിൻസ്.

ക്രിസ്റ്റഫർ ഹിച്ചൻസിന്റെ God is not Great എന്ന കൃതി എങ്ങനെ മതം എല്ലാറ്റിനെയും വിഷമയമാക്കുന്നുവെന്ന് വിശദീകരിച്ചു. Is Christianity Good for World, The Portable Atheist തുടങ്ങിയ ഇതരകൃതികളിലൂടെ അദ്ദേഹം നിരീശ്വരതയുടെ നവദാർശികനായി. ഡാനിയൽ ഡെന്നറ്റിന്റെ The Portable Atheist, Breaking the Spell തുടങ്ങിയ കൃതികൾ പിന്നെയും മുതൽക്കൂട്ടായി മാറി. ഈ നാലുപേരും Four Horsemen എന്നു വിളിക്കപ്പെട്ടു. പുതിയ നിയമത്തിലെ വെളിപ്പാടു പുസ്തകത്തിലെ നാലുപേരെ സൂചിപ്പിച്ചാണ് ഇവരെ അങ്ങനെ അടയാളപ്പെടുത്തിയത്.

തുടർന്നാണ് അയാൻ ഹിർസി അലി ഈ സംഘത്തിലെത്തുന്നത്. Infidel, Nomad, The Caged Virgin തുടങ്ങിയ ആത്മകഥാപരമായ മതവിമർശനത്തിലൂടെ അവർ വിശ്വപ്രസിദ്ധയായി. നവനാസ്തിക സിദ്ധാന്തങ്ങളെ വിപുലമായി വ്യാഖ്യാനിച്ച് വിക്ടർ ജെ സ്റ്റെൻജർ എഴുതിയ The New Atheism എന്ന ബൃഹത്കൃതി ഒരു നാഴികക്കല്ലായി. മേൽ ഗ്രന്ഥങ്ങളിലൂടെയുള്ള ഒരു സംക്ഷിപ്തസഞ്ചാരമാണ് ഈ കൃതി

ശാസ്ത്രീയ നാസ്തിക്യം

നവനാസ്തികർ പൊതുവെ ശാസ്ത്രജ്ഞരാണ്. ഡോക്കിൻസ് പരിണാമ ശാസ്ത്രജ്ഞനാണെങ്കിൽ ഹാരിസ് ന്യൂറോ സയൻസിൽ ഡോക്ടറേറ്റ് നേടിയിരുന്നു. വിക്ടർ സ്റ്റെൻജറാകട്ടെ ഊർജ്ജതന്ത്രത്തിലും വാനനിരീക്ഷണശാസ്ത്രത്തിലും ഡോക്ടറേറ്റുള്ള വ്യക്തിയായിരുന്നു. അതുകൊണ്ടു തന്നെ ഇവരുടെ വാദങ്ങൾക്കെല്ലാം ആഴത്തിലുള്ള ശാസ്ത്രീയ പിൻബലമുണ്ടായിരുന്നു. ഹിച്ചൻസും ഡെന്നറ്റും ശാസ്ത്രജ്ഞരല്ലെങ്കിലും ശാസ്ത്രീയതയും തത്വശാസ്ത്രവും സമ്മേളിച്ച വ്യക്തിത്വങ്ങളായിരുന്നു.രാജ്യാതിർത്തികളെ ഭേദിച്ച് നവനാസ്തിക ചിന്തകൾ സാമൂഹ്യമാധ്യമങ്ങളിലൂടെ പ്രചുരമായി.

2007 സെപ്തംബർ 30ന് വാഷിംഗ്ടണിൽ നാല് അശ്വാരൂഢർ ചേർന്നു നടത്തിയ സംവാദം ദശലക്ഷങ്ങളെ ആവേശം കൊള്ളിച്ചു. നൈതികത, ശാസ്ത്രം, തത്വശാസ്ത്രം വിഷയങ്ങളിൽ ദൈവത്തിനോ മതത്തിനോ യാതൊരു പങ്കുമില്ലെന്ന് ആവർത്തിച്ച് ഉറപ്പിച്ചു. നന്മ ചെയ്യുന്നതിന്റെ ശാസ്ത്രീയ അടിത്തറയെ അവർ വിശദീകരിച്ചു.

2010 നവംബർ 26 ന് ബ്രിട്ടീഷ് മുൻ പ്രധാനമന്ത്രി ടോണി ബ്ലയറും ക്രിസ്റ്റഫർ ഹിച്ചൻസും തമ്മിൽ നടന്ന സംവാദം (Munk Debate) ഈ ചിന്താപദ്ധതിക്ക് ആഗോളമാനം നൽകി. മതം ഒരു തരത്തിലും മനുഷ്യന് ഉപകാരപ്രദമല്ലെന്ന് ടോണി ബ്ലയറിന് സമ്മതിക്കേണ്ടി വന്നു. ഇതോടെ ധൈഷണിക മണ്ഡലത്തിൽ നാസ്തികത അവിഭാജ്യമായി.

Scientific Rationalism എന്നതിന്റെ പര്യായമായി നാസ്തികത. ശാസ്ത്രാധിഷ്ഠിതമാണ് ചിന്തയും സദാചാരവും ധാർമ്മികതയുമെന്ന് വിശദീകരിക്കപ്പെട്ടതോടെ നന്മയുടെ കേന്ദ്രമായ മനുഷ്യൻ എന്ന വിചാരജീവി പിറന്നു. നരകം കാണിച്ച് ഭയപ്പെടുത്തുന്ന മതം തികച്ചും അനാവശ്യമാണെന്ന് അംഗീകരിക്കപ്പെട്ടു. ശാസ്ത്രം വെറും പ്രഖ്യാപനങ്ങളല്ല, തെളിവുകളാണ് അതിനെ നയിക്കുന്നത്. അതിനു പകരം വെയ്ക്കാനുള്ളതൊന്നും ഒരു മതത്തിലുമില്ല. മതമില്ലെങ്കിലും ഒന്നും സംഭവിക്കാനില്ല, പക്ഷെ ശാസ്ത്രമില്ലെങ്കിൽ ഒരു നിമിഷം പോലും ജീവിതം അസാധ്യമാണ്.

ഇതിനർത്ഥം ശാസ്ത്രം ഒറ്റമൂലിയാണെന്നല്ല. അറിയാവുന്നത് മാത്രമേ ശാസ്ത്രം പറയൂ; അറിയാത്തത് അന്വേഷിക്കും. വികസിക്കുന്ന പ്രപഞ്ചത്തിൽ ഇനിയും അറിയാനുള്ളത് അധികമുണ്ട്. ശാസ്ത്രം ശത്രുതാപരമല്ല, മറിച്ച് മനുഷ്യന് ബൗദ്ധിക ധൈര്യം പ്രദാനം ചെയ്യുന്നു. ഇത്തരമൊരു വിശകലനം ഈ കൃതിയിൽ ഉണ്ട്.

മതമെന്ന ഭീകരത

ഒരാൾ അനുഭവിക്കുന്ന വിഭ്രാന്തിയാണ് ഭ്രാന്ത്, എന്നാൽ ഒരു സമൂഹം അനുഭവിക്കുന്ന വിഭ്രാന്തിയാണ് മതം എന്ന് ഡോക്കിൻസ് സ്ഥാപിക്കുന്നത് ചരിത്രത്തെ പരിശോധിച്ചാണ്. അക്വിനാസിന്റെയും കാന്റിന്റെയും ദൈവതെളിവുകളെ അനായാസം തള്ളിക്കളയുന്നു. ദൈവം പ്രഥമ പരിഗണനാ വിഷയമല്ലെന്നും ഇഹലോകജീവിതമാണ് പ്രധാനമെന്നും സംവാദങ്ങൾ തെളിയിക്കുന്നു. മതസിദ്ധാന്തങ്ങൾ നിരാകരിക്കപ്പെടുമ്പോൾ അവർ കോപിഷ്ഠരാകുന്നു. മുഹമ്മദിനെപ്പറ്റി പറഞ്ഞാൽ കൊല്ലാനൊരുങ്ങുന്ന സേനകളുണ്ട്. മതവും പൗരോഹിത്യഅപ്രമാദിത്വവും ലോകത്തു നടത്തിയ കൊലപാതക പരമ്പരകൾക്ക് അതിരില്ല. ഭീകരതയുടെ പര്യായമാണ് മതങ്ങൾ. ശാസ്ത്രത്തിനെതിരെ ഉറഞ്ഞുതുള്ളുന്ന മതങ്ങൾ AIDS, Corona വ്യാപനങ്ങൾക്ക് കാരണമായി മാറി.ശിശുക്കളെയും സ്ത്രീകളെയും മതങ്ങൾ അടിമകളാക്കി. രാജ്യങ്ങളെ വെട്ടിമുറിച്ചു, ഹിറ്റ്ലറെപോലുള്ള ഭീകരവാദികളെ സൃഷ്ടിച്ചു.

ലോകത്തെപ്പറ്റി തെറ്റായ ചിന്തകൾ നല്കുകയാണ് മതം. രക്തബലി സിദ്ധാന്തവും പാപമോചനവും പറഞ്ഞ് ഭയപ്പെടുത്തി മനുഷ്യരുടെ

ആത്മവിശ്വാസവും അന്തസ്സും തകർക്കുകയാണവർ. ആദം ചെയ്ത കുറ്റത്തിന് മനുഷ്യർ എന്തു പിഴച്ചു. ക്രിസ്തു കുരിശിൽ കയറിയിട്ടും പാപം തീരാത്തത് എന്തുകൊണ്ട്. മതം സാഡിസമാണ്. ഇതിനെയൊക്കെ മറച്ചുപിടിക്കാനുള്ള അവസാന ആശ്രയമാണ് ജീവകാരുണ്യ പ്രവർത്തനം. അതിന്റെ അന്തസ്സാരശൂന്യതയെ നവനാസ്തികർ കൃത്യമായി അനാവരണം ചെയ്യുന്നു.

ആകാശത്തിരിക്കുന്ന സി.സി.ടി.വിയല്ല ദൈവം. സർവ്വശക്തനെന്ന വാദം സർവ്വവ്യാപി എന്നതിനു വിപരീതമാണ്. സർവ്വജ്ഞാനിയാണെങ്കിൽ ലോകദുരിതങ്ങളുടെയൊക്കെ ഉത്തരവാദിത്തം ദൈവത്തിനു തന്നെയാണ്. അങ്ങനെയുള്ള ഒരാൾ എങ്ങനെയാണ് ആരാധ്യനാകുന്നത്? മറ്റൊരാൾ നോക്കുന്നതുകൊണ്ടാണ് നമ്മൾ തെറ്റു ചെയ്യാത്തതെന്നു പറയുന്നത് നമ്മെ തന്നെ അധിക്ഷേപിക്കലാണ്. വിശ്വാസികൾ അങ്ങനെ നന്മ മാത്രം ചെയ്യുന്നവരാണെങ്കിൽ പോലീസിന്റെയും പൂട്ടുകളുടെയും ആവശ്യം തന്നെയില്ല. മതവും ദൈവവും നന്മയല്ല പഠിപ്പിക്കുന്നത്, നരകഭീതിയാണ്

നന്മയുടെ ശാസ്ത്രം

മനസ്സ് പദാർത്ഥനിരതമാണ്, ഭൗതികേതരമല്ല. അതുകൊണ്ടു തന്നെ തലച്ചോറിനാൽ നിയന്ത്രിതമായ സഹജബോധമാണ് നന്മയും ധാർമ്മികതയും. ദൈവരഹിതമായ ബുദ്ധ, ജൈന, കൺഫ്യൂഷിയൻ മതങ്ങളൊക്കെ ഒരർത്ഥത്തിൽ ധാർമ്മികതയെയാണ് പിൻതുണയ്ക്കുന്നത്. മസ്തിഷ്ക ധാരണയിൽ നിന്നുള്ള നന്മ തിന്മകളുടെ തിരിച്ചറിവാണ് ധാർമ്മികത. ഇതിനെ പരിണാമ ശാസ്ത്രപരമായി വിശദീകരിക്കുകയാണ് നവനാസ്തികർ.

പാരമ്പര്യ രക്തബന്ധമാണ് (Genetic kinship) നന്മയുടെ ശരീരശാസ്ത്രം. ഇതു സഹജബോധമാണ്. പരസ്പര വിനിമയമാണ് (Reciprocation) മറ്റൊരു കാരണം. ഉദാരതയും നന്മയും ജന്തുജീവികളിലെല്ലാം പ്രകടമാണ്. ശക്തരായ മൃഗങ്ങൾ കുഞ്ഞുങ്ങൾക്കും ദുർബ്ബലർക്കും ഭക്ഷണം വീതം വെച്ചു നൽകുന്നതും പക്ഷികൾ അതിരുതർക്കം നടത്താത്തതും അവരുടെ സഹജബോധമാണ്. ദൈവത്തിന് അവിടെന്തു റോളാണുള്ളത്? മനുഷ്യനിൽ പ്രത്യക്ഷമായ ഉദാരത കൊടുക്കുന്നതു തിരിച്ചുനല്കലിന്റെ ധർമ്മമാണ്. ഇതിലൊന്നും ദൈവത്തിന്റെ ഒരു പങ്കുമില്ല. കർമ്മം ചെയ്യുന്നത് കർമ്മത്തിനു വേണ്ടിയല്ല, മനുഷ്യനുവേണ്ടിയാണ്.

ആധുനിക ശാസ്ത്രത്തെയും മന:ശാസ്ത്രത്തെയും ഒപ്പം തത്വശാസ്ത്രത്തെയും ചേർത്തു കൊണ്ട് മനുഷ്യജീവിതത്തെ സന്തുഷ്ടകരമാക്കാനുള്ള പുതു വഴികളാണ് നവനാസ്തികർ വിശദീകരിക്കുന്നത്. അവരുടെ തുറന്ന മത വിമർശനം ചരിത്രപരവും വസ്തുനിഷ്ഠവുമാണ്. അതു മനുഷ്യവംശത്തിന്റെ നിലനില്പിനു വേണ്ടിയുള്ളതാണ്. നവനാസ്തികത അതുകൊണ്ടു തന്നെ ഭാവിയുടെ പ്രതീക്ഷയാണ്.

ഈ കൃതി പരിശോധിച്ച തന്ന ഡോ. ബി. ഇക്ബാലിനും സുഹൃത്ത് രാജേഷ് വിശ്വംഭരനും പ്രസിദ്ധീകരിക്കുന്ന ഇൻസൈറ്റ് പബ്ലിക്കയ്ക്കും നന്ദി പറയാതെ വയ്യ.

അഡ്വ. രാജഗോപാൽ വാകത്താനം

9447973962

atheistvakathanam@gmail.com

വാകത്താനം

03/2023

ഒന്ന്

യുക്തിവാദം നൂറ്റാണ്ടുകളിലൂടെ

ശാസ്ത്രത്തിന്റെയും യുക്തിയുടെയും വിശ്വാസപരിണാമങ്ങൾ

പഴയകാലത്തിന്റെ മലിനമത ചിന്തകൾക്കൊണ്ട് ബന്ധിതമാണ് മനുഷ്യമനസ്, ഭൂതകാലമർദ്ദനം (tyramny of the past) എന്ന ഈ ദുരിതത്തിൽ നിന്ന് രക്ഷപ്പെടാനാണ് യുക്തിയെ കൂട്ടുപിടിക്കാൻ തുടങ്ങിയത്. തലമുറ തലമുറകളായി പുനരുല്പാദിക്കപ്പെടുന്ന ജീർണ്ണ ചിന്തകളിൽ നിന്നു ശരിയിലേക്കെത്താനുള്ള വഴി സംശയിക്കുക, ചോദ്യം ചെയ്യുക, അന്വേഷിക്കുക, പരീക്ഷിക്കുക എന്നതാണ്. ദൈവബോധമല്ല സംശയമാണ് ജ്ഞാനത്തിന്റെ ആരംഭവും ഉപാധിയും.

പ്രാചീന യുക്തിവാദം

യുക്തിചിന്തയുടെ ആരംഭം സോക്രട്ടീസിൽ (ബി.സി.ഇ. 470-399) നിന്നാണെന്നു പറയാം. വിവേകം ആരംഭിക്കുന്നത് അജ്ഞതയെക്കുറിച്ചുള്ള തിരിച്ചറിവിൽ നിന്നാണെന്നും, പരിശോധനയില്ലാത്ത ജീവിതം അർത്ഥശൂന്യമാണെന്നും ജീവിതത്തിൽ പരമപ്രാധാന്യം ധാർമ്മികതയ്ക്കാണെന്നും അദ്ദേഹം ദാർശനികവൽക്കരിച്ചു. ഇതെല്ലാമുള്ള ഒരു മനുഷ്യനെയും ആർക്കും പരാജയപ്പെടുത്താനാവില്ല. യാഥാർത്ഥ്യങ്ങൾ അന്തിമവിശകലനത്തിൽ സന്തുലിതമാണെന്ന് ക്ഷേത്രഗണിതത്തിലൂടെ പൈതഗോറസും (ബി.സി.ഇ. 582-497) വെളിവാക്കി. ഗണിതശാസ്ത്രത്തിനപ്പുറം ഒരു സത്യമില്ലെന്ന് പ്ലാറ്റോ (ബി.സി.ഇ. 427-347) സ്ഥാപിച്ചതും അനുഭവജ്ഞാനത്തിന് അടിവരയിട്ടു. ശിഷ്യനായ അരിസ്റ്റോട്ടിൽ (ബി.സി.ഇ. 384-322) സാവയവയുക്തിവാദത്തിലാണ് വിശ്വസിച്ചത്. (Syllological logic) പൊതുതത്വങ്ങളിൽ ഉൾപ്പെടുത്തി വിഷയത്തെ വിശദീകരിക്കുന്ന യുക്തിചിന്ത രീതിയാണത്. താൻ മരിക്കും

സോക്രട്ടീസ്

എന്തെന്നാൽ എല്ലാവർക്കും മരണമുണ്ട് എന്നതാണ് ഇതിന് ഉദാഹരണം.

പിന്നാലെ വന്ന അനക്സ്ഗോറസ് മാറ്റങ്ങളിൽ മനസ്സിന്റെ പ്രാധാന്യത്തെ എടുത്തുകാട്ടി. അനേകതന്മാത്രകൾ ചേർന്നതാണ് മനുഷ്യൻ. ഇതുപോലെ കണികാ സിദ്ധാന്തത്തിന്റെ മറ്റൊരു വക്താവായിരുന്നു ഡെമോക്രിറ്റസ്. എപ്പിക്യൂറസ്സാകട്ടെ പ്രപഞ്ചത്തിന്റെ ഗമനത്തിന് ഒരു ബാഹ്യശക്തിയുടെ ആവശ്യമില്ലെന്നു തന്നെ വിശദീകരിച്ചു. പഞ്ചേന്ദ്രിയ സംബന്ധമാണ് അറിവ് എന്നും, അത് എപ്പോഴും ശരിയായിരിക്കണമെന്നില്ലെന്നും, കണികകളുടെ സംയുക്തമായിട്ടാണ് പദാർത്ഥമുണ്ടാകുന്നതെന്നും അദ്ദേഹം വിശദീകരിച്ചു.

പ്ലാറ്റോ

ഗ്രീസിലും ഇറ്റലിയിലും മാത്രമല്ല, പൗരസ്ത്യ രാജ്യങ്ങളിലും യുക്തിചിന്തക്ക് പ്രചാരവും പ്രസക്തിയുമുണ്ടായിരുന്നു. കൺഫ്യൂഷെസിന്റെ (ബി.സി.ഇ. 551-478) ദർശനങ്ങൾ ചൈനീസ് ജനതയെ ആകെത്തന്നെ മാറ്റിമറിച്ചു. നിങ്ങളോട് മറ്റുള്ളവർ ചെയ്യാൻ ഇഷ്ടപ്പെടാത്തത് നിങ്ങൾ മറ്റുള്ളവരോടും ചെയ്യരുതെന്നും കാര്യങ്ങൾ വളഞ്ഞവഴിയെ നിവർത്തിക്കരുതെന്നും അദ്ദേഹം ഉദ്ബോധിപ്പിച്ചു. സന്മാർഗം, സദാചാരം, സദ്വിചാരം, സദ്ഭരണം എന്നിവകൊണ്ട് നല്ലൊരു മാനവിക സമൂഹം സൃഷ്ടിക്കാമെന്നും അദ്ദേഹം സിദ്ധാന്തിച്ചു. അദ്ദേഹത്തെ പോലെ മറ്റൊരു ചൈനീസ് ചിന്തകനായിരുന്നു ലാവോത്സെ. മാനവികദർശനങ്ങളെ ജൈവത്താക്കിയത് ബൗദ്ധദർശനമായിരുന്നു. ചതുർസത്യവും (Four noble Truth) അഷ്ടാംഗമാർഗവുംവഴി നന്മയുള്ള ലോകം സൃഷ്ടിക്കാമെന്നും അതിന് ബാഹ്യമായ ഒരു ശക്തിയുടെയും ആവശ്യമില്ലെന്നും ബുദ്ധൻ ത്യാഗവഴികളിലൂടെ കാട്ടിത്തന്നു. ഇന്ത്യൻ നവദർശനങ്ങളിൽ ബൗദ്ധം ഉൾപ്പെടെ സാംഖ്യം, യോഗം, മീമാംസ, ജൈനം, ലോകായതം എന്നിവ നാസ്തികങ്ങളും ന്യായ-വൈശേഷികങ്ങൾ അർദ്ധനാസ്തികവുമാണ്. വേദാന്തം മാത്രമാണ് ആസ്തികം. ജനകീയമായ നിരീശ്വരത്വമായിരുന്നു ചാർവ്വാകം, അഥവാ ലോകായതം. ഭൂമി, വെള്ളം, വായു, തീ എന്നീ ചതുർഭൂതങ്ങളാണ് പദാർത്ഥങ്ങളുടെ മൂലധാതുവെന്നും, മാവുപുളിക്കുമ്പോൾ ലഹരിയുണ്ടാകുന്നതുപോലെയാണ് ജീവനുണ്ടാകുന്നതെന്നും അവർ വിശദീകരിച്ചു.

തത്വചിന്തയും യുക്തിയും

അരിസ്റ്റോട്ടിൽ

അരിസ്റ്റോട്ടിലിന്റെ വിമർശകനായിരുന്ന റോജർ ബേക്കൺ (1214-1294) പാരീസ് യൂണിവേഴ്സിറ്റിയിൽ ശാസ്ത്രാദ്ധ്യാപകനായിരുന്നു. ഗണിതജ്ഞാനമാണ് അറിവിന്റെ തുടക്കമെന്നും യുക്തിയാണ് അതിന്റെ മാർഗമെന്നും അനുമാനങ്ങളെ നിർദ്ധാരണം ചെയ്യാൻ ഇവയ്ക്കേ കഴിയൂ എന്നും അദ്ദേഹം വ്യക്തമാക്കി. അനുഭവ, നിരീക്ഷണ, പരീക്ഷണങ്ങളിലൂടെയേ സത്യം കണ്ടെത്താനാവൂ എന്നു നിഷ്ക്കർഷിച്ച ബേക്കൺ ആധുനിക യുക്തിവാദത്തന്റെ പ്രേ ാദ്ഘാടകനാണ്. ക്രിസ്തു മൂന്നു ദിവസം മരിച്ചുകിടന്നെങ്കിൽ അദ്ദേഹം വെറുമൊരു മനുഷ്യനായിരിക്കണമെന്ന് എഴുതിയതിന്റെ പേരിൽ ബേക്കൺ കാരാഗൃഹത്തിൽ അടയ്ക്കപ്പെട്ടു.

റോജർ ബേക്കൺ

മൂന്നു നൂറ്റാണ്ടിനുശേഷമാണെങ്കിലും ഈ സിദ്ധാന്തങ്ങളെ കുറെക്കൂടി പരിഷ്ക്കരിച്ച തത്വജ്ഞാനിയും എഴുത്തുകാരനുമായിരുന്നു ഫ്രാൻസിസ് ബേക്കൺ (1561-1626) ബ്രിട്ടീഷ് അറ്റോർണി ജനറൽ വരെയെത്തിയ അദ്ദേഹം, ശാസ്ത്രീതികളായ പരീക്ഷണനിരീക്ഷണങ്ങൾക്കും അടിവരയിട്ടു. തെളിവുകളുടെ അടിസ്ഥാനത്തിലാണ് ഒരു പരികല്പനയിൽ നിന്ന് അനുമാനത്തിൽ എത്തുന്നതെന്ന് സാക്ഷ്യപ്പെടുത്തി. ഇന്ദ്രിയാനുഭവങ്ങളിലൂടെ യാഥാർത്ഥ്യവൽക്കരിക്കപ്പെടുന്നതിനെയാണ് ശാസ്ത്രീയ സ്ഥിരീകരണം എന്നു പറയുന്നത്.

ബേക്കണിന്റെ സമകാലികനായിരുന്ന തോമസ് ഹോബ്സ് (1588-1679) പുരോഹിത പുത്രനായിരുന്നെങ്കിലും ദക്കാർത്തയെപോലുള്ളവരുമായുള്ള ബന്ധം യുക്തി ചിന്തയിലെത്തിച്ചു. തന്റെ മാസ്റ്റർ പീസായ Leviathan. നിലൂടെ ബൈബിൾ വിമർശനം ശക്തമാക്കി. ദൈവവും സാത്താനും മാലാഖമാരുമൊക്കെ മനോവിഭ്രമങ്ങളാണെന്നു തുറന്നടിച്ചു. കാര്യകാരണബന്ധങ്ങളെപ്പറ്റി ധാരണയുണ്ടാകുന്നത് അനുഭവങ്ങളിലൂടെയാണ്. ബറുക്ക് സ്പീനോസ (1632-1677) യഹൂദ കുടുംബത്തിൽ ജനിച്ചെങ്കിലും പഴയനിയമവിമർശനം കൊണ്ട് മതഭ്രഷ്ടനാക്കപ്പെട്ടു. എതിക്സ് (Ethics) എന്ന കൃതിയിൽ ദൈവത്തെ പൂർണ്ണമായി തള്ളികളഞ്ഞില്ലെങ്കിലും ജ്ഞാനത്തിന്റെ മൂന്നു ഘടകങ്ങളായി ഭാവന, യുക്തി,

ഫ്രാൻസിസ് ബേക്കൺ

അന്തർജ്ഞാനം എന്നിവയെ വിശദീകരിച്ചു. ഇന്ദ്രിയജ്ഞാനത്തിലൂടെ ലഭിക്കുന്നത് മനനം ചെയ്യുമ്പോൾ വിജ്ഞാനവും അന്തർജ്ഞാനത്തിലൂടെ സംസ്കരിക്കുമ്പോൾ പ്രജ്ഞാനവുമാകുമെന്നായിരുന്നു സ്പിനോസയുടെ സിദ്ധാന്തം. ജർമ്മൻ ചിന്തകനായ വിൽഹംലെബ്നീസ് (1646-1716) ഗണിതജ്ഞനും ശാസ്ത്രകാരനുമായിരുന്നു. ബഹുയഥാർത്ഥ്യവാദം (Monodology) എന്നൊരു സിദ്ധാന്തം അവതരിപ്പിച്ചു. മൊണാഡുകൾ എന്ന അണുക്കൾകൊണ്ടു നിറഞ്ഞതാണ് പ്രപഞ്ചം എന്നതായിരുന്നു ആ ആശയം. ഓരോ മൊണാഡും സ്വതന്ത്രമണ് പക്ഷേ ദൈവത്തെ പൂർണ്ണമായി നിഷേധിക്കാൻ അദ്ദേഹത്തിനു സാധിച്ചില്ല.

തോമസ് ഹോബ്സ്

യുക്തിവാദത്തിന് സ്ഥിരവും സ്വീകാര്യവുമായ വ്യാഖ്യാനം നൽകിയത് റെനെ ദക്കാർത്തെ (Rene Descartes 1596-1650) ആണ്. പ്ലേറ്റോയ്ക്കു ശേഷം തത്വശാസ്ത്രത്തെ കൃത്യമായി വിശദീകരിച്ച ഫ്രഞ്ചു ദാർശനികൻ 'കാർട്ടീഷ്യൻ സിദ്ധാന്ത'മെന്ന പേരിൽ തുടർ രചനകൾ നടത്തി. എന്തിനേയും സംശയത്തോടെ വീക്ഷിച്ചുകൊണ്ടുവേണം ഭൂതകാലമർദ്ദനത്തിൽ നിന്നു രക്ഷപെടാൻ - മായാവാദങ്ങൾക്കും സന്ദേഹങ്ങൾക്കുമെതിരെ, 'ഞാൻ ചിന്തിക്കുന്നു അതിനാൽ ഞാനുണ്ട്' എന്നു തുറന്നടിച്ചു. അറിവ് ജന്മസിദ്ധമായതും, ഇന്ദ്രിയഗോചരമായ അനുഭവങ്ങളിൽ നിന്നു ലഭിക്കുന്നതും, ഭ്രമകല്പനകളിലൂടെ ലഭിക്കുന്നതുമുണ്ട്. ഇതിനെ വേർതിരിച്ചെടുക്കുന്നത് യുക്തിയാണ്. അന്വേഷണത്തിലൂടെയും യുക്തിയിലൂടെയും സത്യം തിരിച്ചറിയാനുള്ള നാല് ഉപാധികളും ദക്കാർത്തെ പ്രഖ്യാപിച്ചു. മുൻവിധി ഒഴിവാക്കുക, സങ്കീർണ്ണവിഷയങ്ങളെ ലഘു ഘടകങ്ങളാക്കി വിഭജിക്കുക, ലളിതമായി തുടങ്ങി ക്രമേണ സങ്കീർണ്ണങ്ങളിലേക്കു കടക്കുക, വ്യവകലന-അനുമാന രീതികളിൽ അറിവിനു കൃത്യത വരുത്തുക. മനസ്സും ശരീരവും തമ്മിലുള്ള ദ്വന്ദ്വാത്മകതയേയും ദക്കാർത്തെ വിശദീകരിച്ചു.

മെസ്ലിയൻ, ഇമ്മാനുവൽ കാന്റ് തുടങ്ങിയവർ യുക്തിയെ ആത്മീയപക്ഷത്തുനിന്നു വിശദീകരിക്കാൻ ശ്രമിച്ചു. എന്നാൽ ജോൺ ലോക്കെ (John locke 1632-1704) എന്ന ബ്രിട്ടീഷ് ചിന്തകൻ യുക്തിവാദ പരി

ദക്കാർത്തെ

ണാമത്തിലെ നാഴികക്കല്ലായി. അറിവ്, പുനരാലോചന എന്ന രണ്ടു വ്യത്യസ്തഘടകങ്ങൾ ചിന്തയിലുണ്ട്. ജനിക്കുന്ന കുട്ടിയുടെ മനസ്സ് ക്ലീനാണ്. കണ്ടും കേട്ടും മണത്തും രുചിച്ചുമൊക്കെയാണ് അറിവു സമ്പാദിക്കുന്നത്. അളന്നു തിട്ടപ്പെടുത്താവുന്നതും അനുഭവിച്ചറിയുന്നതുമെന്ന് അതു രണ്ടു വിധമാണ്. പ്രാഥമിക അറിവുകൾ അളവുകൾക്ക് വിധേയമായാൽ തർക്കമുണ്ടാവില്ല. ദ്വിതീയജ്ഞാനം ഓരോരുത്തർക്കും ഓരോവിധമാകാം. സ്ത്രീപുരുഷസമത്വത്തെ അംഗീകരിച്ച ലോക്കെ ബ്രിട്ടീഷ് എംപിരിസിസത്തിന്റെ വക്താവായിരുന്നു.

ജോൺ ലോക്കെ

ദക്കാർത്തെയയും ലോക്കെയുംപോലെ പ്രധാനപ്പെട്ട ചിന്തകനാണ് ദെനിസ് ദിദറോ (Denis Diderot 1713-1784) എൻസൈക്ലോപീഡിയയുടെ തുടക്കക്കാരനായിരുന്നു ഈ ഫ്രഞ്ചു ദാർശനികൻ. ജ്ഞാനോദയത്തിന്റെ ഭൗതികചിന്തയെ ശാസ്ത്രവുമായി ബന്ധിപ്പിച്ചത് ദിദറോയാണ്. സന്ദേഹവാദം (Skepticism) പ്രത്യക്ഷ ജ്ഞാനത്തിന്റെ വിപുലീകരണം (Radicalising empricism) ഭൗതികവാദം, ശാസ്ത്രം, ജീവനപദാർത്ഥങ്ങൾ എന്നിവയെ ഒക്കെ ദീദറോ അനായാസം വിശദീകരിച്ചു.

18-ാം നൂറ്റാണ്ടിലെ മഹാപ്രതിഭകളായിരുന്ന വോൾട്ടയറും (1694-1778) റൂസ്സോയും (1712-1778) വിപ്ലവദാർശനികരായിരുന്നു. ഫ്രഞ്ചു വിപ്ലവത്തിന്റെ പതാകവാഹകരായി സമത്വം, സ്വാതന്ത്ര്യം, സാഹോദര്യം എന്ന എക്കാലത്തെയും വലിയ മാനവികതയെ പ്രഖ്യാപിച്ചു. പള്ളിമതവും രാജാവും ഒന്നായിരിക്കുന്ന കാലത്ത് കനത്ത വിമർശനങ്ങൾ നടത്തി ഭരണകൂട ശത്രുത മേടിച്ചുവെങ്കിലും വമ്പൻ ജനപ്രീതി നേടിയെടുത്തിരുന്നു. നാടുകടത്തപ്പെട്ട് തിരിച്ചെത്തിയ വോൾട്ടയറെ സ്വീകരിക്കാൻ ജനലക്ഷങ്ങൾ അണിനിരന്നപ്പോൾ സൈന്യം നിശബ്ദമായിപ്പോയി. യൂറോപ്പിന് ആകമാനം സ്വീകാര്യനായ റൂസ്സോയുടെ മൃതശരീര വിലാപയാത്രയിൽ ലക്ഷക്കണക്കിനു ജനങ്ങളാണ് സാക്ഷ്യം വഹിച്ചത്. അത്രയും ജനപ്രിയനായിരുന്നു ജീൻജാക്വിസ് റൂസ്സോ.

ശാസ്ത്രത്തിന്റെ കുതിച്ചു ചാട്ടം

ദിദറോ

യുക്തിചിന്തയേയും നവോത്ഥാനത്തെയും വിപ്ലവകരമാക്കിയത് ആധുനിക ശാസ്ത്രമുന്നേറ്റം തന്നെയാണ്. കാര്യകാരണബന്ധത്തെ വിശദീകരിക്കാൻ കഴിഞ്ഞ, ക്രമാനുഗതികവും രൂപീകൃതവുമായ (Systematic and formulated) ശാസ്ത്രം ജ്ഞാനത്തിന്റെ അനന്തവിഹായസിനെ അനാവരണം ചെയ്തു. മത, ദൈവ ദർശനങ്ങളെ ശാസ്ത്രം അപ്രസക്തമാക്കി.

ഭൂകേന്ദ്രിതമാണ് (geocentric) പ്രപഞ്ചം എന്ന ടോളമിയുടെ സിദ്ധാന്തം 14-ാം നൂറ്റാണ്ടു വരെ ചോദ്യം ചെയ്യപ്പെടാതെ അംഗീകരിക്കപ്പെട്ടതായിരുന്നു. ഭൂമിയാണു ചലിക്കുന്നതെന്നും സൂര്യനും നക്ഷത്രങ്ങളും സ്ഥായിയാണെന്നുമുള്ള കോപ്പർനിക്കസിന്റെ (1473-1543) വിശദീകരണങ്ങൾ, പരന്നഭൂമിയും കറങ്ങുന്ന സൂര്യനും എന്ന നൂറ്റാണ്ടുകളുടെ ചിന്തയെ അട്ടിമറിച്ചു. ഭൂമിയുടെ സ്വയം ഭ്രമണം (rotation) സൂര്യനെചുറ്റിയുള്ള പരിക്രമണം (revolation) തുടങ്ങിയവ അവതരിപ്പിച്ചുകൊണ്ട് സൂര്യകേന്ദ്രികൃത (heliocentric) സിദ്ധാന്തം ചമച്ചു. തുടർന്നു വന്ന ടൈക്കോ ബ്രാഹെ (1546-1601) കെപ്ലർ (1571-1630) എന്നിവർ കോപ്പർ നിക്കസിനെ കൂടുതൽ വിശദീകരിച്ചു. മതം കെട്ടിപ്പൊക്കിയ പരന്ന ഭൂമിയും അതിനു മുകളിലെ സ്വർഗ്ഗവും താഴത്തെ പാതാളവും അതോടെ ഇളകി വീഴാൻ തുടങ്ങി.

ടോളമി

ഗിയർഡാനോ ബ്രൂണോ

സൂര്യനെ 'നേരിട്ടു കണ്ട' ഗലീലിയോ ഗലീലി (1564-1642) ടെലസ്ക്കോപ്പിലൂടെ വാനനിരീക്ഷണം നടത്തി അധികവും ഗ്രഹങ്ങളെയും നക്ഷത്രങ്ങളെയും കണ്ടെത്തി വിസ്മയ ജ്യോതിർശാസ്ത്രത്തെ വിപുലീകരിച്ചു. അരിസ്റ്റോട്ടിലിന്റെ അബദ്ധങ്ങളെ മാത്രമല്ല, ബൈബിൾ ഉൽപ്പത്തികഥകളെയും തദ്വാര റദ്ദാക്കി കളഞ്ഞു. ജനിച്ച നൂറ്റാണ്ടിൽ മുമ്പേ സഞ്ചരിച്ച ഗിയർഡാനോ ബ്രൂണോ (1548 - 1600) ശാസ്ത്രത്തിന്റെ രക്തസാക്ഷിയാകേണ്ടിവന്നു. അനന്തപ്രപഞ്ചത്തിന്റെ അർത്ഥ

കെപ്ലർ

തലങ്ങളെ ശാസ്ത്രീയവും തത്വചിന്താപരവുമായി വിശദീകരിച്ച ബ്രൂണോ യുക്തികൊണ്ടു വിശദീകരിക്കാൻ കഴിയാത്തതിനെയൊക്കെ തള്ളിക്കളഞ്ഞു. എല്ലാവരും വിശ്വസിക്കുന്നുവോ ഇല്ലയോ എന്നതല്ല ശാസ്ത്രത്തിന്റെ മാനകമെന്നു വിളിച്ചു പറഞ്ഞ ബ്രൂണോ ഇൻക്വസിഷൻ കോടതിയാൽ ജീവനോടെ ചുട്ടെരിക്കപ്പെട്ടു.

വെസാലിയസ്, വില്യംഹാർവി, കോർഡസ് തുടങ്ങിയ അനേകം ശാസ്ത്രജ്ഞർക്കു പിന്നാലെ വന്ന ഐസക് ന്യൂട്ടൺ (1642-1727) ശാസ്ത്ര രംഗത്ത് വിസ്ഫോടനം സൃഷ്ടിച്ചു. പ്രപഞ്ചപദാർത്ഥങ്ങൾ പരസ്പരം ആകർഷിക്കുന്നത് അവയുടെ ദ്രവ്യമാനത്തിന്റെ ഗുണഫലത്തിന് നേർ അനുപാതത്തിലായിരിക്കുമെന്ന കണ്ടെത്തലുകൾ അരിസ്റ്റോട്ടിൽ തത്വശാസ്ത്രങ്ങളുടെ പൂർണനിരാകരണമായിരുന്നു. അദ്ദേഹത്തിന്റെ മൂന്നു ചലനനിയമങ്ങൾ ശാസ്ത്രത്തെ ആധുനികതയിലേക്കു കൈപിടിച്ചുയർത്തി.

ഗലീലിയോ

വൈദ്യശാസ്ത്ര രംഗത്ത് മോണ്ടിനോ ഡിലൂസി, ബരൻ ഹാരിയോ കാർപി, ബർണാഡോ ഡറാപാലോ, ഗിർലാമോ ഫ്രക്കാസ്റ്ററോ, ഹിപ്പോക്രാറ്റസ്, ഗാലൻ, അവിസെന്ന തുടങ്ങിയവർ രൂപം നൽകിയ വൈദ്യശാസ്ത്രം സിഫിലിസും വസൂരിയും അടക്കമുള്ള രോഗങ്ങൾക്കു മരുന്നു കണ്ടെത്തിയത് അസൂയാവഹമായ മുന്നേറ്റമായി. ദൈവത്തിനു കഴിയാത്തത് ശാസ്ത്രത്തിനു സാദ്ധ്യമായതോടെ മതം കെട്ടിപ്പൊക്കിയ വിശ്വാസകോട്ടകൾ ഒന്നൊന്നായി തകർന്നടിയാൻ തുടങ്ങി.

കലാസാഹിത്യമുന്നേറ്റം

ശാസ്ത്ര-തത്വചിന്താ രംഗങ്ങളിലെ വൻമുന്നേറ്റങ്ങളെ പൂർത്തീകരിച്ചുകൊണ്ട് മാനവിക പക്ഷത്തുണ്ടായ കലാസാഹിത്യ വികസനം മനുഷ്യന് മതാതീതമായ മാനം പകർന്നു. അത് കാലദേശ അതിരുകൾ ഭേദിച്ച് പുതിയൊരു ജ്ഞാനോദയത്തിനു വഴിതുറന്നു. ദാന്തേഅലിഗിരി (1265-1321) യുടെ ഡിവൈൻ കോമഡിയിലാണ് തുടക്കം. മനുഷ്യന്റെയും പ്രകൃതിയുടെയും ക്രൈസ്തവ ആദ്ധ്യാത്മിക ദുരന്തത്തിന്റെയും ആകെത്തു

ദാന്തേഅലിഗിരി

കയാണ് 'ദിവ്യഗീതം'. വിധിയുടെ ഇരയായ മനുഷ്യർക്കു പകരം യുക്തിപൂർവ്വം കാര്യങ്ങളനുഷ്ഠിക്കുന്ന മനുഷ്യരെ ദാന്തെ കാട്ടിത്തന്നു.

നവോത്ഥാനത്തിന്റെ ഉദയനക്ഷത്രമെന്നു വിളിക്കപ്പെട്ട പെട്രാർക്ക് (1304-1374) ലോറാ കവിതകളിലൂടെ പ്രണയത്തെയും പ്രകൃതിയേയും വാഴ്ത്തി ഗ്രീക്കു സാഹിത്യത്തെ ലാറ്റിനു പരിചയപ്പെടുത്തി. മതാതീതമാനവികതയുടെ സൗന്ദര്യത്തെ ആവിഷ്ക്കരിച്ച് മാനവികതയെ വ്യാഖ്യാനിച്ചു. ഡക്കാമറൺ കഥകളിലൂടെ ബൊക്കാച്ചിയോ വിശ്വപൗരപദത്തിലേക്കുയർന്നു.

ഡാവിഞ്ചി

മതാത്മകമായ കലാബോധത്തെ മനുഷ്യകേന്ദ്രീകൃതമാക്കിയ എണ്ണമറ്റ കലാകാരന്മാരുടെ കാലമായിരുന്നു 14,15 നൂറ്റാണ്ടുകൾ. ഗ്രീക്ക്, റോമൻ, ബൈസാന്തിയൻ അടിത്തറയിൽ നിന്നു കൊണ്ട് ചിത്രകല, ശില്പവിദ്യ, വാസ്തുകലാരംഗങ്ങളിൽ അത്ഭുതം വിളയിച്ച കലാകാരന്മാർ യുക്തിബോധത്തിന്റെ ചായക്കൂട്ടുകൾ പ്രയോഗിച്ചു. ഫ്രാ ഏഞ്ജലിക്കോ, ഫ്രാ ഫിലിപ്പോ ലിപ്പി, ഡൊമനിക്കോ ഗിർലാന്റിയോ, സാൻഡ്രോ ബോട്ടിച്ചേലി, ബാർത്തലോമിയ, ആൻഡ്രിയോ ഡൽസാർട്ടോ, സിഗ്നറെലി, ടിഷ്യൻ, ഘിബേറട്ടി തുടങ്ങി അനേകം കലാകാരന്മാർ കാൻവാസിലും കല്ലിലും കവിതകൾ തീർത്തു.

മൈക്കലാഞ്ജലോ

ലൊനാർഡോ ഡാവിഞ്ചിയുടെ ലാസ്റ്റ് സപ്പറും മൊണാലിസയും അടക്കമുള്ള ലോകോത്തര കൃതികൾക്ക് നൂറുകണക്കിനു വ്യാഖ്യാനങ്ങളുണ്ടായി. ഒരു ചിത്രകാരൻ മാത്രമായിരുന്നില്ല അദ്ദേഹം; എഞ്ചിനിയറും ശാസ്ത്രജ്ഞനുമായിരുന്നു. മനുഷ്യശരീരത്തിന്റെ അനാറ്റമി, ഭ്രൂണം, ഹൃദയം, അസ്ഥികൾ, കണ്ണ്, തല തുടങ്ങിയവയുടെയൊക്കെ ഘടന വരച്ച് വിശദീകരിച്ച് അതിസാഹസികമായാണ് ഇവ പഠിച്ചെടുത്തത്. കാമദേവനെപ്പോലെ ജീവിച്ച റഫായേൽ 37 വയസ്സിനിടയിൽ ക്ലാസിക്കൽ രചനകളിലൂടെ അമരനായി. മനുഷ്യതയെ ആവാഹിച്ച മൈക്കലാഞ്ജലോ ശില്പകലയുടെ എന്നത്തേയും സാർവ്വ

ഭൗമനാണ്. നാലരവർഷം കൊണ്ട് സിസ്റ്റൈൻ ചാപ്പലിന്റെ 68 അടി പൊക്കമുള്ള മിനാരങ്ങളിൽ വരച്ച 348 ചിത്രങ്ങൾ ക്ലാസിക്കുകളാണ്. ഇവരൊക്കെ വരച്ചത് ദൈവങ്ങളെയും അപ്പോസ്തോലന്മാരെയുമായിരുന്നെങ്കിലും അവയൊക്കെ മാനവികതയുടെ സൗന്ദര്യം ആവാഹിച്ചവയായിരുന്നു. കൈക്കൊണ്ടല്ല, തലകൊണ്ടാണ് അവർ വരച്ചത്. ലോക നാഗരികതയിലെ തന്നെ അസാധാരണ സൃഷ്ടികളാണ് അവയെല്ലാം.

വ്യവസായ വിപ്ലവവും മറ്റും

റോബർട്ട് ഓവൻ

യുക്തിചിന്തയ്ക്കും ശാസ്ത്രത്തിനും ഒപ്പം സാങ്കേതിക വിദ്യയ്ക്കും ആവേഗം വളർത്തിയ ചരിത്രപ്രതിഭാസമായിരുന്നു വ്യവസായികവിപ്ലവം. 1760 ൽ ഇംഗ്ലണ്ടിൽ ആരംഭിച്ച് വെസ്റ്റേൺ യൂറോപ്പിലേക്കും അമേരിക്കയിലേക്കും വികസിച്ച് 1840 വരെ നീണ്ട സമഗ്രമാറ്റമായിരുന്നു ആദ്യത്തെ വ്യവസായ വിപ്ലവം. യന്ത്രങ്ങളുടെ കണ്ടുപിടുത്തം കൈവേലയ്ക്ക് പകരമായി. ഇരുമ്പിന്റെ വ്യാവസായിക ഉല്പാദനവും രാസപദാർത്ഥങ്ങളുടെ ആവിർഭാവവുമൊക്കെ ഫാക്ടറി വ്യവസ്ഥകൾക്ക് ഊർജ്ജം നൽകി. ഇതു കാർഷിക രംഗത്തും വളർച്ചയുണ്ടാക്കി. ജനങ്ങളുടെ ജീവിതനിലവാരത്തിൽ വലിയമാറ്റം വരുത്തിയ വിപ്ലവം സ്വാഭാവികമായും ചിന്തയേയും സ്വാധീനിച്ചു. എന്നാൽ മൂലധന കേന്ദ്രീകൃതമായ മുതലാളിത്ത വ്യവസ്ഥയ്ക്കും ഇത് കാരണമായി. ഗതാഗതസൗകര്യങ്ങൾ വർദ്ധിച്ചപ്പോൾ ആശയവിനിമയവും സാംസ്കാരിക വ്യാപനവും ഊർജ്ജിതമായി.

പക്ഷേ വ്യാവസായിക കാർഷികരംഗത്തെ കുത്തകവൽക്കരണം തൊഴിലാളി വർഗ്ഗത്തിന്റെ ദുരിതങ്ങളെ വർദ്ധിപ്പിക്കുകയും സാമൂഹ്യധ്രുവീകരണമുണ്ടാക്കുകയും ചെയ്തു. അതിനിടയിലാണ് റോബർട്ട് ഓവനെ (Robert oven 1771- 1858) പോലുള്ളവർ സോഷ്യലിസ്റ്റ് സങ്കല്പം അവതരിപ്പിക്കുന്നത്. സഹകരണ പ്രസ്ഥാനം തുടങ്ങുന്നതും ഓവനാണ്. തന്റെ സമ്പത്തു മുഴുവൻ ഉപയോഗിച്ച 1824 ൽ അമേരിക്കയിലെ ന്യൂഹാർമണിയിൽ ഒരു സോഷ്യലിസ്റ്റ് സമൂഹം സ്ഥാപിക്കുക തന്നെ ചെയ്തു. പക്ഷേ തന്റെ മനുഷ്യസ്നേഹപരമായ സമത്വസങ്കല്പം വികസിപ്പിക്കാൻ കഴിഞ്ഞില്ല. അതൊരു ഉട്ടോപ്യൻ സങ്കല്പമായെങ്കിലും പിന്നീട് അതിനും തുടർച്ചയുണ്ടായി.

ആധുനിക ജീവിതവ്യവസ്ഥകൾക്കനുസരിച്ച് ഭൗതികവാദസരണി

ഡാർവിൻ

യിൽ നിറയെ പരീക്ഷണങ്ങൾ നടന്നു. അങ്ങനെ ആത്മീയ-ഭൗതിക ധാരയെ വ്യാഖ്യാനിക്കാൻ ശ്രമിച്ച ജർമ്മൻ ചിന്തകനായിരുന്ന ഹെഗൽ (1770-1813) അതീന്ദ്രിയ വാസ്തവികതയിലും അതിഭൗതികതയിലും പൊരുത്തപ്പെട്ടുന്ന ഒരു വൈരുദ്ധ്യവാദമാണ് ഹെഗൽ ഉയർത്തിയത്. പരമമായ സത്യത്തെ കണ്ടെത്തുന്നതിനാൽ വിപരീതങ്ങളുടെ ഐക്യവും സമരവും എന്ന വൈരുദ്ധ്യത്തെ അദ്ദേഹം കണ്ടെത്തി. മനുഷ്യനെ കേന്ദ്രീകരിച്ചു പ്രപഞ്ചത്തെ വ്യാഖ്യാനിക്കാനാണ് അദ്ദേഹം ശ്രമിച്ചത്. പിന്നാലെ വന്ന ഫോയർബാഗ് (1804-1874) പദാർത്ഥത്തിന്റെ ഉന്നത രൂപമായി ആത്മാവിനെ അവതരിപ്പിച്ചു. ഇവരെയൊക്കെ തിരുത്തിക്കൊണ്ടാണ് മാർക്സും ഏംഗൽസും ഡയലക്ടിസിനെ ഉപയോഗിച്ച് വൈരുദ്ധ്യാധിഷ്ഠിത ഭൗതികവാദത്തിനു രൂപം നൽകി ഭൗതികവാദത്തെ വികസിപ്പിച്ചത്.

ഫ്രോയിഡ്

ഡാർവിനും ഫ്രോയിഡും

എന്നാൽ യുക്തിവാദത്തിനും ശാസ്ത്രത്തിനും അതിവേഗമുന്നേറ്റം സാദ്ധ്യമാക്കിയത് രണ്ടു ശാസ്ത്രജ്ഞരാണ്. അതിൽ അദ്വിതീയൻ ചാൾസ് ഡാർവിൻ (1809-1882) തന്നെയാണ്. Orgin of Species എന്ന വിഖ്യാത കൃതി 1871 ൽ പ്രസിദ്ധീകരിച്ചതോടെ ദൈവത്തിന്റെ അവസ്ഥ പരുങ്ങലിലായി. ജീവികൾ എങ്ങനെയാണ് വികസിച്ചു വന്നതെന്ന Natural selection വിശദീകരിക്കപ്പെട്ടതോടെ 'സൃഷ്ടിവാദം' അപ്രസക്തമായി. യുക്തിവാദം ഏറെ ശാസ്ത്രീയമായി. പിന്നാലെ മെൻഡലിന്റെ Genetics കൂടി വന്നതോടെ ദൈവത്തിന്റെ മരണം ഏതാണ്ട് ഉറപ്പായി, മതം ശരശയ്യയിലായി.

മനുഷ്യനെ സംബന്ധിച്ച എക്കാലത്തെയും സമസ്യയായിരുന്നു മനസ്സ്. വികാര ജീവിയായ മനുഷ്യന്റെ മനസ്സിനെ അപഗ്രഥിക്കുന്ന Psycho Analytic Theory അവതരിപ്പിച്ചുകൊണ്ട് സിഗ്മണ്ട് ഫ്രോയ്ഡ് (1856-1939) മനഃശാസ്ത്രത്തിന്റെ പുതിയപന്ഥാവ് വെട്ടിത്തുറന്നു. ബോധ-അബോധമനസ്സുകളുടെ പ്രവൃത്തികളെ അപഗ്രഥിച്ചുകൊണ്ട് അവശേഷിക്കുന്ന ആത്മീയപ്രതിഭാസങ്ങളെയും അദ്ദേഹം നിർദ്ധാരണം ചെയ്തു.

ചുരുക്കത്തിൽ നൂറ്റാണ്ടുകൾ നീണ്ടുനിന്ന അപഗ്രഥന വിശകലന-ശാസ്ത്രീയ-മനഃശാസ്ത്ര പരീക്ഷണങ്ങളിലൂടെയാണ് യുക്തിവാദം ഒരു തത്വചിന്തയായും പ്രയോഗമായും വികസിച്ചത്. അത് ദൈവനിഷേധം മാത്രമായിരുന്നില്ല, മനുഷ്യവളർച്ചയുടെയും മാനവികതയുടെയും പദ്ധതിയായിരുന്നു.

രണ്ട്

നാസ്തിക്യം, യുക്തിവാദം, സ്വതന്ത്രചിന്ത

എന്തൊക്കെയാണ് ഇവയ്ക്കിടയിലെ അതിർവരമ്പുകൾ

യുക്തിവാദവും നിരീശ്വരതയുമൊക്കെ പര്യായങ്ങൾപോലെ ഉപയോഗിക്കപ്പെടാറുണ്ടെങ്കിലും വസ്തുത അതല്ല. യുക്തിവാദി നാസ്തികനായിരിക്കുമെന്നതുകൊണ്ട് നാസ്തികൻ യുക്തിവാദിയാകണമെന്നില്ല. രണ്ടിനുമിടയിൽ ചില പ്രത്യയശാസ്ത്ര പ്രശ്നങ്ങൾ ഉണ്ട്. ഇവയ്ക്കിടയിൽ വരുന്ന മറ്റൊരു പദ്ധതിയാണ് സ്വതന്ത്രചിന്ത. വിഹഗവീക്ഷണത്തിൽ ഒരേപോലെ വ്യാപരിക്കപ്പെടുന്നുണ്ടെങ്കിലും സൂക്ഷ്മതലത്തിൽ വൈജാത്യങ്ങൾ ഏറെയാണ്.

നാസ്തിക്യം

മനുഷ്യൻ ഉണ്ടായ കാലത്ത് മതവും ദൈവവുമില്ല. എന്നാൽ ദൈവമുണ്ടായ കാലം മുതൽ ദൈവനിഷേധമുണ്ടായിരുന്നു. മതത്തിനുള്ളിൽ തന്നെ നാസ്തികത പ്രകടമാണെന്നതിന്റെ തെളിവാണ് ബുദ്ധമതം, ജൈനമതം, സിക്കുമതം, കൺഫ്യൂഷൻമതം തുടങ്ങിയവ. ഇവയെല്ലാം തന്നെ പ്രാചീനമായ ചിന്താപദ്ധതികളാണ്. ചാർവ്വാക സാംഖ്യചിന്തകളെല്ലാം തന്നെ മതത്തിനുപുറത്തെ നാസ്തിക്യങ്ങളാണ്. എന്നാൽ സെമിറ്റിക് മതങ്ങൾ ദൈവത്തെ ആഘോഷിക്കുമ്പോഴും അന്യമതദൈവങ്ങളെ അംഗീകരിക്കാറില്ലെന്നു മാത്രമല്ല അവരെയൊക്കെ നിരീശ്വരരായാണ് കാണുന്നത്. ബൈബിളും ഖുറാനുമൊക്കെ അന്യദൈവങ്ങൾക്കെതിരെ കടുത്ത പ്രതിരോധമാണ് തീർത്തിരിക്കുന്നത്. റോമിലെ ജൂതമതം ക്രിസ്ത്യാനികളെ നിരീശ്വരരായി അടയാളപ്പെടുത്തി കൊല്ലുകയാണുണ്ടായത്. അതേ ക്രിസ്ത്യാനികൾ ജനലക്ഷങ്ങളെ ഇൻക്വിസഷനിലൂടെ വേട്ടയാടിയത് നാസ്തികത ആരോപിച്ചുകൊണ്ടാണ്. ഇസ്ലാമിനാകട്ടെ അള്ളാഹ അല്ലാതെ മറ്റൊരു ദൈവവും സത്യമല്ല, അതൊ

ബുദ്ധൻ

ലാവോത്സെ

കൺഫ്യൂഷസ്

ക്കെ നാസ്തികമാണ്

ആസ്തിക്യത്തിന് അഥവാ ആത്മീയതയ്ക്ക് കൃത്യമായ ഒരു നിർവ്വചനം ഇല്ല. ബ്രഹ്മം, ദ്വൈതം, അദ്വൈതം, ഉണ്മ, സത്ത തുടങ്ങിയ പദാവലികൾ കൊണ്ട് ദൈവത്തെ അടയാളപ്പെടുത്താൻ ശ്രമിക്കുമ്പോഴും നിയാമകമായി വിശദീകരിക്കാൻ കഴിയുന്നില്ല. ജീവബ്രഹ്മം, പരബ്രഹ്മം, ദ്വൈതാദ്വൈതം, പാപം, പുണ്യം, മിഥ്യ, പരലോകം, പുനർജന്മം തുടങ്ങിയ വാക്കുകൾ കൊണ്ട് ശബ്ദമുഖരിതമാക്കുമ്പോഴും എന്ത്, എങ്ങനെ, എവിടെ, എന്നൊന്നും കൃത്യമായ ഉത്തരം നൽകാനാവില്ല. വസ്തുനിഷ്ഠമാണ് ഈശ്വരൻ എന്നു വാദിക്കുമ്പോഴും അതു ഓരോ വ്യക്തിക്കും ഓരോ വിധ മിഥ്യയോ പ്രമാദമോ ആയി തോന്നുകയാണ്. എന്താണ് ഈശ്വരൻ എന്ന തെളിവു നൽകാൻ ഒരു വിശ്വാസിക്കും അവരുടെ സൈദ്ധാന്തികർക്കും ഇതുവരെ കഴിഞ്ഞിട്ടില്ല.

എന്നാൽ നാസ്തികരെ ആക്ഷേപിക്കാനും ഭയപ്പെടുത്താനും അത്തരക്കാർ നിരന്തരശ്രമം നടത്തുന്നുണ്ട്. 'നാസ്തികോ വേദനിന്ദകഃ' എന്നാണ് ബ്രാഹ്മണർ ചാർവ്വാകരെ അധിക്ഷേപിച്ചത്. വേദങ്ങളെ നിന്ദിക്കുകയല്ല, ദാർശനികമായി ഭേദിക്കുകയായിരുന്നു അവർ. വൈദിക പ്രമാണങ്ങളെ നിരസിച്ചതുകൊണ്ട് അവർ പാപയോനിയിൽ ജനിച്ചവരും നാശകർത്താക്കളുമാണെന്നാണ് ഭഗവദ്ഗീത ശപിക്കുന്നത്. ചെകുത്താൻ, നരകം പുനർജന്മം തുടങ്ങി ഒട്ടേറെ ഭീഷണികളാണ് നാസ്തികർക്കുമേൽ ആസ്തികർ ചൊരിയുന്നത്.

'നാ അസ്തി' (അസ്തിത്വമില്ല) എന്ന ചിന്തയാണ് നാസ്തിക്യം. ഈശ്വരന്റെ നിലനില്പിനെ നാസ്തികർ നിഷേധിക്കുന്നു. അതിനു കാരണം അവരിലെ മനുഷ്യനന്മയാണ്. ദൈവത്തെ സ്തുതിക്കാത്തവരെ ദൈവം നിരന്തരം ഉപദ്രവിച്ചുകൊണ്ടിരിക്കും. എന്നാൽ നാസ്തികന് ആ ഭയമില്ല, സ്വന്തം ശക്തിയിൽ വിശ്വാസമുണ്ടു താനും. വിശ്വാസിക്ക് അതില്ല. വിശ്വാസത്തിന്റെ പേരിൽ മൃഗബലിയോ നരബലിയോവരെ ചെയ്യാൻ

അവർ തയ്യാറാണ്. സ്വാർത്ഥതയുടെ മറ്റൊരു പേരുകൂടിയാണ് ദൈവ വിശ്വാസം. കാര്യസിദ്ധിക്കു വേണ്ടിയുള്ള അദ്ധ്വാനരഹിതമായ ഗൂഢാലോചന. കൈക്കൂലി നൽകിയാൽ കാര്യങ്ങൾ സാധിച്ചു തരുന്ന ഒരു മേലുദ്യോഗസ്ഥനാണ് ദൈവം. ഈ അധാർമ്മികതയെയാണ് നാസ്തികർ തള്ളിക്കളയുന്നത്.

അതുകൊണ്ട് ദൈവത്തിനെതിരായ യുദ്ധമല്ല നാസ്തിക്യം. ലോകത്തുണ്ടായ ഏറ്റവും വലിയയുദ്ധങ്ങളുടെയും കുരുതികളുടെയും കാരണം ദൈവമാണ്. അതുകൊണ്ടാണ് ദൈവത്തിനെതിരെ നിലപാടെടുക്കേണ്ടി വരുന്നത്. ഇത് ചരിത്രപരമായ ഒരു ആവശ്യംകൂടിയാണ്. മതങ്ങൾ പ്രചരിപ്പിക്കുന്ന ഒരു ദൈവവും നിഷ്ക്കളങ്കനോ നന്മയോ ഒന്നുമല്ല, തിന്മകളുടെയും കൊലപാതകങ്ങളുടെയും ദ്രോഹമൂർത്തിയാണ്. എല്ലാ ദൈവഅവതാരങ്ങളുടെയും ലക്ഷ്യം ശത്രുവധമാണ്. ഒരു ശത്രുവിനെയും മിത്രമാക്കുന്ന അത്ഭുതശക്തി ഒരു ദൈവവും ഒരിക്കലും പ്രകടിപ്പിച്ചിട്ടില്ല. വംശീയോന്മൂലനത്തിന്റെ സൈന്യാധിപന്മാരാണ് അള്ളാഹുവും യഹോവയും ഹൈന്ദവദൈവങ്ങളും.

വസ്തുനിഷ്ഠ യാഥാർത്ഥ്യമില്ലാത്ത വ്യക്തിനിഷ്ഠപ്രമാദമായോ മിഥ്യയോ ആണ് ഈശ്വര സങ്കല്പം എന്നു ദേവി പ്രസാദ് ചതോപാദ്ധ്യായ (ഇന്ത്യൻ നിരീശ്വരവാദം). സ്വാഭാവിക ഭൗതിക ലോകത്തിനപ്പുറമൊന്നുമില്ലെന്നു വിശ്വസിക്കുന്ന, നിരീക്ഷിക്കാവുന്ന പ്രപഞ്ചത്തിന്റെ പിന്നിൽ പ്രകൃത്യാതീതമായ സൃഷ്ടിബുദ്ധിയൊന്നുമില്ലെന്നും നിലനില്ക്കുന്ന ഒരാത്മാവില്ലെന്നും വിശ്വസിക്കുന്നതാണ് നാസ്തികത എന്നാണ് റിച്ചാർഡ് ഡോക്കിൻസിന്റെ നിർവ്വചനം (The God Delusion) മനുഷ്യരാശിക്ക് ആപത്തുണ്ടാക്കുന്ന, കിനാവുകളെയും ഭൂതപ്രേതാധികളെയും കൊലപ്പെടുത്തിക്കൊണ്ട് മനുഷ്യനെ പ്രകൃതിയിലേക്കും അനുഭവങ്ങളിലേക്കും വിവേകത്തിലേക്കും തിരിച്ചുകൊണ്ടു വരുന്നതാണ് നിരീശ്വരത എന്ന് ബാരോൺ ഹോൾഡ് ബാക്ക് (പവനൻ)

പ്രാചീന ഇന്ത്യൻ ദാർശനികർ നാസ്തികതയെ വിപുലമായി വിശദീകരിക്കുന്നുണ്ട്. ഷഡ്ദർശനങ്ങളിൽ ഇത് ഏറെ വ്യക്തമാണ് (ലേഖകന്റെ 'ആര്യദ്രാവിഡ വിവാദവും ഭഗവദ്ഗീതയുടെ രാഷ്ട്രീയവും'എന്ന കൃതി കാണുക) റെനെ ദക്കാർത്തെ, പിയറി ബെയ്‌ലി, ജോൺ ലോക്കെ, വോൾട്ടയർ, നീഷേ, സാർത്ര്, ഇംഗർസോൾ, ബർട്രാന്റ് റസ്സൽ തുടങ്ങി നാസ്തികതയെ വിശദീകരിച്ച ആധുനികർ നിരവധി. Deism, Pantheism, Pragmatism, Existentialism, Radical Humanism, Logical Positivism തുടങ്ങി നിരവധി ദാർശനികപദ്ധതികൾ നാസ്തികതയുമായി ബന്ധപ്പെട്ടതാണ് ('ദൈവത്തിനെതൃ

ബർട്രാന്റ് റസ്സൽ

വയസ്സായി' എന്ന ലേഖകന്റെ കൃതികാണുക).

എല്ലാം ദൈവനിശ്ചിതമാണെന്ന കരുതികർമ്മപഥങ്ങളിൽ നിന്ന് ഒളിച്ചോടലാണ് ദൈവവിശ്വാസമെങ്കിൽ, സ്വന്തം ഭാവി സ്വന്തം അദ്ധ്വാനമാണെന്നും അഭൗതികമായ അനുഗ്രഹങ്ങൾ കാത്തിരിക്കേണ്ടതില്ലെന്നുമുള്ള ആത്മവിശ്വാസമാണ് നിരീശ്വരത. ദൈവത്തിനു പകരം മനുഷ്യനെ ഉയർത്തിക്കാട്ടുന്ന നാസ്തികത മനുഷ്യനിഷേധപരമല്ല, മനുഷ്യസ്നേഹപരമാണ്. ദൈനംദിന ജീവിതത്തിൽ ദൈവത്തെ ഒഴിച്ചു നിർത്തി മനുഷ്യത്വത്തെ സ്ഥാപിക്കുന്നത് പ്രായോഗിക നിരീശ്വരതയാണ്. എന്നാൽ ഈശ്വരനില്ലെന്ന ചിന്താപദ്ധതി മാത്രമാണെങ്കിൽ അത് സൈദ്ധാന്തിക നിരീശ്വരത മാത്രമാണ്. ആദ്യത്തേതു പ്രയോഗവും രണ്ടാമത്തേതു തത്വവുമാണ്.

യുക്തിവാദം

യുക്തിബോധം എല്ലാവർക്കും ഉണ്ടെന്നിരിക്കെ യുക്തിവാദം എന്നൊരു പ്രത്യേക പദ്ധതിയുടെ ആവശ്യമുണ്ടോ? യുക്തിവാദികൾക്ക് മതക്കാരെന്നപോലെ പ്രത്യേക വിശ്വാസപ്രമാണങ്ങളുണ്ടോ? വിശ്വാസം കടന്നുവരുമ്പോൾ യുക്തിപുറത്തു കടക്കുമോ? വിശ്വാസം നഷ്ടപ്പെട്ടാൽ പിന്നെ എന്താണ് അവശേഷിക്കുക തുടങ്ങിയ ചോദ്യങ്ങൾ യുക്തിവാദത്തെപ്പറ്റിയുള്ള ദാർശനിക ബോധത്തിന്റെ അഭാവത്തിൽ നിന്നുയരുന്നതാണ്. എല്ലാവർക്കും യുക്തിയും ബുദ്ധിയുമുണ്ട്. പക്ഷേ അവ്വിധമുണ്ടാകുന്ന അറിവിനെ അവർ ശാസ്ത്രീയമായി വിശകലനം ചെയ്തിട്ടുണ്ടോ എന്നതാണ് പ്രശ്നം. നിയതമായ ഒരു വ്യവസ്ഥയ്ക്കു കീഴിൽ ഉണ്ടാക്കിയിരിക്കുന്ന സംഘടിതപദ്ധതിയല്ല യുക്തിവാദം എന്ന് അതിന്റെ മാനകങ്ങൾ കൊണ്ടു വ്യക്തമാകും. യുക്തിവാദം കേവലമൊരു വിശ്വാസമല്ലാത്തതുകൊണ്ടു തന്നെ തിരിച്ചുപോക്കിന്റെ പ്രശ്നം ഉദിക്കുന്നുമില്ല. യുക്തിവാദിക്ക് ഈശ്വരവിശ്വാസം നഷ്ടപ്പെടുമ്പോൾ പകരം വെക്കുന്നത് മാനവികതയാണ്, അതാതയത് യുക്തിവാദി വിശ്വസിക്കുന്നത് വിശ്വസാഹോദര്യത്തിലാണ്. മതം എങ്ങനെയിരിക്കണം എന്നു ചിന്തിച്ചു സമയം കളയുകയല്ല, മതം എങ്ങനെയിരിക്കുന്നു എന്നു നിരൂപണം ചെയ്തു വെളിപ്പെടുത്തുകയാണ് യുക്തിവാദി ചെയ്യുന്നത്. ഒന്നിലും പ്രത്യേക ശാഠ്യം യുക്തിവാദികൾക്കില്ല. തെറ്റെന്നു തെളിയുന്നതിനെ അവർതള്ളിക്കളയും (കുറ്റിപ്പുഴ)

അറിവിന്റെ നിശ്ചിതത്വത്തിന് യുക്തിയെന്ന അടിത്തറയാണ് വേണ്ടതെന്ന സിദ്ധാന്തമാണ് യുക്തിവാദം എന്നതാണ് ഏറ്റവും ലളിതമായ നിർവ്വചനം (Theory that reason is the foundation of certainity in knowledge) അറിവിനെ സുനിശ്ചിതമാക്കാൻ മറ്റു ചില മാനദണ്ഡങ്ങൾ ഉണ്ട്.

1. അറിവിനും അനുഭവത്തിനും പരീക്ഷണ നിരീക്ഷണങ്ങൾക്കും പരമപ്രാധാന്യം കൊടുക്കുക
2. തെളിവുകളുടെ അടിസ്ഥാനത്തിൽ സത്യം അംഗീകരിക്കുക.
3. അതിനുള്ള മാർഗ്ഗമോ ഉപകരണമോ ശാസ്ത്രമാണ്.
4. യുക്തിവാദം ഒരു ദർശനം പോലെ പ്രയോഗം കൂടിയാണ്.
5. തത്വശാസ്ത്രം പോലെ യുക്തിവാദം ഒരു ജീവിതരീതികൂടിയാണ്.

വസ്തുതകളുടെ കാര്യകാരണബന്ധത്തെ വിശദീകരിക്കാൻ വെറും യുക്തിചിന്ത മാത്രം പര്യാപ്തമാകുകയില്ല. അതിനു ശാസ്ത്രമാണ് ഏറ്റവും നല്ല ഉപാധി. കാര്യകാരണബന്ധത്തെ ശാസ്ത്രം വിശദീകരിക്കുമ്പോൾ കാര്യം പ്രത്യക്ഷമാകുകയും കാരണം തിരോഭവിക്കുകയും ചെയ്യും. അറിവ്, അനുഭവം, യുക്തി, ബുദ്ധി, വിവേകം, സത്യം തുടങ്ങിയവ യുക്തിവാദത്തിന്റെ അടിസ്ഥാന ഘടകങ്ങളാണ് (കൂടുതൽ വിവരത്തിന് ലേഖകന്റെ യുക്തിവാദം എന്ത്, എങ്ങനെ, എന്തുകൊണ്ട് എന്ന കൃതി കാണുക) അറിവ് എന്നാൽ പ്രത്യക്ഷ ജ്ഞാനം മാത്രമാണ് യുക്തിവാദികൾക്കു സ്വീകാര്യം. അനുഭവവും പ്രത്യക്ഷമായിരിക്കണം. ബുദ്ധിയും ജ്ഞാനവുമുള്ളതുകൊണ്ട് വിവേകം ഉണ്ടാകില്ല. യുക്തിയുടെയും ശാസ്ത്രത്തിന്റെയും ഉരകല്ലിൽ അറിവിനെ (Knowledge) പ്രയോഗിക്കുമ്പോൾ മാത്രമേ അതു വിവേക (Wisdom) മാവുകയുള്ളൂ. ഇതാണ് സത്യത്തിലേക്കുള്ള വഴി. സത്യം എന്നത് പക്ഷേ ആത്യന്തികമല്ല, ആപേക്ഷികമാണ്. അംഗീകൃതമായ ഒരു പ്രമാണത്തിലെത്താൻ യുക്തിയെ പലവിധത്തിൽ പ്രയോഗിക്കാൻ കഴിയും.

യുക്തിവാദം ശാസ്ത്രീയമാകുമ്പോൾ യുക്തിചിന്തയുടെ വിശകലന പരിപ്രേക്ഷ്യത്തിനും ഘടനാപരമായ വ്യത്യാസങ്ങൾ ഉണ്ടാകും. അതു വികാസത്തിന്റെ ലക്ഷണമാണ്. യുക്തിവാദിക്ക് ഒരു കാര്യത്തിലും ശാഠ്യമുണ്ടാകേണ്ടതില്ല. തെറ്റെന്ന് തെളിയിക്കപ്പെടുന്നത് തള്ളാൻ യുക്തിവാദി ബാദ്ധ്യസ്ഥനാണ്. ദൈവം ഉണ്ടെന്നു തെളിയിക്കപ്പെട്ടാൽ യുക്തിവാദി അതു വിശ്വസിച്ചിരിക്കും. ശാസ്ത്രത്തോടും മാനവികതയോടുമായിരിക്കും യുക്തിവാദി ബാദ്ധ്യതപ്പെടുക. അതുകൊണ്ടു തന്നെ മതവിശ്വാസി അയാളുടെ ശത്രുവല്ല; വിശ്വാസം മാത്രമാണ് എതിർക്കപ്പെടുക. പരമ

പ്രാധാന്യം നൽകുന്നത് മാനവികതയ്ക്കാവും. ഇതൊരു ദാർശനിക പദ്ധതിയാണ്.

സ്വതന്ത്രചിന്ത

സ്പിനോസ

1432-ൽ ഹോളണ്ടിൽ ജനിച്ച ബറുക സ്പിനോസ (Baruch Spinosa) ജൂതമതത്തിലെ വിശ്വാസാചാരങ്ങളെക്കുറിച്ച പഠിച്ചതുകൊണ്ടു തന്നെ മതപരതയിൽ നിന്നു വ്യതിചലിച്ചു. വാൻഡൻ എൻഡെ എന്ന ഡച്ച പണ്ഡിതന്റെ ശിക്ഷണത്തിൽ അന്വേഷണം സ്വതന്ത്രമാക്കി. സോക്രട്ടീസ്, പ്ലേറ്റോ, അരിസ്റ്റോട്ടിൽ, ഡെമോക്രറ്റസ്, എപ്പിക്യൂറസ്, ലുക്രീഷ്യസ് എന്നിവരെ പഠിച്ചതോടുകൂടി ഈശ്വരനെയും യഹൂദമതത്തെയും അദ്ദേഹം ഉപേക്ഷിച്ചു. ബൈബിൾ വിമർശനത്തോടെ സ്പിനോസ മതഭ്രഷ്ടനായി, ഒരിക്കൽ ആസ്റ്റർഡാമിൽ വെച്ച് വധ ശ്രമത്തിൽ നിന്നു കഷ്ടിച്ച രക്ഷപ്പെട്ടു. അതിനു ശേഷം ഒരു കുഗ്രാമത്തിൽ വസിച്ച് ദാരിദ്ര്യത്തോടുപടവെട്ടി തത്വചിന്താരംഗത്ത് പുതിയപാത വെട്ടിത്തുറന്നു. ഒരു ഭൗതികവാദിയായിരുന്നെങ്കിലും ഈശ്വരാശയത്തെ പൂർണ്ണമായും തിരസ്ക്കരിച്ചില്ല. ഈശ്വരേച്ഛ എന്നാൽ പ്രകൃതി നിയമമാണെന്നൊരു ചിന്തയായിരുന്നു അദ്ദേഹത്തിന് Ethics, Descartes' Principles of Philosphy, Theologic - Political Treatise (അവസാന രണ്ടുകൃതികൾ മരണാനന്തരം പ്രസിദ്ധീകരിച്ചത്) എന്നീ കൃതികളിലൂടെ അദ്ദേഹം അവതരിപ്പിച്ച ദാർശനിക വീക്ഷണങ്ങളെ സ്വതന്ത്രചിന്ത (free thought) എന്ന വിഭാഗത്തിൽപെടുത്താം. 45-ാമത്തെ വയസ്സിൽ ക്ഷയരോഗബാധിതനായി മരിക്കുമ്പോൾ അദ്ദേഹംഏറെ അംഗീകരിക്കപ്പെട്ടിരുന്നെങ്കിലും ദരിദ്രനായിരുന്നു.

എന്താണ് സ്വതന്ത്രചിന്ത എന്നതിനെ സംബന്ധിച്ച് പല അഭിപ്രായങ്ങളുണ്ട്. യുക്തിചിന്തയെ ഉയർത്തിക്കൊണ്ടു വന്ന ചിന്തകരൊക്കെത്തന്നെ ഏറിയും കുറഞ്ഞും സ്വതന്ത്രചിന്തകർ തന്നെയായിരുന്നു. ബർട്രാന്റ് റസ്സൽ പറയുന്നു. 'തന്റെ വിശ്വാസങ്ങളല്ല അതിനെ എങ്ങനെ ഉപയോഗിക്കുന്നു എന്നതനുസരിച്ചാണ് ഒരാളെ സ്വതന്ത്രചിന്തകനാക്കുന്നത്. കുട്ടിക്കാലത്ത് മുതിർന്നവർ പറഞ്ഞുതരുന്നതൊക്കെ ശരിയാണെന്നു വിശ്വസിക്കുകയും, അതൊക്കെയനുസരിച്ചില്ലെങ്കിൽ ദുരിതമുണ്ടാകുമെന്നു ചെറുപ്പത്തിൽ കരുതുകയും എന്നാൽ കൃത്യമായ പഠനങ്ങളിലൂ

ടെയും തെളിവുകളിലൂടെയും ശരിയായ നിഗമനത്തിലെത്തുകയും ചെയ്താൽ ചിന്ത സ്വതന്ത്രമായി' (The value of free thought) ഏതെങ്കിലും തരത്തിൽ ഏതിൽ നിന്നെങ്കിലും സ്വതന്ത്രനായാൽ പാരമ്പര്യത്തിന്റെ ശക്തിയിൽ നിന്നും പഴയ ആവേഗങ്ങളുടെ മർദ്ദനത്തിൽ നിന്നുമാണ് രക്ഷപ്പെടുക. ഇതിൽ രണ്ടിൽ നിന്നും സ്വതന്ത്രനാകുന്നില്ലെങ്കിൽ അയാളൊരു സ്വതന്ത്രചിന്തകനല്ല എന്നു റസ്സൽ തുടരുന്നു. അതായത് ഒരു സ്വതന്ത്രചിന്തകൻ ഒരു നാസ്തികനോ അഗ്നോസ്റ്റിക്കോ ആകണമെന്നു നിർബന്ധമില്ല.

സ്വതന്ത്രചിന്തയുടെ സവിശേഷത അത് യുക്തിയുടെ അടിസ്ഥാനത്തിലുള്ള മാനവികവാദവും ധാർമ്മികതയുമാണ്. സന്ദേഹവാദിയായിരിക്കുമ്പോൾ തന്നെ, വിമർശനാത്മക ചിന്തയുണ്ടായിരിക്കുകയും സ്വന്തം വ്യക്തിത്വം സൂക്ഷിക്കുകയുമെന്നതാണ്. തെളിവിനുവേണ്ടി തെളിവുണ്ടാക്കേണ്ടതില്ല. എന്നാൽ ബൗദ്ധിക സത്യസന്ധതയിലൂടെ നിലവിലിരിക്കുന്ന വ്യവസ്ഥകൾക്കു പുറത്തു നിന്നുകൊണ്ടു ചിന്തിക്കാൻ കഴിയണം.

വിശ്വാസം മനുഷ്യനു ജന്മസിദ്ധമാണ്, ആവർത്തിച്ചു നല്കപ്പെടുന്ന സംവേദനങ്ങൾ ആ വിശ്വാസത്തെ ഉറപ്പിക്കുകയും ചെയ്യും. അങ്ങനെ ശീലിച്ചു പോയതിന് സ്വയം ന്യായീകരണങ്ങൾ കണ്ടെത്തുകയും ചെയ്യും. അതു മതത്തിന്റെ കാര്യത്തിൽ മാത്രമല്ല രാഷ്ട്രീയ ഗാർഹിക വിഷയങ്ങളിലൊക്കെത്തന്നെ കാണും. അത്തരം ധാരണകളിൽ നിന്ന് സ്വതന്ത്രമാവുകയെന്നത് അത്ര എളുപ്പമല്ല.

സ്വതന്ത്രചിന്തയുടെ അടിസ്ഥാനപ്രമേയം തന്നെ നിഷ്പക്ഷവും നിർബാധവുമായി തീരുമാനമെടുക്കുകയെന്നാണ്. നിഷ്പക്ഷത എന്നത് ആപേക്ഷികമാണ്. എന്താണ് നിഷ്പക്ഷത എന്നത് ധാരണയെ ആശ്രയിച്ചിരിക്കുന്നതാണ്. എന്നാൽ മറ്റൊന്നിനെ ബാധിക്കാത്തവിധം നിർബാധമായി തീരുമാനമെടുക്കുക അത്ര എളുപ്പമാകുമോ?

നിർഭയമായ ചിന്തയ്ക്ക് വിഘാതമായി നില്ക്കുന്ന ഘടകങ്ങൾ പലതാണ്. ഒന്ന് ആചാരങ്ങളെ ലംഘിക്കുകയെന്നതാണ്. പാരമ്പര്യമാമൂലുകളെ നിഷേധിക്കുകയെന്നതാണ് മറ്റൊന്ന്. വീരാരാധനയാണ് ഇതിലൊക്കെ പ്രശ്നം. തന്റെ നേതാവിനെയും ആചാര്യരേയും നിഷേധിച്ചുകൊണ്ട് അതിലെ ആശയപാരതന്ത്ര്യങ്ങളെ ഒഴിവാക്കുക ക്ലേശകരമാണ്. ഭാവാധിക്യം (Emotion) ബുദ്ധിക്കുവിഘാതമാണ്. വൈകാരികമാവുമ്പോൾ ദോഷവശങ്ങളെ തിരിച്ചറിയാനാകില്ല. വ്യക്തി, കുടുംബ, സമുദായ ബന്ധങ്ങളൊക്കെ വൈകാരികമായതുകൊണ്ട് അതിനെയൊക്കെ അതിജീവിച്ചേ സ്വതന്ത്രചിന്തകനാകാൻ പറ്റുകയുള്ളൂ. ഇതിലൊക്കെ വലിയ തടസ്സം രാഷ്ട്രീയപക്ഷപാതിത്തമാണ്. ഒരു പാർട്ടിയുടെ

കക്ഷിചിന്ത സത്യത്തെ അകറ്റുന്നതായിരിക്കും. അടിയുറച്ച പാർട്ടിക്കാരന് സ്വതന്ത്രബോധമല്ല, ന്യായീകരണബോധമാവും മുന്നിട്ടുനില്ക്കുക.

***

നാസ്തികൃത്തിനും യുക്തിവാദത്തിനും ഇടയിലുള്ള ഒരു പദ്ധതിയാണ് സ്വതന്ത്രചിന്ത എന്നു വ്യക്തം. നാസ്തികൃമാകട്ടെ യുക്തിവാദത്തിന്റെ പ്രാരംഭഘട്ടം മാത്രമാണ്. അഥവാ നാസ്തികതയിൽ ശാസ്ത്രവും തത്വശാസ്ത്രവും ചേർന്നുവരുമ്പോൾ യുക്തിവാദമാകുമെന്നു സാരം. അതുവെറും ശാസ്ത്രവാദം മാത്രമല്ല. തത്വശാസ്ത്രപരമായ ഒരു ബൃഹത്പദ്ധതിയാണ്.

മൂന്ന്

നവനാസ്തിക സിദ്ധാന്തങ്ങൾ

ശാസ്ത്രത്തിന്റെയും യുക്തിയുടെയും നിലപാടുകൾ

മതം ഉപയോഗിക്കുന്നതുകൊണ്ട് നന്മയുള്ളവരും തിന്മ ചെയ്യും-

വിക്ടർ ജെ സ്റ്റെൻജൻ

നവനാസ്തികതയുടെ ഒരു റഫറൻസ് തന്നെയാണ് വിക്ടർ ജെ സ്റ്റെൻജറുടെ പുതിയ നാസ്തികത (The new Atheism-Victor J. Stenger, Prometheus Book, Newyork) ന്യൂജേഴ്സിയിൽ ജനിച്ച വിശ്വാസിയായിരുന്നു. ഇലക്ട്രിക്കൽ എൻജിനീയറിംഗിൽ ബിരുദം, ഫിസ്ക്സ് പി ജിയും, പി എച്ച് ഡിയും കഴിഞ്ഞ് ഹവായ് യൂണിവേഴ്സിറ്റിയിൽ ഫാക്കൽറ്റിയായി. ഹൈഡൽബർഗ് യൂണിവേഴ്സിറ്റി, ഓക്സ്ഫോർഡ്, നാഷണൽ ന്യൂക്ലിയർ ഫിസിക്സ് ലാബ്, യൂണിവേഴ്സിറ്റി ഓഫ് ഫ്ളോറൻസ് എന്നിവിടങ്ങളിൽ വിസിറ്റിംങ് പ്രൊഫസറായിരുന്നു. കറതീർന്ന നാസ്തികനായി മാറിയ അദ്ദേഹം ശാസ്ത്ര, തത്വശാസ്ത്ര, മത വിഷയങ്ങളിൽ നിരവധിയായ ഗ്രന്ഥങ്ങൾ രചിച്ചു. God; the failed hypothesis, Quantum Gods: Chaos and the search for Cosmic Consciousness. , The Comprehensive Cosmos, Has Science found God, Physics and psychics തുടങ്ങിയവ ഏതാനും ചിലതുമാത്രം.

നവനാസ്തികരുടെ പ്രധാനപ്പെട്ട കൃതികളെയെല്ലാം വിലയിരുത്തിക്കൊണ്ടുതന്നെയാണ് സ്റ്റെൻജൻ അതിന്റെ സൈദ്ധാന്തിക പ്രശ്നങ്ങൾ ലളിതമായി വിശദീകരിക്കുന്നത്. ഒരു ശാസ്ത്രകാരൻ എന്ന നിലയിൽ വിശകലനങ്ങൾക്ക് ശാസ്ത്രീയ പരിപ്രേക്ഷ്യം ഏറെ പ്രകടവുമാണ്.

അടിസ്ഥാന പ്രമാണങ്ങൾ

സ്റ്റെൻജർ

മതത്തോട് സൗമ്യമോ കാരുണ്യപരമോ ആയ നിലപാടില്ല എന്നതാണ് നവനാസ്തിക തയുടെ അടിസ്ഥാന സിദ്ധാന്തം. മതവുമായി ബന്ധപ്പെട്ട ഒരു അയുക്തിക ചിന്തയോടും സമ രസപ്പെടാനാവില്ല. ശാസ്ത്രത്തോടല്ലാതെ സൃ ഷ്ടിവാദത്തോട് മയപ്പെട്ട നിലപാടില്ല. അന്ധ വിശ്വാസങ്ങളോടും അയുക്തികതയോടുമാണ് പോരാട്ടം. മതം യാതൊരു ധാർമ്മികതയും സംഭാവന ചെയ്തിട്ടില്ലെന്നു മാത്രമല്ല അതൊരു സദാചാര സംഹിതയും അല്ല.

ശാസ്ത്രത്തിന് ദൈവത്തെപ്പറ്റി വിശദീകരിക്കാനാവില്ല എന്ന വാദം അസംബന്ധമാണ്. നിരീക്ഷിക്കാവുന്ന ഏതു പ്രതിഭാസവും ശാസ്ത്രീയഅ ന്വേഷണത്തിന്റെ പരിധിയിൽ വരും. നാസ്തികതയ്ക്കെതിരെ ധാരാളം കൃതികൾ വന്നു. ഫിസിക്സ്, കോസ്മോളജി ഒക്കെ അവയിൽ ഉദ്ധരിക്ക പ്പെട്ടെങ്കിലും ദൈവവാദത്തെ തെളിയിക്കാനുള്ളതൊന്നും അവയിൽ ഇല്ല. തെളിവില്ലാത്ത ഒന്നും ശാസ്ത്രീയമോ വിശ്വാസ്യമോ അല്ല. അത്ത രം വിശ്വാസങ്ങൾ സാമൂഹ്യതിന്മകൾ സൃഷ്ടിക്കുന്നു.

നാസ്തികതയുടെ പേരിൽ അവിശ്വാസികൾ ആരെയും കൊന്നിട്ടി ല്ല. വിശ്വാസികൾ ദൈവത്തിന്റെ പേരിൽ കൊന്നുകൊണ്ടേയിരിക്കു ന്നു. മനുഷ്യദുരിതങ്ങൾ ഇല്ലാതാക്കാൻ ഒരു മതവും പരിഹാരം പറയു ന്നില്ല. മരണാനന്തര അനശ്വര ജീവിതത്തെപ്പറ്റി പ്രലോഭിപ്പിച്ചാണ് ക്രിസ്ത്യൻ ഇസ്ലാംമതങ്ങൾ അണികളെ കൂട്ടുന്നത്. എന്നാൽ ആത്മാ വിനൊന്നും യാതൊരു തെളിവുമില്ല. മതം മനുഷ്യസന്തുഷ്ടി നല്കുന്നതാ ണെന്നത് വെറും മസ്തിഷ്കപ്രക്ഷാളനമാണ്. സന്തുഷ്ട മനുഷ്യർ മതര ഹിതരാണ്. വിശ്വാസത്തിന്റെ സുഖത്തെ തകർക്കുകയല്ല, വിശ്വാസമി ല്ലെങ്കിൽ ജീവിതം കൂടുതൽ സുഖകരമാണെന്നു കാണിച്ചുകൊടുക്കുക യാണ് നാസ്തികർ.

തെളിവില്ലായ്മ ഇല്ലായ്മയുടെ തെളിവല്ല

അമൂർത്തമായ ദൈവം പ്രപഞ്ചം സൃഷ്ടിച്ച് അതിന്റെ വഴിക്കു വിട്ടു എന്ന യാദൃച്ഛികതയാണ് ദൈവവിശ്വാസം. പ്രപഞ്ചവുമായി ദൈവം പകിട കളിച്ചുഎന്ന് ഐൻസ്റ്റൈൻ പറഞ്ഞു. അദ്ദേഹം ദൈവമെന്ന വ്യക്തിയിൽ വിശ്വസിച്ചിരുന്നില്ല. വിശ്വദേവതാ വാദം (Pantheism)

ഐൻസ്റ്റൈൻ

പ്രപഞ്ചഘടനയെ സംബന്ധിച്ച ഒരു രൂപകമാണ്. യാഥാർത്ഥ്യത്തിന്റെ അംശമെന്ന നിലയിൽ അതൊരു പ്രചോദനം മാത്രമാണ്; ആരാധന അപ്രസക്തമാണ്. ബഹുദൈവ വിശ്വാസം (Polytheism) സൂര്യൻ മുതൽ മൃഗങ്ങൾ വരെ നിരവധി ദൈവങ്ങളെ സൃഷ്ടിച്ചു. ഏകദൈവ വിശ്വാസം (Theism) യഹൂദ, ക്രിസ്ത്യൻ, ഇസ്ലാം മതവിശ്വാസങ്ങളുടെ അടിത്തറയാണ്.

എന്നാൽ നാസ്തികർ ലോകത്തെ മനസ്സിലാക്കാൻ ശാസ്ത്രത്തെ ഉപയോഗിക്കുന്നു. അതുകൊണ്ട് എല്ലാ ശാസ്ത്രജ്ഞരും നാസ്തികരാണെന്നില്ല. പ്രപഞ്ചത്തെയും അതിന്റെ ഉള്ളടക്കത്തെയും വിശദീകരിക്കാൻ പദാർത്ഥത്തിന് (Matter) അപ്പുറത്തേക്ക് ഒന്നിനെയും പരിശോധിക്കേണ്ടതില്ല. ആസ്തികർ ഇതിനെ സയന്റിസം (Scientism) എന്നു കളിയാക്കി വിളിക്കാറുണ്ട്. ശാസ്ത്രവാദികളാണെന്നതുകൊണ്ട് നാസ്തികർ സൗന്ദര്യാരാധകർ അല്ലെന്നില്ല. കലയും സാഹിത്യവുമൊക്കെ ഭൗതികമായതുകൊണ്ടുതന്നെ അവർ അതൊക്കെ ആസ്വദിക്കുന്നുണ്ട്.

മൈക്കൽ മാർട്ടിൻ എന്ന തത്വചിന്തകൻ നാസ്തികതയെ നിഷേധമെന്നും (Negative) വാസ്തവികമെന്നും (Positive) തിരിച്ചിട്ടുണ്ട്. മാത്രമല്ല, തജ്ജന്യമായ വിധി, മരണാനന്തര ജീവിതം, ആത്മാവ്, മതഗ്രന്ഥ സദാചാരം തുടങ്ങിയവയെല്ലാം തന്നെ സമഗ്രമായി തള്ളിക്കളയുന്നതാണ് വാസ്തവിക നിരീശ്വരത.

ലോകത്തിലെ വിശ്വാസ-അവിശ്വാസ കണക്ക് പരിശോധിച്ചാൽ നാസ്തികർക്കു മൂന്നാം സ്ഥാനമുണ്ട്.

ക്രിസ്ത്യാനികൾ	2.1 ബില്യൺ	33%
മുസ്ലീങ്ങൾ	1.5 ബില്യൺ	21%
അവിശ്വാസികൾ	1.1 ബില്യൺ	16%
ഹിന്ദുക്കൾ	90 മില്യൺ	14%
ചൈനക്കാർ	394 മില്യൺ	6%
ബുദ്ധമതക്കാർ	376 മില്യൺ	6%
ജൈനമതക്കാർ	14 മില്യൺ	0.22%

ചൈനക്കാരും ബുദ്ധ, ജൈനമതക്കാരും പൊതുവെ മതവിശ്വാസികളല്ല.അതുകൂടി കൂട്ടിയാൽ രണ്ടാം സ്ഥാനത്തുള്ളവരും അവിശ്വാസികളും മതേതരവാദികളും. കമ്മ്യൂണിസ്റ്റുകൾ ഔപചാരികമായി നാസ്തിക

രാണ്. പക്ഷേ അതിനേക്കാൾ അവരുടെ പ്രമാണങ്ങൾ സാമ്പത്തിക കേന്ദ്രീകൃതമാണ്.

വെയ്ൻ ബർഗ്

നോബൽ സമ്മാന ജേതാവായ ഭൗതിക ശാസ്ത്രജ്ഞൻ സ്റ്റീവൻ വെയ്ൻബർഗ് (Steven Weinburg) പറയുന്നു: മതം മനുഷ്യന്റെ അന്തസ്സിന്, അപമാനമാണ്. മതം ഉണ്ടെങ്കിലും ഇല്ലെങ്കിലും നല്ല മനുഷ്യർ നന്മയും ദുഷ്ടമനുഷ്യർ തിന്മയും ചെയ്യും. പക്ഷെ മതം ഉപയോഗിക്കുന്നതു കൊണ്ട് നന്മയുള്ളവരും തിന്മ ചെയ്യും.

അതിഭൗതികമായ ദൈവപ്രകൃതം, കാലത്തിനപ്പുറത്തുള്ള ജീവിതം തുടങ്ങിയവയെപ്പറ്റിയൊന്നും ശാസ്ത്രത്തിനു പറയാനില്ല. പ്രപഞ്ചനിർമ്മാണം, രൂപഘടന, പ്രാർത്ഥനകൾക്കു മറുപടി നൽകൽ, തുടങ്ങിയവ ദൈവത്തിനു മാത്രം കഴിയുന്നതാണ്. എന്നാൽ പ്രപഞ്ചസത്യങ്ങൾ വിശദീകരിക്കാനും സങ്കല്പ പ്രഹേളികകൾക്കു മറുപടി പറയാനും ശാസ്ത്രത്തിനു സാധിക്കും. തെളിവില്ലായ്മയ്ക്കു തെളിവു നൽകാനാവില്ല.

വിശ്വാസഭോഷത്വം

മതവിശ്വാസം എന്തോ ധാർമ്മിക നിലവാരമാണെന്നാണ് ഘോഷിക്കപ്പെടുന്നത്. അതുകൊണ്ടു തന്നെ വിശ്വാസത്തെ നിഷേധിക്കാനാവില്ലെന്നും വാദിക്കുന്നു. മതത്തിലൊഴിച്ച് എവിടെയും തെളിവിനെ അവഗണിക്കുന്നവരെ വിഡ്ഢികളായിത്തന്നെ അവർ കാണുന്നു. ആശിക്കുന്നതിന്റെ ഉറപ്പും കാണാത്ത കാര്യങ്ങളുടെ തെളിവുമാണ് അവർക്കു വിശ്വാസം. (Hebrews 11:1) ബോംബായി സ്വയം പൊട്ടിത്തെറിക്കുന്ന ഇസ്ലാം വിശ്വാസിയും ധാർമ്മികതയുടെ വക്താക്കളാണെന്നതാണ് രസകരം

വിശ്വാസം അത്ര നിഷ്കളങ്കമോ, ബഹുമാനിതമോ, കുറ്റവിമുക്തമാക്കപ്പെടേണ്ടതോ അല്ല. അവ ചർച്ച ചെയ്യപ്പെടേണ്ടതും സമൂഹത്തിനോ വ്യക്തിക്കോ ഹാനികരമാകുമ്പോൾ ശിക്ഷിക്കപ്പെടേണ്ടതുമാണ്. ചുരുക്കത്തിൽ വിശ്വാസം അസംബന്ധമാണ്.

അമേരിക്കയിൽ നവയാഥാസ്ഥിതികരും (Neocons) ദൈവീക യാഥാസ്ഥിതികരും(Theocons) വിശ്വാസത്തെ രാഷ്ട്രീയമായി ഉപയോഗിക്കുന്നവരാണ്. ലിയോ സ്ട്രാസിന്റെ വലതുപക്ഷ രാഷ്ട്രീയവും മിൽട്ടൺ ഫ്രീഡ്മാന്റെ സാമ്പത്തിക ശാസ്ത്രവും കമ്മ്യൂണിസ്റ്റ വിരുദ്ധതയും ചേർന്ന കടുത്ത യാഥാസ്ഥിതിക രാഷ്ട്രീയമാണ് റിപ്പബ്ലിക്കൻ പാർട്ടിയിലു

ടെ അവതരിപ്പിക്കുന്നത്. വിശ്വാസത്തിന്റെ രാഷ്ട്രീയമാണ് ജോർജ്ജ് ബുഷ് പ്രയോഗിച്ചത്. വിശ്വാസത്തിനും യുക്തിചിന്തയ്ക്കെതിരെയുള്ള കലുഷിത രാഷ്ട്രീയമാണ് അവരുടേത്. ഇതിലും കടുത്ത നിലപാടായിരുന്ന ജസ്യൂട്ട് ദിവ്യനായ വില്യം എഫ് ബക്ക്‌ലിയുടെ തിയോക്കോൺ വാദം. അമേരിക്കയെ ക്രിസ്ത്യൻ രാഷ്ട്രമാക്കുകയാണ് ലക്ഷ്യം. അമേരിക്ക കർശനമായി നടപ്പാക്കുന്ന വിശ്വാസവും രാഷ്ട്രീയവും തമ്മിലുള്ള മതിൽ തകർക്കാനും, ഭ്രൂണഹത്യയ്ക്കും സ്വവർഗവിവാഹത്തിനും എതിരായും ക്രിസ്ത്യാനികൾക്ക് സവിശേഷമായ അധികാരങ്ങൾക്കും വേണ്ടി അവർ വാദിച്ചു. മൈക്കൽ നൊവാക്കിന്റെ കത്തോലിക്കാ വാദം ഇതിന് ശക്തി പകർന്നു.

വിശ്വാസാധിഷ്ഠിതമായ ഈ രാഷ്ട്രീയം ബുഷിനുമേൽ സമ്മർദ്ദം ചെലുത്തിയതിന്റെ ഫലമായി ദശലക്ഷക്കണക്കിനു ഡോളർ മതപ്രചാരണത്തിനായി ഇവർക്കു നൽകി. ഭരണഘടനാവിരുദ്ധമായ ഈ നടപടികളെ എതിർത്തവരെ അവഗണിച്ചു. അടിയന്തിരാവശ്യമരുന്നുകൾ വരെ നിരോധിച്ചു. ഗൈനക്കോളജി, ശിശുസേവനങ്ങൾ നിഷേധിച്ചു. ആർത്തവ പ്രശ്നങ്ങൾക്ക് ബൈബിൾ പാരായണം നിർദ്ദേശിക്കപ്പെട്ടു. അബോർഷൻ ബ്രസ്റ്റ് കാൻസറിനിടയാക്കുമെന്ന് പ്രചരിപ്പിച്ചു. ഇതിനെതിരെ 12000 ലേറെ ശാസ്ത്രജ്ഞർ രംഗത്തു വന്നതോടെയാണ് പരിഹാരമുണ്ടായത്.

യേശുക്രിസ്തുവിന്റെ രണ്ടാം വരവിനെക്കുറിച്ച് ബൈബിളിൽ ധാരാളം സൂചനകളുണ്ട്. (മത്തായി 16:28, 24:34, മർക്കോസ് 9:1, 13:30, ലൂക്കോസ് 9:27) പ്രവാചകന്മാർ ധാരാളം പ്രതീക്ഷകൾ നൽകി. C.E 1000ൽ വരും, 1500 ൽ, 2000 ൽ എന്നൊക്കെ. സെവൻത് ഡേ അഡ്വന്റിസ്റ്റ് സ്ഥാപകൻ വില്യം മില്ലർ 1844 ൽ എന്ന് ഉറപ്പിച്ചു പറഞ്ഞിരുന്നു. പെന്തക്കോസ്തുകൾ, യഹോവസാക്ഷികൾ, മോർമോൺസ് തുടങ്ങിയവരെല്ലാം രണ്ടാം വരവിനെക്കുറിച്ച് ആർത്തുവിളിക്കുന്നവരാണ്. 2006 ൽ പ്യൂ സർവ്വേ തത്സംബന്ധിയായി നടത്തിയ പരിശോധനാ ഫലം ഇങ്ങനെയായിരുന്നു

ക്രിസ്ത്യാനികളിൽ 79 ശമാനവും ക്രിസ്തുവിന്റെ രണ്ടാം വരവിൽ വിശ്വസിക്കുന്നു. 20 ശതമാനം തങ്ങളുടെ ജീവിതകാലത്തു തന്നെ ക്രിസ്തുവിനെ കാണാമെന്നു കരുതി. 33 ശതമാനം വെളുത്ത ഇവാഞ്ചലിസ്റ്റുകളും 34 ശതമാനം കറുത്ത പ്രൊട്ടസ്റ്റന്റുകളും 12 ശതമാനം കത്തോലിക്കരും അങ്ങനെ തന്നെ വിശ്വസിക്കുന്നു. പറഞ്ഞ കാലങ്ങളൊക്കെ കഴിഞ്ഞിട്ടും പ്രവചനങ്ങൾ ഒന്നും ഫലിച്ചില്ല.

ഡേവിഡ് മാർഷൽ ആസ്തിക്യത്തെ (Faith) നാലുതരം പ്രത്യാശ

കളായി (Trust) വിഭജിക്കുന്നു. 1. മനസ്സിനെ വിശ്വസിപ്പിക്കുന്നു - ഇതു തെളിയിക്കാനാവാത്തതാണ്. 2. ഇന്ദ്രിയങ്ങളിലുള്ള വിശ്വാസം - കണ്ണും കാതും അടക്കമുള്ളവയാണ് ബാഹ്യബന്ധമുണ്ടാക്കുന്നതെന്നും തെളിയിക്കാനാവില്ല. 3. പ്രമാണപരമായ തെളിവ്- മാതാപിതാക്കൾ, അധ്യാപകർ, പുസ്തകങ്ങൾ എന്നിവയിൽ നിന്നുള്ള വിശ്വാസം. അതെല്ലാം പരിശോധിക്കാവുന്നതല്ല. 4. മതപരമായ വിശ്വാസം- അതു യുക്തിയിൽ അധിഷ്ഠിതമല്ല. മേൽപ്പറഞ്ഞ വിശ്വാസവഴികളൊന്നും തന്നെ യുക്തിപരമോ ശാസ്ത്രീയമോ അല്ല.

ശാസ്ത്രത്തിന്റെ വാൾ

ഡേവിഡ് ബർലിൻസ്കി

ക്രൈസ്തവ പണ്ഡിതനായ ഡേവിഡ് മാർഷൽ നാസ്തികർക്കെതിരെ തുടരുന്ന ആക്ഷേപങ്ങൾ ഇനിയുമുണ്ട്. അഹമ്മതിക്കാരായ നാസ്തികർക്ക് ശാസ്ത്രത്തിന്റെ പരിമിതി അറിയില്ല. അവരുടെ സിദ്ധാന്തങ്ങൾ പല വസ്തുക്കളെയും ഒഴിവാക്കുന്നു. വളരെ പ്രധാനപ്പെട്ട പല ചോദ്യങ്ങളും ചോദിക്കാൻ തയ്യാറാകുന്നില്ല. അവർ സിദ്ധാന്തം തെറ്റുമ്പോൾ Lets pretend എന്നു പറയുന്നു. ഇതൊക്കെയാണ് ആരോപണങ്ങൾ. സ്റ്റെറൻജറുടെ മറുപടി സുവ്യക്തമാണ്. ഒരു നാസ്തികനും അങ്ങനെയൊന്നും പറയാറില്ല. ശാസ്ത്രം പുതിയ മാധ്യമങ്ങൾ സൃഷ്ടിക്കുകയും അതിലൂടെ കാര്യങ്ങൾ കൂടുതൽ വ്യക്തമാക്കുകയും ചെയ്യുന്നു. (ഉദാ: ഇന്റർനെറ്റ്) ഏതിനെയും പുന: പരിശോധിക്കാൻ ശാസ്ത്രത്തിനു കഴിയും. അങ്ങനെ തെളിവില്ലാത്തതിനെ വിശ്വസിക്കാൻ നാസ്തികർ തയ്യാറല്ല.

ബൗദ്ധിക ആസൂത്രണത്തിന്റെ (Intelligent Design) വക്താവായ ഡേവിഡ് ബർലിൻസ്കി (David Berlinsky) പറയുന്നു. ശാസ്ത്രജ്ഞർ സ്വയാധികാരികളും, ശൂന്യരും രാഷ്ട്രീയമായ അപക്വമതികളും അലോസരുമാണ്. മാത്തമാറ്റിക്കൽ ഫിസിക്സിനെപ്പറ്റിയൊക്കെയും പറയും. എന്തും അവർ വിശ്വസിക്കും. ഭൂമി എന്നത് പ്രപഞ്ചത്തിലെ ഒരുധൂളിയുടെ പ്രസക്തി മാത്രമുള്ളതാണ് എന്ന സ്റ്റെൻജറുടെ വാദം എത്ര അസംബന്ധമാണ്. ഇത്തരം നാസ്തികർ എത്ര വൃത്തികെട്ടവരാണ്. ഇതിനു മറുപടിയായി യു.എസ് നാഷണൽ അക്കാദമി ഓഫ് സയൻസിനെ സ്റ്റെൻജർ ഉദ്ധരിക്കുന്നു. ലോകത്തെ മനസ്സിലാക്കാനുള്ള ഒരു ഉപാധിയാണ് ശാസ്ത്രം. സ്വഭാവികമായ കാരണങ്ങളിലൂടെയാണ് പ്രകൃതിയെ വിശദീകരിക്കുന്നത്. പ്രകൃത്യതീത ശക്തിയെപ്പറ്റി ശാസ്ത്രത്തിനു പറയാ

നാവില്ല. ദൈവമുണ്ടോ ഇല്ലയോ എന്ന കാര്യത്തിൽ ശാസ്ത്രം നിഷ്പക്ഷമാണ് (Neutral) അതായത് ഗണിതശാസ്ത്രമോ ഭൗതകിശാസ്ത്രമോ നടത്തുന്ന അപഗ്രഥനങ്ങൾ തെളിവില്ലാത്ത ദൈവത്തിന്റെ കാര്യത്തിൽ അസാധ്യമാണ്.

പാലിയന്റോളജിസ്റ്റായ സ്റ്റീഫൻ ജയ്ഗോൾഡ് പ്രസ്താവിക്കുന്നു. ശാസ്ത്രവും മതവും തമ്മിലുള്ള ചർച്ചയിൽ അതിക്രമിച്ച കടക്കാനാവാത്ത വിധി (Non Overlaping Magisteria -NOMA) ആണുള്ളത്. ശാസ്ത്രം പ്രപഞ്ചത്തെ മനസ്സിലാക്കുന്നു; മതം ധാർമ്മിക കാര്യങ്ങൾ കൈകാര്യം ചെയ്യുന്നു. എന്നാൽ മതത്തിനു ധാർമ്മികതയുമായി യാതൊരു ബന്ധവുമില്ലെന്ന് സ്റ്റെൻജർ സമർത്ഥിക്കുന്നു.

യഥാർത്ഥ ലോകം യുക്തിപരമാണെന്നാണ് നാസ്തികരുടെ വിശ്വാസം എന്ന് ദൈവവാദിയായ ജോൺ ഹോട്ട്. ലോകമല്ല മനുഷ്യരാണ് യുക്തിവാദി. അതു വിഷയബന്ധിതമാണ്. വിശ്വാസികളുടെ ലോകം അവരുടേതു മാത്രമാണ്. സ്റ്റെൻജർ നല്കുന്ന മറുപടി ശാസ്ത്രീയമാണ്- വിശകലനങ്ങളും പരീക്ഷണങ്ങളും നടത്തിയാണ് ശാസ്ത്രം തീരുമാനത്തിലെത്തുന്നത്. അതിന്റെ പ്രയോഗികതയിലാണ് വിജയം. വെറും വിശ്വാസമല്ല. വിശ്വാസിയായ ഹിറ്റ്ലർ ജൂതരെ ഉന്മൂലനം ചെയ്യണമെന്ന് തീരുമാനിച്ചു. അത്തരം വിശ്വാസത്തിലല്ല, വസ്തു നിഷ്ഠ പരിശോധനയിലാണ് തീരുമാനങ്ങൾ എടുക്കുന്നത്. വിശ്വാസത്തിന് വെറും ധാരണകൾ മാത്രം മതി.

മനുഷ്യരുടെ ഉല്പത്തിയെപ്പറ്റി പ്യൂ സർവ്വേ നടത്തിയ പരിശോധനയുടെ ഫലം ഇതായിരുന്നു. 65 ശതമാനം ഇവാഞ്ചലിസ്റ്റുകൾ ഇതേ രൂപത്തിൽ മനുഷ്യർ ജനിച്ചു എന്നു കരുതുമ്പോൾ 62 ശതമാനം പ്രൊട്ടസ്റ്റന്റുകൾ പരിണാമത്തിൽ വിശ്വസിക്കുന്നു. 33 ശതമാനം കത്തോലിക്കർ പരിണാമത്തിൽ വിശ്വസിക്കാത്തപ്പോൾ 59 ശതമാനം അതിനെ അംഗീകരിക്കുന്നു. പ്രത്യേക സൃഷ്ടിക്ക് തെളിവില്ലാത്തതുകൊണ്ടും ഗവേഷണത്തിന് പ്രകൃത്യതീത ശക്തിയുടെ സഹായം ആവശ്യമില്ലാത്തിനാലും ശാസ്ത്രജ്ഞർ വിശ്വസിക്കുന്നില്ല.

ഫ്രാൻസിസ് കോളിൻസ് എന്ന ഇവാഞ്ചലിസ്റ്റ് The language of God എന്ന കൃതിയിൽ ദൈവത്തിനു സാക്ഷ്യം വെക്കുന്നത് ഇങ്ങനെയാണ്. ദൈവം പ്രകൃതിക്കു വെളിയിലാണ്. DNA എന്നത് ദൈവത്തിന്റെ അത്ഭുതകരമായ സൃഷ്ടിയാണ്. ദൈവത്തെക്കുറിച്ചു പറയാൻ ശാസ്ത്രത്തിന് കഴിയില്ല. പ്രകൃതി എങ്ങനെ സ്വയം സൃഷ്ടമായി എന്നു വിശദീകരിക്കാനാവുമോ? സൃഷ്ടിക്ക് പ്രകൃത്യതീതമായ ഒരു ശക്തിയുണ്ട്. പൊ

രുത്തമില്ലാത്ത പ്രപഞ്ചം പൂർണ്ണനായ ദൈവത്താൽ നിയന്ത്രിതമാണ്. ദൈവം ഉണ്ടെന്നതിന്റെ തെളിവ് വിശ്വാസിയുടെ ഹൃദയത്തിലാണ്.

ദൈവത്തിന്റെ സർവ്വാതിശായിയായ തെളിവിനെപ്പറ്റി വാചാലമാകുന്നവർ ആ നിർവ്വചനത്തിൽ തന്നെ പരിഹാസ്യരാകുന്നു എന്ന് സ്റ്റെൻജർ പ്രസ്താവിക്കുന്നു. ത്രികാലജ്ഞാനി (omniscience) യാണ് ദൈവമെങ്കിൽ എല്ലാ സ്ഥലവും എല്ലാവരുടെയും ദുരിതവും ദൈവത്തിന് അറിയാമായിരിക്കണം. പരമകാരുണികനെങ്കിൽ ലോകത്തൊരാൾക്കും കഷ്ടപ്പാടുണ്ടാകരുത്. സർവ്വശക്തനാണെങ്കിൽ ദുരിതങ്ങളെ ഇല്ലാതാക്കാൻ കഴിയണം. പക്ഷേ ലോകമെങ്ങും വിശ്വാസികൾക്കിടയിൽ ദുരിതം അവശേഷിക്കുമ്പോൾ ഈ വിശേഷണങ്ങൾക്ക് എന്ത് അർത്ഥമാണുള്ളത്. എന്തിനും ഒരു കാരണം വേണമെങ്കിൽ ദൈവത്തിനും വേണ്ടേ ഒരു കാരണം?

രൂപകല്പനാഭ്രമം

ഇന്റലിജെന്റ് ഡിസൈൻ വാദികളുടെ വാദങ്ങൾ ഇതൊക്കെയാണ്.

- ഒരേയൊരു പ്രപഞ്ചമേയുള്ളൂ, അതു നാം വസിക്കുന്ന ഭൂമിയാണ്.
- അതിന്റെ ഭൗതിക മാനദണ്ഡങ്ങൾ ഒന്നും ഭൗതിക നിയമത്താൽ ഉറപ്പിക്കപ്പെട്ടതല്ല.
- ഈ പ്രപഞ്ച വൈരുദ്ധ്യങ്ങൾ എല്ലാം തന്നെ യാദൃശ്ചികതയാൽ സാധ്യമാണ്.
- ആ ഭൗതിക മാനദണ്ഡങ്ങളാൽ നിലനിൽക്കുന്ന പ്രപഞ്ചത്തിൽ ജീവിതം സാധ്യമാണ്.
- ആ മാനദണ്ഡങ്ങൾ ഇല്ലെങ്കിൽ മനുഷ്യനടക്കം ഒരു ജീവജാലങ്ങൾക്കും നിലനിൽക്കാനാവില്ല.

ദൈവം മനുഷ്യർക്കായി മാത്രം നിർമ്മിച്ച മാനദണ്ഡങ്ങൾ പ്രകാരമാണ് പ്രപഞ്ചം നയിക്കപ്പെടുന്നതെന്ന ഈ ഊഹാപോഹങ്ങൾ തന്നെയാണ് എക്കാലത്തും ആസ്തികർക്കു പറയാനുള്ളത്.ആർച്ച് ഡീക്കൻ വില്യം പാലെ തന്റെ Natural Theology എന്ന കൃതിയിൽ ഇത് മറ്റൊരു വിധത്തിൽ അവതരിപ്പിക്കുന്നു. എങ്ങനെയാണ് ജീവൻ സ്വഭാവികമായി ഉണ്ടാവുക? അത് ഏതോ പ്രകൃത്യതീത ശക്തിയിൽ നിന്നു വന്നതു തന്നെയാണ്.

ഉല്പത്തിക്കെതിരാണ് പരിണാമം. കത്തോലിക്കാ സഭയെ സംബന്ധിച്ച് ബൈബിളല്ല പോപ്പാണ് അവസാനവാക്ക്. 1996 ൽ ജോൺ പോൾ രണ്ടാമൻ മാർപാപ്പയ്ക്ക് ഇങ്ങനെ പറയേണ്ടി വന്നു. അനുമാന

ത്തേക്കാൾ ഉപരിയാണ് പരിണാമം. അതും വിശ്വാസവും തമ്മിൽ വൈരുദ്ധ്യം കാണേണ്ടതില്ല.പലവിധങ്ങളായ തർക്കങ്ങൾ കൊണ്ട് കണ്ണു മറയാതിരുന്നാൽ മതി. പരിണാമം അംഗീകരിക്കുമ്പോഴും അതൊരു അനുമാനമാണെന്നു തന്നെ പറയണം.

വില്യം പാലെയ്ക്കും സൃഷ്ടിവാദികൾക്കുമുള്ള മറുപടി പോലെയാണ് പോപ്പിന്റെ വചനം. ബൈബിൾ ഒരിക്കലും ഒരു ശാസ്ത്രഗ്രന്ഥം അല്ലാത്തതിനാൽ ബൗദ്ധിക രൂപകല്പനയെപ്പറ്റി പറയാൻ അതിനെന്തു പ്രസക്തിയാണുള്ളത്? പക്ഷെ ഈ വാദഗദതിക്കാർക്ക് ന്യൂറുനാവാണു താനും.

Michael Behe തന്റെ Darwins Black Box എന്ന കൃതിയിൽ: ജീവികളുടെ ഘടന ലഘൂകരിക്കാനാവാത്ത വിധം സങ്കീർണ്ണമാണ്. പരിണമിച്ചുണ്ടാകാനുള്ള ഘടനയല്ല അവയുടേത്.

William Dembski യുടെ Intelligent Design എന്ന കൃതി: ശാസ്ത്രജ്ഞാനങ്ങൾക്കിടയിലെ വിടവു നികത്താൻ ശാസ്ത്രത്തിന് കഴിയുകയില്ല. യാതൊരു സ്വഭാവിക പ്രക്രിയയ്ക്കും ഒരു വ്യവസ്ഥയുടെ അറിവ് വർദ്ധിപ്പിക്കാനാവില്ല.

ഇതിനു പ്രത്യേകമായി മറുപടി നൽകാതെ പെൻസിൽവാനിയയിലെ ഫെഡറൽ ജഡ്ജി ജോൺ ഇ ജോൺസ് മൂന്നാമന്റെ 2000 ഡിസംബറിലെ ഒരു വിധി ഉദ്ധരിക്കുകയാണ് സ്റ്റെൻജർ ചെയ്യുന്നത്. ബൗദ്ധിക രൂപകല്പനയെ പിൻതുണയ്ക്കുന്നതൊന്നും സ്കൂളുകളിൽ വായിക്കാൻ പാടില്ലെന്നും, അവ മതപരമാണെന്നും സ്റ്റേറ്റിനു മേലുള്ള സഭയുടെ അവകാശ ലംഘനവും ഭരണഘടനാവിരുദ്ധവുമാണെന്നായിരുന്നു വിധി. (Kitzmiller e tal V Dover Area School District e tal) അർക്കൻസസ് ജഡ്ജ് വില്യം ഓവർടൺ 1982 ൽ നടത്തിയ വിധിപ്രസ്താവത്തെ സാധൂകരിക്കുന്നതായിരുന്നു ഇത്. സൃഷ്ടിവാദം ശാസ്ത്രമല്ല. ശാസ്ത്രം എന്ത് അഥവാ എന്തല്ല എന്നു തീരുമാനിക്കേണ്ടത് ശാസ്ത്രജ്ഞരോ ശാസ്ത്ര ചിന്തകരോ ആയിരിക്കണം എന്നതായിരുന്നു ആ വിധി.

വിശുദ്ധ പുക

മതസ്വാതന്ത്ര്യത്തെയും അതിന്റെ വൈവിദ്ധ്യങ്ങളെയും അംഗീകരിക്കുക എന്നതാണ് ബഹുദൈവ വിശ്വാസത്തിന്റെ മൂല്യം. എന്നാൽ ഒരു രാജ്യം മറ്റൊന്നിനെ കീഴടക്കുമ്പോൾ അവരുടെ ദൈവത്തെ സ്വീകരിക്കാൻ കീഴടക്കപ്പെടുന്നവർ നിർബന്ധിതരാകുന്നു. മാത്രമല്ല, ഏകദൈവ വിശ്വാസികൾഅതു നിലനിർത്താൻ അന്യമത ദൈവ വിശ്വാസികളെ കൊന്നൊടുക്കാൻ ഒട്ടും മടിക്കുകയില്ല. സ്വയം നശിച്ചാലും അങ്ങ

നെ ചെയ്യണമെന്നാണ് 9/11 വ്യക്തമാക്കിയത്.

അന്യമതവിശ്വാസികളെ കൊല്ലാനുള്ള ആഹ്വാനങ്ങൾ മതഗ്രന്ഥങ്ങളിൽ സുലഭമാണ്. പുറപ്പാട് 12:29- 30,സംഖ്യ 25:34. 31:15-18, 1 ശമുവേൽ 6:19, 1 കൊരി. 21:14, ലൂക്കോസ് 12:47-48, 19:27 മത്തായി 12:30, 13:41 തുടങ്ങിയവ ഇതിന്റെ ചില സാമ്പിളുകളാണ്.ദൈവത്തിന്റെ പേരിൽ ഒരുക്കപ്പെട്ട കൊലക്കളങ്ങളുടെ ചരിത്രവും ഏറെയാണ്. 'സമാധാനമത' മെന്ന് ആഘോഷിക്കപ്പെടുന്ന ഇസ്ലാമിന്റെ തുടർ ആക്രമണങ്ങളും ഇതിനു സാക്ഷ്യമാണ്. ഹിറ്റ്ലർ സൃഷ്ടിച്ച കൊലയറകൾ നടുക്കുന്നതാണ്. സ്റ്റാലിൻ നാസ്തികനായിരുന്നിട്ടും റഷ്യൻ ഓർത്തഡോക്സ് സഭയുമായി സന്ധി ചെയ്ത് ഭീകരമായ കൊലക്കളങ്ങൾ സൃഷ്ടിച്ചു. ചുരുക്കത്തിൽ മതങ്ങൾക്ക് വിശുദ്ധ പുകയുടെ തുടർ ചരിത്രമാണുള്ളത്. എന്നിട്ട് End of faith എഴുതിയ സാംഹാരിസിനെ അവർ വിമർശിച്ചു. സാമിന് ഇസ്ലാമിനെ മനസ്സിലായില്ല എന്നാണു പറഞ്ഞത്.

ഭൂരിപക്ഷം മുസ്ലീങ്ങളും ഖുറാൻ വായിച്ചിട്ടില്ല. അവർ മതം പഠിക്കുന്നത് പ്രാദേശികമായാണ്. ഉപദേശിമാർ വഴിയാണ്. അത് അള്ളാഹുവിന്റെ പേരിൽ കൊല ചെയ്യാനുള്ള ആഹ്വാനമാണ്. ക്രിസ്ത്യാനികൾ എല്ലാവരും ബൈബിൾ വായിച്ചിരുന്നെങ്കിൽ അവർ മതം വിട്ടുപോയേനെ എന്നു സ്റ്റെൻജർ വിലയിരുത്തുന്നു

ദുരിതവും ധാർമ്മികതയും

ദൈവനിയമം തെറ്റിച്ചതിനാണ് ദൈവം ഇസ്രായേലിനെ നശിപ്പിച്ചതെന്നു ബൈബിൾ. അങ്ങനെ ശിക്ഷിച്ചതിന് നിരവധി തെളിവുകൾ വിശുദ്ധ ഗ്രന്ഥത്തിലുണ്ട്. പാപത്തിന്റെ ശമ്പളം മരണമാണെന്നാണല്ലോ. ദൈവത്തിന്റെ മഹത്വം വെളിപ്പെടുത്താനാണല്ലോ ലാസറിന്റെ മരണവും ജോസഫിന്റെ കഥയും ഇയ്യോബിന്റെ പുസ്തകവുമൊക്കെ. ദുരിതത്തിന്റെ ഫലത്തെക്കുറിച്ച് ലൂക്കോസും പറയുന്നു (6:24-25)

ഇസ്ലാമിലാകട്ടെ എല്ലാം അള്ളാഹുവിന്റെ വിധിയാണ്. ഒന്നും ചോദ്യം ചെയ്യാതെ കീഴടങ്ങുക. മരണാനന്തരം അനന്തമായ സുഖം ദൈവം ഉറപ്പാക്കുകയാണ്. എന്നാൽ ഹിന്ദുമതം മോക്ഷത്തെപ്പറ്റിയാണ് വാചാലമാകുന്നത്. കർമ്മങ്ങൾക്കനുസരിച്ചുള്ള ഫലം ഇവിടെത്തന്നെ ലഭിക്കും. ബുദ്ധമതവും താവോമതവും ദൈവത്തിലല്ല രക്ഷ വിധിക്കുന്നത്, ധർമ്മകർമ്മങ്ങളിലാണ്.

മതമാണ് ധർമ്മവും സദാചാരവും സൃഷ്ടിക്കുന്നതെന്ന് പുരോഹിതർ. അതു ദൈവം നിരീക്ഷിക്കുന്നതാണ്. അങ്ങനെയെങ്കിൽ ലോകത്ത് ഭീകരതകൾ പെരുകുന്നത് എന്തുകൊണ്ടാണ്? അവിശ്വാസികളേക്കാൾ

വിശ്വാസികൾ ഉള്ളപ്പോൾ എന്തിനാണ് ദൈവം ദുരിതങ്ങൾ നല്കുന്നത്. സ്ത്രീകളെയും കുട്ടികളെയും ഏറ്റവുമധികം പീഡിപ്പിക്കുന്നത് ക്രൈസ്തവ ഇസ്ലാം മതങ്ങളാണ്. ദൈവമില്ലാത്ത ബുദ്ധ ജൈന താവോമതങ്ങളാണ് യഥാർത്ഥത്തിൽ ധർമ്മത്തെപ്പറ്റി ശരിക്കും പ്രതിപാദിക്കുന്നത്. അതൊരു മനുഷ്യസഹജ സ്വഭാവമായി അവതരിപ്പിക്കുന്നത് കർമ്മാധിഷ്ഠിതമായ ആ മതങ്ങളാണ്.

യഥാർത്ഥത്തിൽ ധാർമ്മികത എന്നത് ഒരു സ്വഭാവ രീതിയാണ്. പരിണാമത്തിന്റെ ഭാഗമായി പ്രകൃതി നിർദ്ധാരണം വഴിയാണ് ധാർമ്മികത ഉരുത്തിരിയുന്നത്. ഇതര ജീവികളുടെ സാമൂഹിക പെരുമാറ്റങ്ങളിൽ ഇതു പ്രകടമാണ്. പക്ഷികൾക്ക് അതിർത്തി തർക്കമില്ലാത്തതും പല മൃഗങ്ങളും തന്നിൽ ദുർബ്ബലർക്ക് (കുട്ടികൾക്ക്) ഭക്ഷണത്തിന് വഴി മാറിക്കൊടുക്കുന്നതും ഇതിന് തെളിവാണ്. ജീവികളുടെ പരോപകാരശീലം അവർക്ക് ദൈവ/മത വിശ്വാസം ഉള്ളതുകൊണ്ടു സംഭവിക്കുന്നതല്ല; ജൈവിക ബോധമാണ്.

പ്രകൃതിയുടെ സ്വഭാവം

പ്രകൃതി സ്വയം നിർമ്മിതമാണ്, അതിൽ നിന്നും വിട്ട് മറ്റൊരു ദൈവമോ ആത്മാവോ ഇല്ല. പ്രപഞ്ചത്തിന് പ്രത്യേക ലക്ഷ്യവുമില്ല. ദൈവമില്ലാത്തതിനാൽ അതിന്റെ വിശദാംശങ്ങൾ ശാസ്ത്രത്തിനേ അറിയാനാവൂ. ജീവജാലങ്ങളുടെ എല്ലാ സ്വഭാവങ്ങളും ഡാർവീനിയൻ പരിപ്രേക്ഷ്യത്തിൽവിശദീകരിക്കാനാവും. സകല ദുരിതങ്ങൾക്കും കാരണം ദൈവവിശ്വാസമാണ്. ധാർമ്മികതയുമായി ദൈവത്തിന് ഒരു ബന്ധവുമില്ല. ദൈവത്തിൽ വിശ്വസിക്കാതെ തന്നെ നന്മ ചെയ്യാൻ കഴിയും. -ശാസ്ത്രീയ പ്രകൃതിവാദമാണിത്. ഭൗതികവാദത്തിനു തുല്യമായ ചിന്താപദ്ധതി. പക്ഷെ ശാസ്ത്രവും നാസ്തികതയും പിടിവാശി സിദ്ധാന്തമാകരുതെന്ന് സ്റ്റെറൻജർ മുന്നറിയിപ്പ് നൽകുന്നു. വാക്കുകൾ കൊണ്ടുള്ള കസർത്തുകൾ അർത്ഥശൂന്യമാണ്.

പദാർത്ഥമെന്താണെന്ന് വ്യാഖ്യാനിക്കുക വഴി ആത്മാവ് ഇല്ല എന്നു വ്യക്തമാണ്. സ്പേസ് ടെലസ്ക്കോപ്പുപോലുള്ള ധാരാളം ഉപകരണങ്ങളുണ്ട്. അതുകൊണ്ടു തന്നെ ജൈവ ഊർജ്ജം എന്നതൊക്കെ പ്രഹസനമാണ്. എന്നാൽ ഡാർക്ക് മാറ്റർ, ഡാർക്ക് എനർജിപോലെ കണ്ടെത്തപ്പെടാനുള്ള പലതും ഇനി അവശേഷിക്കുന്നു.

മനസ്സാണ് മറ്റൊരു പ്രശ്നം. ആത്മാവിനെ ശ്വാസവുമായി ബന്ധിപ്പിക്കുന്നതായിരുന്നു പ്രാചീന സങ്കല്പങ്ങൾ. ഗ്രീക്കു ഭാഷയിൽ psyche

എന്നാൽ ശ്വസിക്കുക എന്നാണർത്ഥം. ലാറ്റിനിൽ anima എന്നാൽ ശ്വാസം, വായു, ജീവൻ എന്നൊക്കെ അർത്ഥമുണ്ട്. ഹീബ്രുവിലെ nephish ന്റെ അർത്ഥവും അതുതന്നെ. പദാർത്ഥത്തിൽ നിന്നു വേറിട്ടതാണ് ആത്മാവ് എന്ന് അക്വിനാസും സ്വതന്ത്രമായ ആത്മാവുണ്ടെന്ന് കാൽവിനും പറഞ്ഞു. ദെക്കാർത്തെയുടെ ദ്വന്ദ്വവാദമാണ് തലച്ചോർ കേന്ദ്രീകരിച്ച ആത്മബോധത്തെ അവതരിപ്പിച്ചത്. മനസ്സിനും ശരീരത്തിനും സവിശേഷ ഗുണമാണെന്നു വിശദീകരിച്ചത് സ്പിനോസയാണ്.

ചിന്ത എന്നത് തലച്ചോറിന്റെ ഭൗതിക പ്രക്രിയയാണ്. തത്വചിന്തകർ ഇതിനെ ഫിസിക്കലിസം എന്നു വിളിക്കുന്നു. മയക്കുമരുന്നും വാർദ്ധക്യവും കേടുപാടുകളും ചിന്തയെ വഴിതെറ്റിക്കുന്നത് ഇതിന്റെ തെളിവാണ്. ഇതിന്റെ മതവ്യാഖ്യാനമാണ് ദൈവത്തിലെത്തിക്കുന്നത്.മാനസികാനുഭവങ്ങളും മരണഭയവും ഒക്കെ ദൈവത്തിന്റെ തെളിവായി അവർ പറഞ്ഞുവെക്കുന്നു. എന്നാൽ അതിനൊന്നും യാതൊരു തെളിവുമില്ല. അതീന്ദ്രിയ സാഹിത്യമാണ് ഇത്തരം പ്രതിഭാസങ്ങളെ എഴുന്നള്ളിക്കുന്നത്. നരക സ്വർഗ വ്യാഖ്യാനങ്ങളൊക്കെ മതസാഹിത്യം നല്കുന്ന ഇച്ഛാഭംഗ അനുഭവങ്ങൾ മാത്രമാണ്. ബോധം ആത്മനിഷ്ഠമാണ്. അത് അനുഭവിക്കുന്നവർക്ക് മാത്രം ബോധ്യപ്പെടുന്നതാണ്.

ആധുനിക മനശാസ്ത്രം/ന്യൂറോ സയൻസ് ഇതിനെയൊക്കെ ശക്തമായി വിശദീകരിക്കുന്നുണ്ട്. ഭൗതിക/മാനസിക വ്യാപാരങ്ങളൊക്കെ തലച്ചോറിന്റെ തന്നെ ഉല്പന്നങ്ങളാണ്.

പാശ്ചാത്യലോകം പറയുന്ന ആത്മാവല്ല പൗരസ്ത്യലോകത്തെ ആത്മൻ. അത് മനുഷ്യന്റെ ആന്തരിക വെളിച്ചം മാത്രമാണ് അതു നേടാൻ ധ്യാനം മതിയെന്നാണ് വെയ്പ്. ആത്മാവിന് ജീവാത്മാ- പരമാത്മാ ബന്ധമൊക്കെയാണ് ഉപനിഷത്തുക്കൾ വ്യാഖ്യാനിക്കുന്നത്. കൺഫ്യൂഷ്യസും പ്രാചീന മതബോധത്തെ തിരസ്ക്കരിച്ചു. ഭൂമിയിൽ എങ്ങനെ നന്നായി ജീവിക്കാമെന്നാണ് കൺഫ്യൂഷ്യസ് പ്രസ്താവിച്ചത്, സ്വർഗനരകളെളപ്പറ്റിയല്ല, ഈഗോയെ തകർക്കുന്നതിനെപ്പറ്റിയാണ് ലാവോസെയും ബുദ്ധനും സാംഖ്യ ദർശനവുമൊക്കെ ആവർത്തിച്ചു വ്യക്തമാക്കിയത്. അവിടെയൊന്നും ദൈവത്തിന് ഒരു പങ്കുമില്ല. അതെല്ലാം പ്രകൃതിയിലേക്കുള്ള വാതായനങ്ങളാണ്.

നാസ്തികത്തിന്റെ ഭാവി

മനുഷ്യബോധവും സ്വയം ബോധവും ഭൗതികമായ തലച്ചോറിലും നാഡീവ്യൂഹത്തിലും ആണെന്ന കൃത്യമായ ധാരണയോടെ ജീവിക്കാൻ പഠിക്കണം. എല്ലാറ്റിനെയും നയിക്കുന്നത് തലച്ചോറിന്റെ പ്രക്രിയയാ

ഫിൽസുക്കർമാൻ

ണ്. ഉപബോധപൂർവ്വമായാലും ഓരോന്നിനും മുമ്പ് 'ഞാനെന്ന ഈ ബോധം' തീരുമാനമെടുക്കുന്നു. തലച്ചോറിന്റെ പ്രവർത്തനം തീരുന്നതോടെ എല്ലാം അവസാനിക്കുന്നു.

'ദൈവജീൻ' മതം തലച്ചോറിൽ സൃഷ്ടിക്കുന്നതാണ്. പൂർവ്വികരുടെ തലച്ചോറിന് ഒരു ലക്ഷം വർഷത്തിന്റെ പഴക്കമുണ്ടെങ്കിലും അതിന്റെ പകുതിക്കാലത്തെ പരിണാമംപോലും ഈ ജീനിന് സംഭവിച്ചിട്ടില്ല. ഒരിക്കൽ രൂപപ്പെട്ട മതബോധം വിടാതെ പിന്തുടരുന്നു. സാമൂഹ്യമായി പരിണമിച്ച മതത്തിന്റെ ബോധവ്യതിയാനത്തിനും സമയമെടുക്കും.

അഗസ്തെ കോംതെ, ഹെർബർട്ട് സ്പെൻസർ, എമിലിഡർക്കെയിം, മാക്സ് വെബർ, കാൾമാർക്സ്, ഫ്രോയിഡ് ഒക്കെ വിശ്വസിച്ചത് വ്യവസായിക സമൂഹ വികാസത്തോടെ മതത്തിന് നാശം സംഭിക്കുമെന്നാണ്. എന്നാൽ മസ്തിഷ്ക്കത്തിന്റെ മേൽ പ്രതിഭാസത്തെ അവർ വേണ്ടവിധം മനസ്സിലാക്കിയില്ല. പക്ഷേ മതം തകരും. അവിശ്വാസികളുടെ എണ്ണം പെരുകിക്കൊണ്ടിരിക്കുന്നു. 1900 വരെ ക്രിസ്ത്യൻ ഹിന്ദു ജനസംഖ്യയിൽ വർദ്ധനവുണ്ടായില്ല. ക്രിസ്ത്യാനികൾ ലോകജനസംഖ്യയുടെ 1/3 ഉം ഹിന്ദുക്കൾ 1/4 ആയിരുന്നു. ഇസ്ലാം പക്ഷേ 1/8 ൽ നിന്ന് 1/5 ലേക്കു വർദ്ധിച്ചു 2050 ആകുമ്പോൾ അതു 1/4 ആകും.

യൂറോപ്പ്, ആസ്ട്രേലിയ, ന്യൂസിലന്റ്, ജപ്പാൻ തുടങ്ങിയ രാജ്യങ്ങളിൽ മതരഹിതരുടെ എണ്ണം പെരുകി. എന്നാൽ റഷ്യയിൽ വിശ്വാസികൾ 25% ആയി. സോഷ്യലിസം കൊണ്ട് മതം ഇല്ലാതാവില്ല എന്നല്ലേ ഇതിനർത്ഥം.

തീവ്രമതബോധമുള്ളവർ ആരോപിക്കുന്നത് നാസ്തികതയും സെക്കുലറിസവും സമൂഹത്തിന്റെ അടിത്തറ തകർക്കുമെന്നും ധാർമ്മികത ഇല്ലാതാകുമെന്നുമാണ്. എന്നാൽ സോഷ്യോളജിസ്റ്റ് ഫിൽസുക്കർമാൻ 14 മാസത്തോളം ഡെൻമാർക്ക്, സ്വീഡൻ തുടങ്ങിയ രാജ്യങ്ങളിൽ പഠനം നടത്തിയശേഷം കണ്ട നിഗമനം മതവാദികൾ അറിയേണ്ടതാണ്. പോലീസുകാരില്ലാത്ത തെരുവുകൾ നാസ്തിക രാജ്യങ്ങളിൽ മാത്രമാണ് ഉള്ളത്. 2004 ൽ ഒരേയൊരു കൊലപാതകമാണ് റിപ്പോർട്ട് ചെയ്യപ്പെട്ടത്. ബൈബിൾ പഠിക്കാത്ത ഡെൻമാർക്കാണ് സന്തുഷ്ട പട്ടികയിൽ ഒന്നാംസ്ഥാനത്ത്.സ്കാന്റിനേവിയയിൽ വിശ്വാസികൾ 20% മാത്രമാണുള്ളത്. ദൈവമില്ലാത്ത ഈ സമൂഹങ്ങളിലെ ആരോഗ്യസ്ഥിതി എന്താണ്. ? ജീവിതപ്രതീക്ഷ, സാക്ഷരത, വിദ്യാഭ്യാസം, ജീവിതനി

ലവാരം, ശൈശവമരണക്കുറവ്, ശിശുക്ഷേമം, സാമ്പത്തിക നീതി, ലിംഗസമത്വം, ആരോഗ്യം, പരിസ്ഥിതി സംരക്ഷണം. അഴിമതിരാഹിത്യം എന്നിവയിലൊക്കെ നാസ്തിക രാജ്യങ്ങളാണ് മുൻനിരയിൽ നില്ക്കുന്നത്.

അതിനർത്ഥം അവിടങ്ങളിൽ യാതൊരു പ്രശ്നങ്ങളും ഇല്ലെന്നല്ല. വിശ്വാസമില്ലാത്തവരും പള്ളിയിൽപോയി വിവാഹം ചെയ്യുന്നവരും. ഒരു പാരമ്പര്യ കൗതുകം മാത്രമാണത്. മരണചടങ്ങുകൾ സന്ദർശിച്ചെന്നു വരും. അതൊക്കെ മനുഷ്യസഹജ സ്വഭാവങ്ങൾ മാത്രമാണ്.

നിരീശ്വരതയുടെ ഭാവി വിദ്യാഭ്യാസവും സാമ്പത്തിക സ്ഥിതിയുമായി ബന്ധപ്പെട്ടതാണ്. ദൈവത്തിനു പകരം മറ്റൊന്നും വെക്കാനില്ല. ദൈവമില്ലാതെ ജീവിക്കുന്നതിനെപ്പറ്റി തത്വചിന്തകനായ റൊണാൾഡ് ആറോൺസൺ പറയുന്നു-ശരിതെറ്റുകൾ തിരിച്ചറിയാനും ഭാവിയെപ്പറ്റിയുള്ള പ്രതീക്ഷകൾക്കും ദൈവമില്ലാതിരിക്കുന്നതാണു നല്ലത്. മരണം, ദുരിതം, കഷ്ടനഷ്ടങ്ങൾ തുടങ്ങിയവയിലൊന്നും ഒരു നിഗൂഢതയുമില്ല.

നവനാസ്തികത പുതിയ ഉത്തരങ്ങളും ജീവനക്ഷമമായ ആശയങ്ങളും നൽകുന്നു. ശാസ്ത്രം ഒരു ദൈവത്തിന്റെയും ആവശ്യകത തേടുന്നില്ല എന്ന് വിക്ടർ ജെ. സ്റ്റെൻജർ കാര്യകാരണ സഹിതം ബോധ്യപ്പെടുത്തുന്നു.

***

God, the failed hypothesis എന്ന സ്റ്റെൻജറുടെ കൃതി ബെസ്റ്റ് സെല്ലർ ആയിരുന്നു. ദൈവമുണ്ടെന്ന് തെളിയിക്കാൻ കഴിയാത്തത് ദൈവമില്ലെന്നതിന്റെ തെളിവാകുന്നില്ല എന്ന ആസ്തിക വാദത്തെ പ്രസ്തുത കൃതിയിൽ അദ്ദേഹം പൊളിച്ചു കാട്ടുന്നു. യുക്തിവാദികളും മതേതരവാദികളും നാസ്തികതയോട് എടുക്കുന്ന അയഞ്ഞ നിലപാടിനെതിരെയാണ് നവനാസ്തികർ ശക്തമായ വിമർശനം അഴിച്ചുവിടുന്നത്. സ്വതന്ത്രചിന്തകരുടെ ഉദാരസമീപനത്തെ ഇവർ നിരാകരിക്കുന്നുണ്ട്. നവനാസ്തികരിൽ ഏറെ പേരും ശാസ്ത്രജ്ഞരായതുകൊണ്ടു തന്നെ തങ്ങളുടെ വാദത്തിന് ശാസ്ത്രത്തിന്റെ കരുത്തുറ്റ പിൻബലമുണ്ട്.

ഒരു വിശ്വാസത്തെ ഏറെപേർ പിന്തുണയ്ക്കുന്നുവെന്നത് ആ വിശ്വാസത്തിന്റെ സാധൂകരണമല്ല. ശാസ്ത്രീയടിത്തറയില്ലാത്ത വിശ്വാസങ്ങളാണ് മനുഷ്യസമൂഹത്തെ തിന്മയിലേക്കു നയിക്കുന്നതെന്ന് സ്റ്റെൻജർ വിശദമാക്കുന്നു. വിശ്വാസത്തിന്റെ മനഃശാസ്ത്രപരവും മസ്തിഷ്ക്ക ശാസ്ത്രപരവുമായ വിശദാംശങ്ങൾ നൽകുന്നു എന്നതാണ് ശ്രദ്ധേയം. 'The New Atheism' ത്തിന്റെ സവിശേഷത. യുക്തിയെ താത്വികമെന്നതിലേറെ

ശാസ്ത്രീയമായി വിശദീകരിക്കുന്നു എന്നതാണ്. തന്റെ വാദങ്ങൾക്കുള്ള കണക്കുകളും നിരത്തുന്നു എന്നതുകൊണ്ട് അതിനെ ഖണ്ഡിക്കാൻ പാടുതന്നെയാണ്. കേവലനിരീശ്വരത്വം കൊണ്ടു കാര്യമില്ല എന്നും മർദ്ദനാത്മകമായ നാസ്തികത അപകടകരമാണെന്നും തുറന്നു പറയുവാനും അദ്ദേഹം മടിക്കുന്നില്ല. സ്റ്റാലിനും മറ്റുമെടുത്ത നിലപാടിന്റെ പരിമിതിയെ ഭേദിക്കാൻ സ്റ്റെൻജർക്കു കഴിയുന്നുണ്ട്. നാസ്തിക സാഹിത്യത്തിന്റെ വലിയൊരു റഫറൻസ് പരിചയപ്പെടുത്തുന്നു എന്നത് ഈ കൃതിയുടെ ഉൽകൃഷ്ടതയാണ്. ലോകമെങ്ങും വികസിച്ചുവരുന്ന നവനാസ്തിക സാഹിത്യത്തിലെ ഒരു അനർഘ കൃതി തന്നെയാണിത്. ഒപ്പം നവനാസ്തികതയുടെ കൃത്യമായ വിശദീകരണങ്ങളും

നാല്

അശ്വാരൂഢരുടെ സംവാദം

സാംഹാരിസ്, ഡോക്കിൻസ്, ഡെന്നറ്റ്, ഹിച്ചൻസ്

വിശ്വാസമെന്നത് ഉന്മൂലനത്തെപ്പറിയുള്ള ഭയമാണ്;
അന്യമതവിശ്വാസികളോടുള്ള അസഹിഷ്ണുതയാണ്

നാസ്തികത ഒരു പുതിയ വാക്കല്ല. എന്നാൽ നവനാസ്തികത 2006 ൽ ഗാരിവോൾഫ് എന്ന പത്രപ്രവർത്തകൻ രൂപപ്പെടുത്തിയതാണ്. മതം, അന്ധവിശ്വാസം പോലുള്ള എല്ലാ അയുക്തികളെയും ശാസ്ത്രീയമായി ചോദ്യം ചെയ്തുകൊണ്ട് നവനാസ്തികർ രംഗത്തുവന്നു. Tom Flynn 2010 ൽ ഇതൊരു പുതിയ പ്രസ്ഥാനമല്ല എന്ന് Why I don't believe in New Atheism എന്ന ലേഖനത്തിൽ പ്രസ്താവിച്ചു. എന്നാൽ ഇത്രവ്യാപകമായി നാസ്തിക ഗ്രന്ഥങ്ങൾ പ്രസിദ്ധീകരിക്കപ്പെടുന്നതും ബെസ്റ്റ് സെല്ലറുകളാകുന്നതും ഇപ്പോഴാണെന്നു സമ്മതിക്കുന്നു.

ദൈവം ഇല്ല എന്നും മതം ഒരു ജനക്കൂട്ട ഭ്രമമാണെന്നും നവനാസ്തികർ തുറന്നു പറയുന്നു. ദൈവവിശ്വാസവാദങ്ങളെ അനായാസം അനാവരണം ചെയ്യുന്നു. പഴയകാല നാസ്തികത തർക്കം, വാദം, പ്രതിവാദങ്ങളിൽ മുഴുകിയ ഒരു പണ്ഡിത യുക്തിയായിരുന്നു. നവനാസ്തികത ജനകീയ ശാസ്ത്രമായി വികസിച്ചു. ശാസ്ത്രീയ യുക്തിക്ക് (Scientific Rationalism) പ്രാധാന്യം നൽകി ആവേശപൂർവ്വം കാര്യങ്ങൾ വിശദീകരിക്കുന്നു.

നാല് അശ്വാരൂഢർ

സോഷ്യൽ മീഡിയയുടെ വികാസത്തോടെ സ്വതന്ത്രചിന്ത അതിരുകളില്ലാതെ പടർന്നു പന്തലിച്ചു. സാംഹാരിസ്, റിച്ചാർഡ് ഡോക്കിൻസ്, ഡാനിയൽ ഡെന്നറ്റ്, ക്രിസ്റ്റഫർ ഹിച്ചൻസ് എന്ന നാൽവർ സംഘം യുക്തിചിന്തയുടെ പ്രകാശഗോപുരങ്ങളായി. 2007-ൽ നാൽവരും ഒന്നി

സ്റ്റീഫൻ ഫ്രൈ

ച്ചിരുന്ന നടത്തിയ ചർച്ച യൂട്യൂബിലും മറ്റും ജന കോടികളുടെ ആവേശമായി മാറി. ലോകത്തെ മ്പാടും പുതിയ അവബോധം സൃഷ്ടിച്ച പ്രസ്തുത സംവാദം സ്റ്റീഫൻ ഫ്രൈയുടെ മുഖവുരയോടെ പ്രസിദ്ധീകരിക്കപ്പെട്ടപ്പോൾ മറ്റൊരു ബെസ്റ്റ് സെല്ലറായി. ഹിച്ചൻസിന്റെ മരണാനന്തരം മറ്റു മൂവരുടെയും ആമുഖ ലേഖനങ്ങളോടെയാണ് രംഗത്തുവന്നത്. (The Four Horsemen: The Conversation that Sparked an Atheist Revolution:Bentham Press) അതിനുമുമ്പുതന്നെ നാൽവരുടെയും കൃതികൾ ലോകവ്യാപകമായിക്കഴിഞ്ഞിരുന്നു. അത്രയ്ക്കു പുതുമയാർന്ന ആശയങ്ങളായിരുന്നു അവരിൽ നിന്നു ബഹിർഗമിച്ചത്.

ജ്ഞാനോദയ തത്വങ്ങൾ

നവനാസ്തികത മറ്റൊരു മതമാണ്, പുതിയ നാസ്തികർ മൗലികവാദി കളാണ്, മതത്തെ ആശ്വാസവും തുണയുമായി കാണുന്നവരെ മുറിവേൽ പ്പിക്കുകയാണ് തുടങ്ങിയ എതിർവാദങ്ങളെ പരിശോധിച്ച് അവയ്ക്ക് ഉചി തമായ മറുപടി നൽകുകയാണ് മുഖവുരയിൽ സ്റ്റീഫൻ ഫ്രൈ. ലെനിനും സ്റ്റാലിനുമൊക്കെ സോവിയറ്റ് യൂണിയനിൽ നാസ്തികത ചുമത്തിയിട്ട് ഇപ്പോൾ എന്തായി എന്നും, ഒരാളുടെ പെരുമാറ്റ ദൃഷ്യം നോക്കിയാ ണോ അയാളെ നിർവ്വചിക്കേണ്ടതെന്നും ഒക്കെയുള്ള ചോദ്യങ്ങൾക്ക് അദ്ദേഹം നൽകുന്ന ഉത്തരം കൃത്യമാണ്. ആയിരക്കണക്കു വർഷങ്ങളു ടെ അടിച്ചമർത്തലിലൂടെ മതവിശ്വാസികൾ ബൗദ്ധിക പീഢനത്തിന് ഇരയാകുകയായിരുന്നു. ഈ അടിമ ബോധത്തിൽ നിന്നാണ് ഇത്തരം ചോദ്യങ്ങൾ ഉണ്ടാകുന്നത്

നാൽവർ സംഘം ചെയ്ത കുറ്റം എന്താണ്? യുക്തിയുടെയും ചരിത്ര ത്തിന്റെയും വിജ്ഞാനത്തിന്റെയും ഫോറൻസിക് പരിശോധനയാണ് അവർ നടത്തിയത്. ഇവരെ വായിക്കുമ്പോൾ മതവാദങ്ങൾ തകർന്ന ടിയുന്നു. സ്വതന്ത്രവാദവും ദൈവദോഷവും ഒക്കെ സോഷ്യൽ മീഡിയ യിലെ 'പണ്ടോരപെട്ടികൾ' തുറക്കുന്നു. അവരുടേത് തുളച്ചു കയറുന്ന ചോദ്യങ്ങളാണ്. പക്ഷേ അവർ പരിധി വിടുന്നില്ല.യുക്തിയുടെ അട കല്ലിൽ അടിച്ചു പരുവപ്പെടുത്തിയ മറുപടികളും പരിശോധനയ്ക്കു വിധേ യമാക്കിയ വസ്തുതകളുമാണ് അവരുടേത്. യുക്തിയും പ്രത്യക്ഷ ജ്ഞാ നവും സമഞ്ജസമാക്കിയ വാദങ്ങൾ. പക്ഷേ മതവിശ്വാസികളെ പരി ഹസിക്കുകയോ വ്യക്തികളെ അവഹേളിക്കുകയോ ചെയ്യുന്നില്ലെന്ന താണ് ശ്രദ്ധേയമായ കാര്യങ്ങൾ.

ദൈവത്തിന്റേത് ഒന്നാം ക്രമവിഷയമല്ല. വിശ്വാസം മരണാനന്തരവിഷയമാണെങ്കിൽ, തെളിവില്ലാത്ത കാര്യങ്ങൾ ഒഴിവാക്കിക്കൊണ്ട് ഇഹജീവിതം നന്മയുടെ ശക്തിയാക്കി മാറ്റരുതോ എന്ന് നാൽവർ സംഘം ചോദിക്കുന്നു. സത്യമല്ലാത്ത മതവിശദീകരണങ്ങൾ എന്തിനാണ് സ്വീകരിക്കുന്നത്. യുക്തിയും, ഗണിതവും മൈക്രോസ്കോപ്പും തെളിയിക്കാത്ത എന്തുമേഖലയാണ് ഇന്ന് നിലവിലുള്ളത്? തുറന്ന അന്വേഷണവും സ്വതന്ത്രചിന്തയും പ്രതിബന്ധമില്ലാത്ത ആശയവിനിമയമാണ്. അതൊക്കെ ജ്ഞാനോദയത്തിന്റെ അനിവാര്യമായ തത്വങ്ങളാണെന്ന് ഫ്രൈ മുഖവുരയിൽ വ്യക്തമാക്കുന്നു.

മതത്തിന്റെ ധാർഷ്ട്യം

'മതത്തിന്റെ അഹങ്കാരം: ശാസ്ത്രത്തിന്റെ വിനയം, നാസ്തികതയുടെ ബൗദ്ധികവും ധാർമ്മികവുമായ ധീരത' എന്ന ഡോക്കിൻസിന്റെ മുഖലേഖനം അല്പം ദീർഘമാണ്. തങ്ങൾ മൂവരെ 'മൂന്നുമുഖംമൂടികൾ' എന്നു പരിഹസിച്ചവർ ഹിച്ചൻസ് കൂടി എത്തിയതോടെ 'നാല് അശ്വാരൂഢർ' എന്നാക്കി 2007 ൽ വാഷിംഗ്ടണിൽ നടന്ന എത്തീസ്റ്റ് അലയൻസ് ഇന്റർനാഷണലിന്റെ വാർഷിക സമ്മേളനത്തിൽ വെച്ചാണ് ഈ സംഭാഷണം നടന്നത്. അയാൻ ഹിർസി അലിയെക്കൂടി കൂട്ടി 5 സ്തംഭങ്ങളുടെ സമ്മേളനമാക്കാൻ വിചാരിച്ചിരുന്നെങ്കിലും കൃത്യാന്തര ബാഹുല്യത്താൽ അയാനു വരാൻ കഴിഞ്ഞില്ല.

മതവും ശാസ്ത്രവും ഏതെങ്കിലും വിധത്തിൽ താരതമ്യം ചെയ്യാൻ കഴിയുമോ?

ജനിച്ച് 14 ബില്യൺ വർഷങ്ങൾ കഴിഞ്ഞിട്ടും നമ്മൾ കുറ്റക്കാരും പാപത്തിൽ ജനിച്ചവരും ആത്മനിന്ദ നേരിടുന്നവരും ആണെന്നു മതം പറയുന്നു. നമ്മുടെ ധാർമ്മിക സ്വഭാവം ദൈവീക പ്രസക്തിയിലാണെന്നും പ്രപഞ്ച സൃഷ്ടാവിനുമാത്രമേ നമ്മുടെ പാപപരിഹാരം സാധ്യമാകൂ എന്നും അവർ പ്രസ്താവിക്കുന്നു. പ്രപഞ്ചം നമുക്കു വേണ്ടിയുള്ളതാണ്. എല്ലാ ധാരണകളും ഇവിടെ സൃഷ്ടിക്കപ്പെടുന്നതാണ്. ഈ പ്രപഞ്ച വിസ്മയത്തെ ഉൾക്കൊള്ളാൻ നമ്മുടെ പിതാമഹന്മാർക്കു കഴിഞ്ഞില്ല എന്നു കാൾ സാഗൻ പറഞ്ഞു. പിന്നെ കോപ്പർനിക്കസും ഗലീലിയോയുമാണ് അത് അനാവരണം ചെയ്തു തുടങ്ങിയത്. ജെയിംസ് അഷർ എന്ന പുരോഹിതൻ പറഞ്ഞത് ബി.സി.ഇ 4004 ഒക്ടോബർ 22 ന് ഭൂമി സൃഷ്ടിക്കപ്പെട്ടു എന്നാണ്! ഇസ്ലാമിന്റെ വരവ് പ്രശ്നത്തെ രൂക്ഷമാക്കി.

ശാസ്ത്രം ചിലതു ചെയ്യാൻ ആവശ്യപ്പെടുന്നു, പലതും ചിന്തിക്കാൻ ആവശ്യപ്പെടുന്നു. നാം അജ്ഞതയെ ഊട്ടി ഉറപ്പിക്കാൻ ശ്രമിക്കുമ്പോൾ

ശാസ്ത്രം സന്തോഷകരമായ പ്രഖ്യാപനങ്ങൾ നടത്തുന്നു. ജീവൻ എങ്ങനെ തുടങ്ങി, ചിമ്പൻസിയുടെ പിതാമഹന്മാർ എങ്ങനെയായിരുന്നു എന്നൊന്നും അറിയില്ലായിരുന്നു. ഡാർവിനും മോളിക്യുലർ സയൻസും അതു വ്യക്തമായി പറഞ്ഞു. എന്നാൽ ഒരു ശാസ്ത്രജ്ഞന്റെ അജ്ഞത സുഖകരമായി ചൊറിയാവുന്ന ചിരങ്ങാണ്. അതു പോപ്പിന്റെ കാര്യത്തിൽ വെളിപ്പാടാകുന്നു, വ്യാഖ്യാനമാകുന്നു, ഡോഗ്മയായി മാറുന്നു.

ശാസ്ത്രത്തിന്റെ എളിമ

ഹിറ്റ്ലറുടെ പോപ്പ് എന്നറിയപ്പെടുന്ന പയസ് പന്ത്രണ്ടാമൻ പാപ്പ 1950 ൽ പ്രഖ്യാപിച്ചു, കന്യാമറിയം ഉടലോടെ സ്വർഗ്ഗത്തിൽ പോയി എന്ന്. പോപ്പിനു തെളിവു വേണ്ട. സത്യമെന്താണെന്നും അറിയേണ്ട. സാന്ദർഭാനുസാരിയായ ബൈബിൾ ഉദ്ധരണി മാത്രംമതി. അത് പോലെയാണ് കാത്തലിക് എൻസൈക്ലോപീഡിയയും. അതൊരു കള്ള പ്രമാണമാണ്. പാപമോചന സ്ഥലത്ത് (Purgatory) ശിക്ഷിക്കപ്പെടുമെന്ന് അതു പ്രഖ്യാപിക്കുന്നു. തെറ്റുകാരുടെ പട്ടികയിൽ അൽബേജൻസുകൾ, വാൽഡേൻസ്, ഹുസൈക്സ്, അപ്പോസ്തോലിക്ക മുതൽ മാർട്ടിൻ ലൂഥറും ജോൺ കാൽവിനും വരെയുണ്ട്. പക്ഷേ ഏത് തെറ്റും പൊറുക്കപ്പെടുമെന്നും അതു പ്രഖ്യാപിക്കുന്നു. ഏതിനും പരിഹാരം പറയുന്നു. പാപമോചന സ്ഥലത്തേക്കുള്ള പ്രവേശനത്തിനും തെളിവൊന്നുമില്ല. മരിച്ചാൽ നേരെ സ്വർഗ്ഗത്തിൽ പോകുമെങ്കിൽ അവരുടെ ആത്മാവിനു വേണ്ടി പ്രാർത്ഥിക്കുന്നതിൽ എന്താണ് അർത്ഥം?

ശാസ്ത്രത്തിന് വെറും പ്രസ്താവനകൾ നടത്തിയാൽ പോര. തെളിവ് ഉറപ്പാകുമ്പോഴേ അറിയാവുന്ന കാര്യം പറയാനാവൂ. ശാസ്ത്രചിന്തകന്മാർ പറയുന്ന അനുമാനങ്ങൾക്ക് അതുവരെയേ നിലനില്പുള്ളൂ. പദാർത്ഥം അണുക്കളിൽ നിർമ്മിതമാണ്. നിശ്ചിതമായ ആറ്റങ്ങളും നൂറുകണക്കിന് എലിമെന്റുകളും. ഓരോ മൂലകത്തിന്റെയും പിണ്ഡവും ഒക്കെ ശാസ്ത്രത്തിന് വിശദീകരിക്കാനാവും. ജീവപദാർത്ഥങ്ങളിൽ എണ്ണമറ്റ തന്മാത്രകളുണ്ട്. അതിന്റെ ഡി.എൻ.എ ഘടകങ്ങളും സ്വാധീനവുമുണ്ട്. ഓരോ ജീനിലുമുള്ള ഡി.എൻ.എ അനുക്രമം രേഖപ്പെടുത്താനാവും. അതുവഴി ജനിതക ചരിത്രത്തിലേക്കും എത്താനാകും. അതു ശാസ്ത്രത്തിന്റെ വഴിയാണ്.

അനാവശ്യമായ ആത്മാഭിമാനമാണ് ധാർഷ്ട്യം. സാത്മാഭിമാനത്തെ ശാസ്ത്രം ഉയർന്ന തോതിൽ ന്യായീകരിച്ചിട്ടുണ്ട്. ബിഥോവനും ഷേക്സ്പിയറും മൈക്കലാഞ്ജലോയുമൊക്കെ അങ്ങനെ തന്നെയായിരുന്നു. ഹബ്ബിൾ ഓർബിറ്ററി ടെലസ്കോപ്പും സ്പേസ്ക്രാഫ്റ്റും, ക്വാണ്ടം തിയറിയുമൊക്കെ സൂക്ഷ്മതയുടെ അഭിമാനങ്ങളാണ്. അജയ്യമായ ഉറ

പ്പോടെ കാര്യങ്ങൾ വിശദീകരിക്കാൻ മനുഷ്യനു ശേഷിയുണ്ട്. സിദ്ധാന്തങ്ങളെ വ്യക്തമായി അറിയാനുള്ള കഴിവും. അതനുസരിച്ച് പ്രവചിക്കാനുള്ള ശേഷിയും, തമ്മിൽ പൊരുത്തക്കേടുണ്ടാവാം. കാര്യങ്ങൾ വളരെ വേഗത്തിൽ മനസ്സിലാക്കാനുള്ള കഴിവ് പരിണാമത്മകമായ നമ്മുടെ തലച്ചോറിന് സിദ്ധിച്ചിട്ടുണ്ട്. എല്ലാവർക്കും അത് ഒരുപോലെയാകണമെന്നില്ല. ഫോണും ലാപ്ടോപ്പും സാങ്കേതിക വിദ്യയും ഈ ശേഷിയെ വികസിപ്പിക്കുന്നു. 3 ഡി പ്രിന്റിംഗ് വസ്തുവിനെ യഥാർത്ഥമായി അവതരിപ്പിക്കുന്നു. സങ്കീർണ്ണമായ ഗണിതശാസ്ത്രത്തെ കമ്പ്യൂട്ടർ നിർദ്ധാരണം ചെയ്യുന്നു.

പക്ഷേ ശാസ്ത്രം ഒറ്റമൂലിയാണെന്നു കരുതി അഹങ്കരിക്കരുത്. അറിയാവുന്നതും അനിഷേധ്യമായതും തുറന്നു പറയാം. അതേ സത്യസന്ധതയോടെ അറിയാൻ വയ്യാത്തതിനെക്കുറിച്ചും ചെയ്യാൻ അവശേഷിക്കുന്നതിനെക്കുറിച്ചും പറയണം. ഇത് അഹന്തയുടെ മറുപക്ഷ ജ്ഞാനമാണ്. അറിയാൻ വയ്യാത്തതിനെയും അറിയാവുന്നതിനെയും വിശദമായി ബന്ധിപ്പിക്കുന്നതാണ് ശാസ്ത്രം. മതമാകട്ടെ ഒന്നുമറിയില്ലെങ്കിലും എല്ലാം അറിയാമെന്ന അഹന്ത കാണിക്കുന്നു.

നാസ്തികതയുടെ ധാർമ്മികത

മതവും നാസ്തികതയും തമ്മിലുള്ള വൈരുദ്ധ്യത്തെപ്പറ്റി വ്യക്തതയുണ്ടാവണം. നാസ്തികരുടെ ലോകവീക്ഷണം ബൗദ്ധിക ധീരതയുടെ നന്മയാണ്. മനുഷ്യമനസ് ഒരു ആശയത്തോട് വൈകാരികമായി പ്രതികരിക്കും. ജീവിതം പോലെ, വികസിക്കുന്ന പ്രപഞ്ചവും സങ്കീർണ്ണമാണ്. പ്രലോഭനങ്ങളെ അവൈകാരികമായി, യുക്തിപരമായി നേരിടുന്നതാണ് ബൗദ്ധിക ധൈര്യം. ചിലതൊക്കെ കാണുമ്പോൾ അത്ഭുതമെന്നു തോന്നാം. എന്നാൽ അതിനു പിന്നിലെ ട്രിക്കുകൾ കണ്ടെത്തുന്നതാണ് ബുദ്ധിപരം. അതിവിശാലമായ ഈ ലോകത്തിന് ഒരു സൂപ്പർ വൈറസോ ശില്പിയോ ഇല്ലെന്നാണോ പറയുന്നതെന്നു ചോദിച്ചാൽ ഈ ദൈവത്തിനും അതു ബാധകമല്ലേ എന്നതാണ് ഉത്തരം.

നാസ്തികതയ്ക്ക് ബൗദ്ധികധീരത കൂടിയേ കഴിയൂ. ഒപ്പം ധാർമ്മിക ശക്തിയും വേണം. സാങ്കല്പികമായ ഒരു സുഹൃത്തിനെ, പ്രശ്നങ്ങളിൽ നിന്നു രക്ഷിക്കുന്ന ആകാശത്തിലെ പിതാവിനെ വർജിക്കാൻ കഴിയും. മരിച്ചാൽ മുമ്പുമരിച്ചവരെ കാണാൻ കഴിയുമെന്നു കരുതരുത്. ശരിതെറ്റുകൾ തിരിച്ചറിയിക്കുന്ന വിശുദ്ധഗ്രന്ഥമില്ല. നിങ്ങൾക്കു തികഞ്ഞ ബുദ്ധിയുണ്ട്. ജീവിതത്തെ നേരിടണം ധാർമ്മിക തീരുമാനങ്ങളോടെ യാഥാർത്ഥ്യബോധത്തെ അഭിമുഖീകരിക്കണം.

ശാസ്ത്രജ്ഞാനം മാത്രമല്ല, കല, സാഹിത്യം, സംഗീതം, നിയമഭരണം, ധാർമ്മികത എന്നിവയെക്കുറിച്ചും ചർച്ച ചെയ്യണം. ധാർമ്മികതയും ജീവിതനിലവാരവുമാണ് മനുഷ്യനെ ബൗദ്ധിക ജീവിയാക്കുന്നത്. ജീവിതത്തെ പൂർണ്ണമാക്കുന്നത് ധാർമ്മിക ധീരതയാണ്.

കരുണയുടെ ശാസ്ത്രം

'അയൽക്കാർ അറിയട്ടെ' എന്ന ഡാനിയൽ ഡെന്നറ്റിന്റെ മുഖലേഖനം തെറ്റായ വിലയിരുത്തലുകളെയും ന്യൂനീകരണത്തെയും പ്രതിപാദിക്കുന്നു. നവനാസ്തികതയുടെ ഉത്ഭവം നിശ്ചയമായും പരസ്പര വിനിമയത്തെ വികസിപ്പിക്കുന്നുണ്ട്. നാസ്തികനാകുന്നത് അപകടകരമല്ല. പക്ഷേ എണ്ണം കൂട്ടുന്നതിലല്ല ശേഷി കൂട്ടുന്നതാണ് പ്രധാനം. പരസ്പര കൂട്ടായ്മയുടെ അളവും വർദ്ധിപ്പിക്കണം. നവനാസ്തികതകൊണ്ട് ഒരു രാഷ്ട്രീയ ശക്തിയാകാനോ പ്രസിദ്ധനാകാനോ കഴിയില്ല. ചിലപ്പോഴൊക്കെ നാസ്തികത അപകടകരവുമാകാം.എന്നാൽ ജ്ഞാനത്തിന്റെ വികാസത്തിന് വലിയൊരളവു വരെ സഹായിക്കും.

തുടർച്ചയായി പരിശോധിക്കപ്പെടേണ്ടതും ചിലപ്പോൾ തിരുത്തേണ്ടതുമായി വരുന്നതുമോശമായ കാര്യമല്ല. നാം പറയുന്നതിന്റെ തെളിവുബാധ്യത നമുക്കുള്ളതാണ്. ഏതെങ്കിലും വിശുദ്ധഗ്രന്ഥം നമുക്കില്ലതാനും.

സാം ഹാരിസിന്റെ മുഖലേഖനം (നല്ല കൂട്ടുകെട്ടിൽ) ഹ്രസ്വമാണ്. ദൈവമില്ലാത്തതിനാൽ നമ്മുടെ പ്രതീക്ഷയും ആശ്രയവും നാം തന്നെ കണ്ടെത്തണം. കല, സാഹിത്യം, സ്പോർട്ട്സ്, ഫിലോസഫി തുടങ്ങിയതൊക്കെ ക്രിയാത്മകതയുടെ മറ്റു രൂപങ്ങളാണ്. അജ്ഞതയും പൊളിവചനവും ഒരിക്കലും ആസ്വാദ്യകരമായ കാര്യങ്ങളല്ല.

കരുണയുടെ യഥാർത്ഥ ഉല്പത്തിയും ശാസ്ത്രത്തിലാണ്. ഒരു വാക്സിനോ മരുന്നോ കണ്ടെത്തുമ്പോൾ എത്രമാത്രം പേരാണ് രക്ഷിക്കപ്പെടുന്നത്. മരണദുരന്തങ്ങളെ അവ തടയുന്നു. അതിനു ദൈവത്തിനോട് നന്ദി പറയേണ്ടതില്ല.

വിമർശനം മര്യാദകേടല്ല

ഇങ്ങനെയൊരു സംഭാഷണം നവനാസ്തികരുടെ അഹന്തയായി വ്യാഖ്യാനിക്കപ്പെട്ടുമോ എന്ന സന്ദേഹത്തോടെയാണ് ഡോക്കിൻസ് സംവാദത്തിനു തുടക്കമിടുന്നത്.

പ്രകൃത്യതീതവും ആകാശാധിപത്യത്തെക്കുറിക്കുന്നതുമല്ല ദൈവാശയമെങ്കിൽ അത് അപകടകരമാണ്. മുഹമ്മദിനെപ്പറ്റി ചരിത്രപരമാ

യി പറഞ്ഞാൽ അതു ഹാനികരമാകും. വളരെ വേഗത്തിൽ വ്രണപ്പെടു ന്നതാണത്. ഇത്തരം കാര്യങ്ങൾ മാധ്യമങ്ങൾ ഏറ്റെടുത്ത് വഷളാക്കു ന്നു. നമ്മൾ അമർച്ച ചെയ്യപ്പെടേണ്ട വിഭാഗമാണ് എന്ന് അവർ പ്രഖ്യാ പിക്കുന്നു. അതു പൂർണ്ണമായും നമുക്ക് ഒഴിവാക്കാനുമാകില്ല. നാം പറയു ന്നതിൽ അവരെ കുറ്റപ്പെടുത്തുന്ന ഘടകങ്ങളുണ്ട്. മതത്തിന്റെ അസ്ഥി വാരത്തെയാണ് നാം ഇളക്കുന്നത്. ക്രിസ്തുവിന്റെ വിശുദ്ധിയെ തള്ളി ക്കളയുന്നത് ഉദാഹരണം.

അതു നമുക്കു രസകരമായി തോന്നുമെങ്കിലും ചിലപ്പോൾ അതു മര്യാ ദകേടായിമാറാം. ഒരാളുടെ മുഖത്തുനോക്കി വിരൂപമാണ് എന്ന് പറ യുന്നതുപോലെയാണ് അത് എന്ന് ഡോക്കിൻസ് ആമുഖമായി പറയു ന്നു. പക്ഷേ ഭൗതികവാദികൾക്ക് തങ്ങളുടെ സിദ്ധാന്തങ്ങൾ നിരാകരി ക്കപ്പെടുമ്പോൾ കോപിക്കേണ്ടതില്ല. സത്യം പറയുന്നതാണ് യുക്തി പരമെന്ന് സാം ഹാരിസ് വ്യക്തമാക്കുന്നു. ഇതു തന്നെയാണ് സോവി യറ്റ് യൂണിയനെക്കുറിച്ച് കമ്മ്യൂണിസ്റ്റ്കാരോട് പറയുമ്പോഴും ഉണ്ടാകു ന്ന രോഷം എന്ന് ഹിച്ചൻസ് കൂട്ടിച്ചേർക്കുന്നു. ഇതുകൊണ്ടായിരിക്കാം ഞാൻ ധിക്കാരിയാണെന്ന് ചിലർ പറയുന്നതെന്ന് ഡെന്നറ്റിന്റെ കമന്റ്

വിശ്വാസിയുടെ വഴി

മതത്തിന് ചില പ്രതിരോധശേഷികൾ ഉണ്ട്. അത് സാമാന്യാതീ തമായും കുറ്റകരമാണ്. പുരികമൊക്കെ ഉയർത്തി പ്രത്യേക മുഖഭാവ ത്തോടെ ആത്മീയം, അതീന്ദ്രിയം എന്നൊക്കെപ്പറഞ്ഞാൽ എന്തോവ ലിയ സംഭവമാണെന്നു ധരിക്കും. ഇതു തന്നെയാണ് അന്ധവിശ്വാസ പ്രശ്നവും. അതീന്ദ്രിയ ധ്യാനമെന്ന പേരിൽ ഗുഹയിലിരുന്നു നടത്തുന്ന തും വ്യാജമാണ്. സിദ്ധികളുടെ അഭിനയവും അത്യുക്തിയാണ്. ഇതു മത ങ്ങളിൽ മാത്രമല്ല രാഷ്ട്രീയത്തിലും പ്രകടമാണ്.

ശാസ്ത്രം ഇപ്രകാരം ശത്രുതാപരമല്ല. അറിയില്ലാത്തത് അങ്ങനെ തന്നെ പറയും. ഓരോരുത്തരുടെയും ശാസ്ത്രശാഖയ്ക്ക് അപ്പുറമായ കാര്യ ങ്ങളിൽ മറ്റുള്ളവരോട് ചോദിക്കാനും മടിയില്ല. പക്ഷേ മതനേതാക്കൾ പറഞ്ഞത് ആവർത്തിച്ചുകൊണ്ടിരിക്കും. ഒരു ദൈവമേയുള്ളൂ, മറിയം കന്യകയാണ് തുടങ്ങിയ തെളിവില്ലാത്ത കാര്യങ്ങൾ പറഞ്ഞുകൊണ്ടി രിക്കും. പക്ഷേ ശാസ്ത്രജ്ഞർ എപ്പോഴും ചോദ്യങ്ങൾ ഉന്നയിച്ചുകൊണ്ടി രിക്കും. തെറ്റാണെങ്കിൽ അതു തിരുത്താനും തയ്യാറാകും . എന്നാൽ മത വിശ്വാസികളെ തോൽപിക്കാൻ വിഷമമാണ്. തെറ്റാണെന്ന് ബോദ്ധ്യ പ്പെട്ടാലും, ദൈവമേ ഞാൻ വിശ്വസിക്കുന്നു എന്നു വെപ്രാളപ്പെട്ടുകൊ ണ്ടിരിക്കും. തന്റെ വിശ്വാസത്തിന് ഏറ്റ വെല്ലുവിളികൊണ്ടാണ് താൻ

കത്തോലിക്കനായതെന്ന് ഗ്രഹാം ഗ്രീൻ പറഞ്ഞു. പലർക്കും രണ്ടുതരം പുസ്തകങ്ങളാണുള്ളത്. എത്ര കടുത്തവിശ്വാസിയായാലും ഡോക്ടറുടെ അടുത്തു ചെല്ലുമ്പോഴോ അവർ വിശ്വാസത്തെക്കുറിച്ച് സംശയിക്കാതെ നേരു പറയുന്നു.

സംശയിക്കുകയും ചോദിക്കുകയും ചെയ്യുന്നത് ചിന്തയുടെ ശരിയായ വഴിയാണ്. തെറ്റായ കാര്യങ്ങളെ അതിലൂടെ പുറത്തുകൊണ്ടുവരാനാകും. ട്രിക്കുകൾ കൊണ്ട് എന്തും തെറ്റായി ധരിപ്പിക്കാൻ കഴിയും അത്ഭുതപ്രവൃത്തികൾ പറഞ്ഞു വിശ്വസിപ്പിക്കാം, അവകാശവാദങ്ങളും ഉന്നയിക്കാം. പക്ഷേ ഐൻസ്റ്റീന്റെ പ്രപഞ്ച വീക്ഷണത്തിൽ അത് സാധ്യമല്ല. എല്ലാ വിശ്വാസികളും മറ്റു വിശ്വാസികളെ വശീകരിക്കാൻ വിശ്വാസതന്ത്രങ്ങൾ പ്രയോഗിക്കുന്നു. പക്ഷേ ഒരു ക്രിസ്ത്യാനി ഖുറാനിൽ വിശ്വസിക്കുകയോ വിശുദ്ധമാണെന്നോ പറയില്ല. ബുദ്ധ, ജൈന, മുസ്ലീം പ്രാർത്ഥനകൾ കൊണ്ട് പ്രയോജനമില്ലെന്ന് ഒരു ക്രിസ്ത്യാനി വിശ്വസിക്കുന്നു.

ശാസ്ത്രലേബൽ

മതം ലോകത്തിനു നന്മ ചെയ്യുന്നുണ്ടെന്നും, നല്ല മതവ്യക്തിത്വങ്ങളുണ്ടെന്നും ഒരു വാദമുണ്ട് (ഹമാസ് ഗാസയിൽ സേവനം നടത്തുന്നുണ്ടെന്നുതന്നെ പറയുന്നവരുണ്ട്!) മറ്റു ചില ഉദാരവാദികൾ പറയും, തങ്ങൾ ഉല്പത്തിയിൽ അതേപടി വിശ്വസിക്കുന്നില്ല, പക്ഷേ ആദം ജീവിച്ചിരുന്നു എന്നൊക്കെ, കേട്ടാൽ തോന്നുക ഇത്തരം വാദങ്ങൾ അവതരിപ്പിക്കാൻ അവർക്കു ലൈസൻസ് ഉണ്ടെന്നാണ്. മറ്റുള്ളവരെ വിശ്വസിപ്പിക്കാനുള്ള ചില രീതികളാണ് ഇതൊക്കെ. ഒരു ചോദ്യത്തിനും മതിയായ മറുപടി മതത്തിനില്ല. അവർ ഉന്നയിക്കുന്നത് സ്വയം ഉൽപാദിപ്പിച്ച വിജ്ഞാനമാണ്.

സൃഷ്ടിവാദം ശരിയാണെന്നു പറഞ്ഞു ഫലിപ്പിക്കുന്ന പ്രൊഫഷണലുകൾ ഉണ്ട്. പാസ്റ്റർ പറഞ്ഞാൽ വിശ്വാസികൾക്കു മറുചോദ്യമില്ല. എന്നാൽ പാസ്റ്റർക്ക് എവിടുന്നു കിട്ടി ഈ അറിവ് എന്നു ചോദിച്ചാൽ അതിനു മറുപടിയില്ല. ബിഷപ്പ് പറയുന്നത് വിശ്വസിക്കുന്നവനെ കുറ്റപ്പെടുത്താനാവില്ല. അവർ സംഘടിതമായ വിശ്വാസ പ്രചാരകരാണ്. ശാസ്ത്രമെന്ന് പറയുന്നത് വണ്ടിച്ചെക്കാണെന്നു പറയുന്നവരാണ് അവർ. കോസ്മോളജിക്കൽ കോൺസ്റ്റന്റിനെക്കുറിച്ചൊക്കെ ചോദിക്കുന്നതു കേട്ടാൽ ഇവർശാസ്ത്രജ്ഞാനികളാണെന്നു ധരിച്ചുപോകും.

ഡോക്കിൻസ് ഒരു അനുഭവം പറയുന്നു. ഒരു പൊതുയോഗത്തിൽ വെച്ച് ഒരാൾ ചോദിച്ചു. ക്വാണ്ടം തിയറിയുടെ നിശ്ചലാവസ്ഥ ത്രിത്വത്തിന്റെ നിഗൂഢതപോലെയല്ല എന്ന്. ക്വാണ്ടം തിയറി യഥാർത്ഥത്തിൽ

നോം ചോസ്കി

എന്താണെന്ന് അയാൾക്കറിയില്ല. പ്രവചനം നടത്താനുള്ള സിദ്ധാന്തമല്ല ക്വാണ്ടം തിയറി എന്ന് പറയേണ്ടിവന്നു. 'നിഗൂഢത' എന്ന പദം ദാർശനികമായി ശരിയല്ല. കാരണം തെളിയിക്കാനാവാത്തതൊന്നുമില്ല. നോം ചോസ്കി പറഞ്ഞത് ചോദ്യങ്ങൾ രണ്ടുവിധമെന്നാണ്. വിഷയങ്ങളും നിഗൂഢതകളും. വിഷയങ്ങൾ പരിഹാര്യമാണ്. ദുരൂഹതകൾ അങ്ങനെയല്ല. പക്ഷേ ശാസ്ത്രത്തിൽ ദുരൂഹതകളില്ല. പ്രശ്നങ്ങളുണ്ട് ആഴമേറിയവ, അറിയാൻ വയ്യാത്തവയും ഒരിക്കലും അറിയാത്തതുമുണ്ട്. അതിന്റെ അറിവിലേക്കാണ് ശാസ്ത്രം മുന്നേറുന്നത്.

വിജ്ഞാന വിരോധചിന്ത (obscurantism) യുടെ കാര്യവും ഏതാണ്ട് ഇതുപോലെയാണ്. കുഴയ്ക്കുന്ന കാര്യങ്ങൾ, അഥവാ സ്പഷ്ടമല്ലാത്തവ അവർ ഉന്നയിക്കുന്നു. (ജോത്സ്യം ഇതിനുദ്ദാഹരണമാണ്. ശാസ്ത്രലേഖലിൽ അവതരിപ്പിക്കുന്ന പ്രതിഭാസങ്ങളാണ് അവ - ലേഖകൻ) ബുദ്ധിമാന്മാർക്കും മണ്ടത്തരം പറ്റും. പക്ഷേ അജ്ഞേയ കാര്യങ്ങൾ ഒരു മതക്കാരനും വിശദീകരിക്കാനോ തെളിയിക്കാനോ കഴിയില്ല. വെറുതെ വാചകമടിച്ചു കൊണ്ടിരിക്കാമെന്നു മാത്രം.

ഭയത്തിൽ നിന്നുള്ള വിശ്വാസം

സർവ്വശക്തനെപ്പറ്റി വിശുദ്ധ ഗ്രന്ഥങ്ങൾ പറയുന്നു. പക്ഷേ ഈ സർവ്വശക്തിക്കുള്ള എന്തു തെളിവുകളാണ് ഈ കൃതികളിൽ ഉള്ളത്? വൈദ്യുതിയെന്നോ, ഡി.എൻ.എ യെന്നോ ഒക്കെ ബൈബിളിൽ ഉണ്ടായിരുന്നെങ്കിൽ എന്തെങ്കിലുമൊന്നു പറയാമായിരുന്നു. ഇതൊന്നുമറിയാത്ത എന്തു സർവ്വശക്തിയാണ് മതഗ്രന്ഥങ്ങളിലുള്ളത്.

വെളിച്ചമുണ്ടാകട്ടെയെന്നു പറഞ്ഞു, ഉണ്ടായി. പിന്നെയാണ് സൂര്യനുണ്ടാകുന്നത്. അതെങ്ങനെയാണെന്നു പറഞ്ഞിട്ടുപോരേ ബിഗ്ബാങ്ങിനെയൊക്കെ ചോദ്യം ചെയ്യാൻ. പരിണാമത്തിൽ വിശ്വസിക്കുന്നില്ല എന്ന് ഒരു ജീവശാസ്ത്രജ്ഞൻ പറഞ്ഞാൽ എന്താണ് മറുപടി പറയുക. അയാളുടെ യുക്തിചിന്ത എങ്ങനെ സ്വീകരിക്കും? യുക്തിയും വിശ്വാസവും എങ്ങനെയാണു പൊരുത്തപ്പെട്ടു പോവുക?

വിശ്വാസമെന്നത് ഉന്മൂലനത്തെപ്പറ്റിയുള്ള ഭയമാണ്. പ്രകൃത്യാതീത പ്രഹേളികയാണ്. അന്യമതവിശ്വാസികളോടുള്ള അസഹിഷ്ണുതയുമാണ്. ജിഹാദികളെ വേരോടെ പിഴുതുകളഞ്ഞാലേ തങ്ങൾക്കു രക്ഷയുള്ളെന്ന് ക്രിസ്ത്യാനി കരുതുന്നു. അങ്ങനെ ഒരുതരം ശുദ്ധീകരണ വാദമാ

ണ് ഓരോ വിശ്വാസിയുടെയും. സന്ദേഹവാദികളായിരിക്കുന്നവർ. തെളിവുകൾ പരിശോധിക്കുക. പിന്നെ സംശയമുണ്ടാകില്ല.

ശാസ്ത്രത്തിൽ ചർച്ച ചെയ്യാത്ത ഒന്നിനെയും അംഗീകരിക്കാനാവില്ല. പക്ഷേ ഒരാൾ ഭാര്യയെ സ്നേഹിക്കുന്നു എന്നത് തെളിയിക്കാനാവുന്നതല്ല. നാസ്തികത അടച്ചിട്ടുള്ള വാദമല്ല. തെളിവിന്റെ അടിസ്ഥാനത്തിനുള്ള സത്യമാണ്. പ്രണയത്തെക്കുറിച്ചുള്ള ചർച്ച പോലെയല്ല ഇത്. പ്രണയം അനുഭവിച്ചറിയുന്നതാണ്. എന്നാൽ അതുപോലെയല്ല 'വിശുദ്ധി'യെപ്പറ്റിയുള്ള സംവാദം അതേ പോലെ മതസംവാദം നടക്കില്ല.

പ്രണയവും കരുണയുമൊക്കെ കലാചർച്ചപോലെയല്ല. കലയിൽ ഇതൊക്കെ ആവിഷ്ക്കരിക്കാം. പക്ഷേ ലഘൂകരിക്കാനാവില്ല. മ്യൂസിയത്തിൽ പോയി കരുണ കാണാനാവില്ല. മതവാദികൾ പറയുന്നതുപോലെ കരുണയും സ്നേഹവുമൊന്നും ദൈവവുമായി ബന്ധപ്പെട്ടതൊന്നുമല്ല. 'ഗള്ളിവറുടെ യാത്രകൾ' വായിച്ചിട്ട് വിശ്വസിക്കാനാവില്ലെന്നു ഒരു ബിഷപ്പ് പറഞ്ഞു. ബൈബിൾ വിശ്വസിക്കാൻ അദ്ദേഹത്തിന് യാതൊരു വിഷമവുമില്ല. ഇതാണ് വിശ്വാസം.

***

മതവിശ്വാസത്തിന്റെ കാര്യത്തിൽ സമാനകാഴ്ചപ്പാടു പുലർത്തുന്നവരാണ് നാൽവർ സംഘമെങ്കിലും നൈതികത, ശാസ്ത്രം, തത്വശാസ്ത്രം എന്നീ വിഷയങ്ങളിൽ സൂക്ഷ്മതലങ്ങളിൽ വ്യത്യസ്തത പുലർത്തുന്നുണ്ട്. ആധുനിക നാസ്തികതയുടെ ശരിയായ മുഖവും അതുതന്നെയാണ്. മതത്തിനെതിരായ യുദ്ധത്തിൽ വിജയം സാദ്ധ്യമാണോ, മനുഷ്യനറിയാൻ കഴിയാത്ത സമസ്യകളുണ്ടോ, വിശ്വാസത്തിന് അന്ത്യമുണ്ടാകുമോ? തുടങ്ങിയ വിഷയങ്ങളാണ് അവർ ചർച്ചചെയ്യുന്നത്.

ദൈവവിശ്വാസം കൊണ്ടാണ് ചിലർ നന്മ ചെയ്യുന്നത് എന്ന വാദം അസത്യമാണ്. ശരിയെന്ന തോന്നലിലും ന്യായബോധത്തിലുമാണ് നന്മ ചെയ്യുന്നത്. അതുപോലെ കല, സാഹിത്യം, കായിക വിനോദം, തത്വചിന്ത തുടങ്ങിയ സർഗാത്മക മേഖലകൾ ദൈവവുമായി ബന്ധപ്പെട്ടതല്ല. അതിൽ നിന്നാണ് പൊതു സമൂഹത്തിൽ നന്മയും പ്രതീക്ഷയും സമാധാനവുമുണ്ടാകുന്നതെന്ന് ചർച്ച സമാഹരിക്കുന്നു. അജ്ഞതയുടെയും കാപട്യങ്ങളുടെയും അടിസ്ഥാനത്തിലുള്ള അന്ധതയുടെ ഇരുളിൽ നിന്നും ശാസ്ത്രത്തിന്റെ വെള്ളിവെളിച്ചത്തിലേക്കാണ് മനുഷ്യരാശി മുന്നേറേണ്ടതെന്നതിൽ നാലുപേർക്കും യോജിപ്പാണ്.

അഞ്ച്

വിശ്വാസത്തിന്റെ പരിസമാപ്തി

സാംഹാരിസിന്റെ യുക്തിചിന്താ വിപ്ലവം

വിശ്വാസം എതിർക്കപ്പെടേണ്ടിവരുന്നതിന്റെ ഒരു പ്രധാനകാരണം അതു വ്യക്തിസ്വാതന്ത്ര്യത്തെ തടയുന്ന എന്നതാണ്

നവയുഗത്തിന്റെ നാല് അശ്വാരൂഢരിൽ ഒരാളായ സാമുവൽ ബഞ്ചമിൻ ഹാരിസ് അമേരിക്കൻ തത്വചിന്തകനും ന്യൂറോ സയന്റിസ്റ്റുമാണ്. യുക്തിചിന്ത, മതം, നീതിശാസ്ത്രം, ന്യൂറോ സയൻസ്, ആർട്ടിഫിഷ്യൽ ഇന്റലിജൻസ് തുടങ്ങി വിവിധ മേഖലകളിൽ ഖ്യാതി നേടിയിട്ടുള്ള സ്വതന്ത്രചിന്തകനാണ്. അദ്ദേഹത്തിന്റെ പ്രഥമ കൃതിയായ The End of faith (2004) ന്യൂയോർക്ക് ബസ്റ്റ് സെല്ലറും PEN/Martha Albrand അവാർഡ് നേടിയതുമാണ്. Letter to a Christian Nation, The Moral Landscape, Free Will, Waking up:A guide to Spirituality without Religion എന്നിവയാണ് മറ്റ കൃതികൾ. ബർട്രാന്റ് റസ്സൽ, ഡാനിയൽ ഡെന്നറ്റ്, ഡഗ്ലസ് ഹാർഡിങ്, ബുദ്ധൻ തുടങ്ങിയവരാണ് അദ്ദേഹത്തെ സ്വാധീനിച്ച പ്രതിഭകൾ.

എല്ലാ ഡോഗ്മാറ്റിക് വിശ്വാസങ്ങളെയും സാംഹാരിസ് ചോദ്യം ചെയ്യുന്നു. അറിയാൻ മേലാത്തതിനെപ്പറ്റി മേനിനടിക്കുന്നത് ശാസ്ത്രത്തെ അവഹേളിക്കുന്ന പണിയാണ്. എല്ലാമതങ്ങളെയും വിമർശന വിധേയമാക്കുമ്പോഴും, ഇസ്ലാമിക സിദ്ധാന്തങ്ങൾ അത്യന്തം ആപൽക്കരമാണെന്നു പ്രസ്താവിക്കുന്നു. മജീദ് നവാസിനൊപ്പം രചിച്ച Islam and Future of Tolerance എന്ന കൃതി കൂടി പ്രസിദ്ധീകരിക്കപ്പെട്ടപ്പോൾ 'ഇസ്ലാമോ ഫോബിയ' പട്ടം അദ്ദേഹത്തിനു ലഭിച്ചു.

വിശ്വാസവും മസ്തിഷ്കവും

The End of faith: Religion, Terror and the future of Reason എന്ന പഠനം മതങ്ങളെ ദാർശനികമായും വിശ്വാസത്തെ ശാ

സാം ഹാരിസ്

സ്ത്രീയമായും വിശകലനം ചെയ്യുന്നു. വിശ്വാസമെന്നതു വൈകാരികമാണെങ്കിൽ അത് തോക്കിന്റെ കാഞ്ചിപോലെയാണ്. യഥാർത്ഥത്തിൽ അത് ലോകത്തെക്കുറിച്ചുള്ള കാഴ്ചപ്പാടാണ്. സ്വഭാവത്തിൽ സ്വേച്ഛാപരമായാൽ മറ്റുള്ളവർക്കു മേലുള്ള വൈകാരികാധിപത്യമായി അതു മാറും. കാരണം പല വിശ്വാസങ്ങളും പരസ്പരം കൊല്ലാൻ പ്രേരിപ്പിക്കുന്നതാണ്. വ്യക്തിയുടെ ഭാവി രൂപീകരണത്തിൽ സ്വാധീനമുള്ളവയാണ് ദൈവം, പാപം, സ്വർഗം തുടങ്ങിയ വിശ്വാസങ്ങൾ. സ്രഷ്ടാവ് ഓരോ പുസ്തകമെഴുതി ഓരോ മതക്കാരെയും ഏല്പിച്ചിരിക്കുന്നു. ഓരോരുത്തരോടും ഓരോ ആജ്ഞകളാണ്. അവയെല്ലാം അപ്രമാദിത്വമുള്ളവയും.

യുക്തിബോധത്തിന്റെ പ്രതീക്ഷകൾക്കും അപ്പുറമാണ് മതവിശ്വാസം. ഏറെ വികസിച്ച സാങ്കേതിക വിദ്യ മതത്തിനു സങ്കല്പിക്കാനാവാത്ത പുതിയലോകത്തെയും ധാർമ്മികതയെയും സൃഷ്ടിച്ചിരിക്കുന്നു. മതം സമാധാനമാണെന്ന് ഒരു കൂട്ടർ പറയുമ്പോൾ അതേമതം കൊണ്ട് മറ്റൊരു കൂട്ടർ രാജ്യം തകർക്കുന്നു.. മതത്തിൽ നിന്ന് എന്തു നന്മയാണു ലഭിക്കുന്നതെന്നു വ്യക്തമല്ല. എന്നാൽ മതഭീകരത ഒരു യാഥാർത്ഥ്യമാണ്. എച്ച്.ജി.വെൽസ്, ആൽബർട്ട് ഐൻസ്റ്റൈൻ, കാൾയുങ്, മാക്സ് പ്ലാങ്ക്, ഫ്രീമാൻ ഡൈസൺ തുടങ്ങിയവർ പറയുന്നത് യുക്തിയും വിശ്വാസവും തമ്മിലുള്ള യുദ്ധം പണ്ടേ അവസാനിച്ചുവെന്നാണ്.

മസ്തിഷ്ക പ്രവർത്തനത്തെക്കുറിച്ചു പഠിക്കുന്നവർക്ക് അറിയാം പ്രവൃത്തിയും ബോധവും തമ്മിലുള്ള ബന്ധം. ഒരാൾ മറ്റൊരാളെക്കാളും സന്തുഷ്ടനാകുന്നതും, വെറുപ്പിനേക്കാൾ സ്നേഹം ഇഷ്ടപ്പെടുന്നതും, ആളുകളോടു നന്നായി പെരുമാറുന്നതുമൊന്നും മതവിശ്വാസംകൊണ്ടല്ല, മസ്തിഷ്ക പ്രവർത്തനത്തിന്റെ സവിശേഷതകൊണ്ടാണ്. മതസിദ്ധാന്തങ്ങൾ (മതമൗലികവാദം) ശീലിക്കാത്ത ഒരാൾ, അഥവാ മതനിരക്ഷരനായ ഒരാൾ മിതവാദിയായ സെക്കുലറിസ്റ്റായിരിക്കും.

പതിനാലാം നൂറ്റാണ്ടിലെ ഒരു ക്രിസ്ത്യാനിയെ ഇപ്പോൾ പുനർജീവിപ്പിക്കുന്നു എന്നു കരുതുക. ഭൂമിശാസ്ത്രം, ജ്യോതിശാസ്ത്രം, വൈദ്യശാസ്ത്രം എന്നിവയെക്കുറിച്ച് ഒരു ശിശുവിന്റെ അറിവുപോലും അയാൾക്കുണ്ടാവില്ല. എന്നാൽ മതത്തെപ്പറ്റി ഇപ്പോൾപറയുന്ന കാര്യങ്ങൾ അയാൾ കൃത്യമായി വിശദീകരിക്കും. അത്രമാത്രം കാലഹരണപ്പെട്ടതാണ് മതവിശ്വാസം, അയാളുടെ തലച്ചോറിന്റെ പ്രവർത്തനം 14-ാം നൂറ്റാണ്ടിലേതാണ്.

ഭയപ്പെടുത്തുന്ന മതം

എന്തു പുരോഗമന ആശയമാണ് മതത്തിലുള്ളത്? സമകാലികാവസ്ഥയെപ്പറ്റി അതിലെന്തുണ്ട്? ലോകത്തെക്കുറിച്ചുള്ള എല്ലാ അറിവുകളും ഒരു ദിനം അപ്രത്യക്ഷമാകുന്നുവെന്നു കരുതുക.പുസ്തകങ്ങളും കമ്പ്യൂട്ടറുകളുമെല്ലാം അപ്രത്യക്ഷമാകുന്നു. പിന്നെ അവശേഷിക്കുന്നത് മർഡൂക്ക്,യഹോവ, ശിവൻ, പാപം, സൃഷ്ടി തുടങ്ങിയ 'വിജ്ഞാനം' മാത്രമാണ്. അതായത് എത്ര നൂറ്റാണ്ടു കഴിഞ്ഞാലും മതത്തിന് സമകാലികമാകാൻ കഴിയില്ല. പഴയ വാശത്ത ഭൂമി കഥകൾ മാത്രമാണ് അവയ്ക്കു പറയാനുള്ളത്. മദ്ധ്യകാലത്തെക്കുറിച്ചു പോയിട്ട് ഭൂമിയുടെ മദ്ധ്യഭാഗത്തെപ്പറ്റിപോലും മതത്തിന് വിവരമുണ്ടാകില്ല (ഒരു മൊട്ടുസൂചിപോലും മതം കണ്ടുപിടിച്ചിട്ടില്ല).

ഏറ്റവും ഒടുവിലുണ്ടായ മതമെന്ന നിലയിൽ ഇസ്ലാമിൽ പോലും അന്യരെ കൊല്ലാനാണു പറയുന്നത്. സ്വർഗത്തിലെത്താനുള്ള എളുപ്പ വഴി അതാണ്. ലോകത്തിലെ പുതിയ വിഷയങ്ങളോ വിജ്ഞാനമോ അവർക്കു പ്രശ്നമില്ല. ഖുറാനും ഹദീസുകളുമാണ് ആദ്യവാക്കും അവസാനവാക്കും. മതത്തിൽ തന്നെയുള്ള ദരിദ്രരുടെ പ്രശ്നങ്ങൾ പോലും അവർക്കു വിഷയമല്ല. ഒസാമബിൻ ലാദൻ തന്റെ ജനങ്ങൾക്കിടയിലെ തുല്യവിതരണത്തെപ്പറ്റിയല്ല പറഞ്ഞത്. സെമിറ്റിക് വിരുദ്ധത, പലസ്തീൻ, ജൂതവിരോധം തുടങ്ങിയവയായിരുന്നു പ്രശ്നങ്ങൾ

മരണാനന്തരമെന്ത് എന്ന വിശ്വാസാധിഷ്ഠിത മതബോധം സാധാരണക്കാരനെ ബാധിക്കുന്നുണ്ടാകാം. വേണ്ടപ്പെട്ടവർ മരിച്ചാൽ സ്വർഗ്ഗത്തിൽ വെച്ചു കാണാമല്ലോ എന്നു ആശ്വസിക്കുന്നവരുണ്ടാകാം. യുക്തി ആന്റി സെപ്റ്റിക്പോലെ ഒരു പരിഹാരവിഷയമല്ല. ജീവിത ദുരന്തങ്ങൾ, രോഗം, മരണം ഒക്കെ അസഹനീയമാകുമ്പോൾ വിശ്വാസമാണ് പരിഹാരമെന്നു പറയാം. എന്നാൽ സ്നേഹം, കരുണ, ദയ തുടങ്ങിയവയ്ക്ക് മതവുമായി യാതൊരു ബന്ധവുമില്ല. അതു മനുഷ്യ സഹജമാണ്. ആത്മീയത പലപ്പോഴും അതിനു തടസ്സമാണ്. നവചിന്തകൾ വെച്ച് വിശ്വാസത്തെ പരിഷ്ക്കരിക്കാൻ തയ്യാറായാൽ യുക്തിബോധമുള്ളവർ പൊരുത്തപ്പെടും. വിശ്വാസികൾ പ്രാമാണികവാശിയിൽ (dogma) പിടിച്ചു നില്ക്കും.

സത്യവും മിഥ്യയും

ഏകപക്ഷീയ പ്രതിഭാസങ്ങളുടെ സമാഹാരമാണ് വിശ്വാസം. അത് ചില ധാരണകൾ മാത്രമാണ്. പലതിന്റെയും പ്രചോദനങ്ങളുമാണ്. വിശ്വസിക്കുന്നത് യാതൊരു തെളിവിന്റെയും അടിസ്ഥാനത്തിലല്ല. അതു

കൊണ്ടു തന്നെ വിശ്വാസസ്വാതന്ത്ര്യം Freedom of belief ഇല്ല. ശാസ്ത്രീയമായി വിശദീകരിച്ചാൽ അറിവ് എന്നത് ഓർമ്മ, അനുഭവം തുടങ്ങിയ മസ്തിഷ്ക പ്രവർത്തനമാണ്. അതിനെ അനായാസം വിശദീകരിക്കാനാവും. പൂജ്യത്തെ ഗണിതശാസ്ത്രത്തിന് വ്യാഖ്യാനിക്കാനാവും. അതുപോലെ നിയതമായ ഒരു ധാരണ ദൈവത്തെ സംബന്ധിച്ചുണ്ടാകില്ല. ലോകത്തിൽ ഇതുവരെ ആർജ്ജിച്ചിട്ടുള്ള അറിവ് ഭൗതികമാണ്. പരിശോധിച്ചു നോക്കി അതു സ്വീകരിക്കുമ്പോൾ യുക്തിയിലെത്തുന്നു.

അർത്ഥവ്യാപ്തിയും ജ്ഞാനയുക്തതയുമായി ബന്ധപ്പെട്ടതാണ് യഥാർത്ഥജ്ഞാനം. അമ്മയെന്നു പറഞ്ഞാൽ അതുജൈവികമായ മാതാവെന്നാണ് അർത്ഥം, രണ്ടാനമ്മയെന്നോ പോറ്റമ്മയെന്നോ അല്ല. നിയന്ത്രിത പെരുമാറ്റങ്ങൾ സമ്മർദ്ദമുണ്ടാക്കുന്നതുപോലെയാണ് മതവിശ്വാസവും. അതേ സമയം മനഃശാസ്ത്രപരമായ യോജിപ്പ് എതിർ ചിന്തകളെ ഒഴിവാക്കുന്നു. ഒപ്പം വ്യക്തിപരമായ തിരിച്ചറിവ് പലതിന്റെയും സ്ഥിരീകരണവുമാകും.

അഭ്യൂഹനിയമപ്രകാരം പഴയതിൽ നിന്ന് പുതിയവിശ്വാസങ്ങളിലേക്ക് എത്താനാകും. എന്നാൽ വിശ്വാസങ്ങളെ എത്രമാത്രം ശരിയെന്ന് താർക്കിക വൈരുദ്ധ്യങ്ങളുടെ അടിസ്ഥാനത്തിൽ തലച്ചോറ് പരിശോധിക്കുന്നുണ്ട് എന്നു കൂടി അറിയണം. ന്യൂറോൺസിൽ പതിഞ്ഞിരിക്കുന്നതാണ് ഓർമ്മ. അതു കണ്ണാടി പ്രതിബിംബം പോലെയാണ്. വാക്കുകൾ യോജിച്ചാലെ അർത്ഥമുണ്ടാകൂ. 'അതും' (and) കൂടി ചേർത്തു പറയുമ്പോഴേ പൂർണ്ണശരിയുണ്ടാകൂ.

ഒരു സിദ്ധാന്തം ശരിയാകണമെങ്കിൽ പ്രാമാണികതയുണ്ടാകണം. ഉള്ളടക്കത്തിൽ ആധികാരികതവേണം. ന്യായവാസ്തവങ്ങളിൽ നിന്നു സ്പഷ്ടം ചെയ്തതാവണം. ഇതൊന്നുമില്ലാത്തത് തെറ്റോ പ്രഹസനമോ ആകും.

വിശ്വാസവും തെളിവും

മനസ്സുമാറാൻ തക്കതായ കാരണം വേണം. വിശ്വസിക്കപ്പെടണമെങ്കിൽ 'എന്തെന്നാൽ' (because) എന്ന വിശദീകരണം വേണം. അതായത് തെളിവോ അനുഭവമോ ഒത്തുപോകണം. ദൈവത്തിൽ വിശ്വസിക്കുന്നു, എന്തെന്നാൽഅത് എനിക്ക് സുഖം തരുന്നു എന്നു വിശ്വസിക്കുന്നതുപോലെയല്ല, എന്റെ പറമ്പിൽ സ്വർണ്ണ ഖനിയുണ്ടെന്നു പറയുന്നത്. പക്ഷേ 'സുഖം തരുന്നു' എന്ന വിശ്വാസത്തിന്റെ പേരിൽ കൊല്ലാനും മരിക്കാനും വിശ്വാസി തയ്യാറാകും. ചുരുക്കത്തിൽ 'തീരെ തെളിവില്ലാത്ത കാര്യങ്ങളെപ്പറ്റിയുള്ള ജ്ഞാന പ്രവൃത്തി'യാണ് വിശ്വാസം എന്നു

നിർവ്വചിക്കാം. പക്ഷേ രോഗം വരുമ്പോഴോ ആപത്തു സംഭവിക്കുമ്പോഴോ ഈ വിശ്വാസം മാറ്റിവെക്കാൻ തയ്യാറാകുന്നു എന്നതാണ് സത്യം.

വിശ്വാസം ശരിയാകണമെങ്കിൽ തെളിവ് അത്യാവശ്യമാണ്. അല്ലാത്ത വിശ്വാസങ്ങൾ മതവിഭ്രമത്തിന്റെ ഉല്പന്നങ്ങൾ മാത്രമാണ്. അവയെ വിശുദ്ധം (Holy) എന്നു വിശ്വസിക്കുകയാണ്. ഓസ്തിയും വീഞ്ഞും ക്രിസ്തുവിന്റെ ശരീരവും രക്തവുമാണെന്നത്, അതല്ലെന്ന് അറിഞ്ഞുകൊണ്ടുതന്നെയുള്ള വെറും വിശ്വാസമാണ്.

പല വിശ്വാസങ്ങളും അറിവുകളും മറ്റുള്ളവർ പറഞ്ഞുതരുന്നതാണ്. ഉയരത്തിൽ നിന്നു വീണാൽ അപകടം ഉണ്ടാകും, തീയിൽ തൊട്ടാൽ പൊള്ളും എന്നതൊന്നും അനുഭവിച്ച് അറിയണമെന്നില്ല. ടി.വി അവതാരകൻ വായിക്കുന്നതെല്ലാം ശരിയായിരിക്കണമെന്നില്ല. പരീക്ഷണ നിരീക്ഷണങ്ങൾ നടത്തിയേ അവ സ്വീകാര്യമാവുകയുള്ളു. പോപ്പ് പറയുന്നതുകൊണ്ട് ഒന്നും വിശ്വാസമാകുന്നില്ല. അതു തെറ്റാവരമെന്ന ഒരു പ്രശ്നം മാത്രമാണ്.

കമ്മ്യൂണിസവും ഇതുപോലൊരു രാഷ്ട്രീയ മതമാണെന്ന് സാം ഹാരിസ് പ്രസ്താവിക്കുന്നു. അടിച്ചമർത്തലും ഭീകരതയും മതങ്ങളെപ്പോലെ തന്നെ കമ്മ്യൂണിസ്റ്റ് ഏകാധിപതികളും നടത്തിയിട്ടുണ്ട്. ദാരിദ്ര്യം പരിഹരിക്കാൻ ശാസ്ത്രത്തെ ആശ്രയിക്കാൻ പോലും അവർ തയ്യാറായിരുന്നില്ല.

ദൈവനാമത്തിൽ

മദ്ധ്യകാല സഭ കരുതിയിരുന്നത് 'നന്മബുക്ക്' കൊണ്ട് എല്ലാ മനുഷ്യവിരുദ്ധതകളും പരിഹരിക്കാമെന്നായിരുന്നു. എന്നാൽ ബൈബിൾ വായനതന്നെ മരണത്തിനു കാരണമായിരുന്നു. ബൈബിൾ കൈവശം വെക്കുന്നതു തന്നെ കുറ്റകരമായിരുന്നു. 16 -ാം നൂറ്റാണ്ടു വരെ വേദപുസ്തകം സാധാരണക്കാരന് പ്രാപ്തമായിരുന്നില്ല.

പുരോഹിത അപ്രമാദിത്വത്തെ പഴയനിയമം ന്യായീകരിക്കുന്നു. 'നിന്റെ ദൈവമായ കർത്താവിന്റെ സന്നിധിയിൽ ശുശ്രൂഷ ചെയ്യുന്ന പുരോഹിതനെയോ അനുസരിക്കാതെ അഹംഭാവത്തോടെ പ്രവർത്തിക്കുന്ന മനുഷ്യൻ മരിക്കണം. അങ്ങനെ ആ തിന്മ ഇസ്രായേലിൽ നിന്നു നീക്കിക്കളയണം (ആവർത്തനം 17:12-13) മതനിന്ദകനെ ഇല്ലാതാക്കുക മാത്രമല്ല അവന്റെ സ്വത്തു തകർക്കുകയും വേണം. 'എന്നിൽ വിശ്വസിക്കാത്തവൻ മുറിച്ചു നീക്കപ്പെട്ട ചില്ലപോലെ പുറന്തള്ളപ്പെട്ട് ഉണങ്ങിപ്പോകും. ആ ചില്ലകൾ ഒന്നിച്ചു കൂട്ടി തീയിലിട്ടു ദഹിപ്പിക്കും' (യോഹന്നാൻ 15:16)

കഥാറിസത്തെ ഇല്ലാതാക്കാൻ 1184 ൽ പോപ്പ് ലൂയിസ് മൂന്നാമന്റെ കാലത്തു തുടങ്ങിയതാണ് ഭീകരമായ ഇൻക്വസിഷൻ. അവർ മാനിക്കേയ മതവിശ്വാസികളായിരുന്നു. ലോകം സാത്താനാൽ നിർമ്മിതമായതിനാൽ അതെല്ലാം വെടിഞ്ഞ് തികഞ്ഞ ആത്മീയ ജീവിതമായിരുന്നു കഥാറുകളുടേത്. എന്നാൽ ആ വംശത്തെ തന്നെ പോപ്പ് ഉന്മൂലനം ചെയ്യുകയാണുണ്ടായത്.

ഇന്നസെന്റ് മൂന്നാമൻ മാർപ്പാപ്പ 1199 ൽ ഇറക്കിയ ഇടയലേഖനം അവിശ്വാസികളുടെ സ്വത്തു കണ്ടുകെട്ടുക എന്നായിരുന്നു. അതിൻ പ്രകാരം സഭയും അതിന്റെ അധികാരികളും അന്യരെ അവിശ്വാസിയെന്നു മുദ്രകുത്തി കൊല്ലുകയും സ്വത്തുക്കൾ വീതം വെച്ച് എടുക്കുകയും ചെയ്തു. അതിഭയാനകമായിരുന്നു സ്പാനിഷ് ഇൻക്വസിഷൻ

കൂട്ടക്കൊലയുടെ മതം

കത്തോലിക്കാസഭയുടെ രണ്ടു ശത്രുക്കളായിരുന്നു മായാവിനികളും യഹൂദരും. ശിശുക്കളെ കൊന്നു ചോരകുടിക്കുന്നവർ എന്നു ആരോപിച്ച് ഒരു നൂറ്റാണ്ടിനിടയിൽ അരലക്ഷത്തോളം മായാവിനികളെ തച്ചു കൊന്നിട്ടുണ്ട്. സുന്ദരികളായ, സഭയ്ക്കു വശംവദരാകാത്ത സ്ത്രീകളെയാണ് മന്ത്രവാദിനി/മായാവിനി (Witch) എന്ന പേരിൽ അതിഭീകരമായി വധിച്ചത്. ലിംഗങ്ങൾ ഭേദിച്ചും അന്നനാളങ്ങളും കിഡ്നിയും വലിച്ചുപറിച്ചും. കാലുകൾ ചതച്ചരച്ചും. അതിഭീകരമായിരുന്നു മായാവിനി വേട്ടകൾ. രോഗം വരുന്നത് ഇവർ മൂലമാണെന്ന് ആരോപിച്ചിരുന്നു.

അതുപോലെ തന്നെയായിരുന്നു ജൂതവിരോധവും. (ഇസ്ലാമിനും ക്രിസ്ത്യാനിക്കും) ഒരേ പോലെ ജൂതവംശത്തോട് കടുത്ത പകയായിരുന്നു. ക്രിസ്തുവിനെ വധിച്ചത് ജൂതരാണെന്നതു മാത്രമല്ല ഈ കടിപ്പകയുടെ കാരണം. അവർ നിലനിൽക്കുന്നത് 'മിശിഹ' യുടെ സ്ഥാനമില്ലാതാക്കും. ക്രിസ്ത്യൻ വിശ്വാസത്തിന്റെ ഭാഗമാണ് ജൂതവൈരാഗ്യം. സഭ സംഘടിതമാകുന്നതിനുമുമ്പേ ഉള്ളതാണ് ഈ വംശീയ ശത്രുത. ദൈവത്തിന്റെ തിരഞ്ഞെടുക്കപ്പെട്ട വംശം എന്ന് അവരും അവകാശപ്പെട്ടിരുന്നു. ദൈവവുമായി കരാറുണ്ടാക്കിയത് അവരാണ്. യേശു തന്നെ യഹൂദനായിരുന്നു.

'സഹോദരേ, നിങ്ങൾ യൂദായിലെ യേശുക്രിസ്തുവിലുള്ള ദൈവത്തിന്റെ സഭകളെ അനുകരിച്ചിരിക്കുന്നു. അവർ യഹൂദരിൽ നിന്നു സഹിച്ചവ നിങ്ങൾ നിങ്ങളുടെ നാട്ടുകാരിൽ നിന്നു സഹിച്ചു യഹൂദർ കർത്താവായ യേശുവിനെയും പ്രവാചകരെയും വധിച്ചു; ഞങ്ങളെ ബഹിഷ്കരിച്ചു, ദൈവത്തിന് അഹിതകരമായി പ്രവർത്തിക്കുന്നു.' (1 തെസലോണിയ 2:14-16) ജൂതരോടുള്ള ആജീവനാന്ത കടിപ്പകയ്ക്ക് ബൈബിൾ

തന്നെയാണ് സാക്ഷ്യം. പിന്നീട് നാസികളും ഇതു പിന്തുടരുകയാണ് ചെയ്തത്. വംശീയ പരിശുദ്ധിയും അപ്രമാദിത്വവുമായിരുന്നല്ലോ അവരുടെയും മുദ്രാവാക്യം. സ്വവർഗഭോഗികൾ, ജിപ്സികൾ എന്നിവർക്കൊപ്പം യഹൂദരേയും അവർ വെറുക്കപ്പെട്ടവരായി കണ്ടു.

വിമർശനരഹിതമായ വിശ്വസ്തതയോടെയാണ് ജർമ്മനിയിൽ നാസിസം പരിണമിച്ചത്. അതിനു രാഷ്ട്രീയ സാമ്പത്തിക ഘടകങ്ങൾ ഉണ്ടായിരുന്നെങ്കിലും അവരെ ഐക്യപ്പെടുത്തി നിർത്തിയത് വംശശുദ്ധിവാദവും അധിനിവേശ ബോധവുമായിരുന്നു. മ്ലേച്ഛമായ വർഗം, അവിശ്വാസികൾ, മതനിന്ദകർ, മത ഭ്രതാവേശം ബാധിച്ചവർ തുടങ്ങി ഏറെ വെറുപ്പിക്കുന്ന ഭാഷയിലാണ് അവരെ അഭിസംബോധന ചെയ്യുന്നത്. 1935 ലെ ന്യൂറംബർഗ് നിയമത്തോടെ ജർമ്മനിയിൽ ജൂതവിരോധം പാരമ്യത്തിലായി. അതുകൊണ്ടു തന്നെ സംഘടിതമായ കൂട്ടക്കൊലകൾക്ക് (Holocast) ഒരു കുറവും ഉണ്ടായില്ല. നാസികൾ നടത്തിയ അസമാനമായ ജൂതക്കൊലകളെ (ഹിറ്റ്ലർ മാത്രം 60 ലക്ഷം) സഭ നിസ്വാർത്ഥമായി സഹായിച്ചു എന്നതാണ് സത്യം.

ആധുനികതയെ എല്ലാക്കാലത്തും എതിർത്ത സഭ 19-ാം നൂറ്റാണ്ട് അവസാനത്തോടെ എഴുത്തുകാർക്കും കൃതികൾക്കും എതിരെവരെ യുദ്ധം പ്രഖ്യാപിച്ചു. ''വിശുദ്ധ കൃതികളൊക്കെ പരിശുദ്ധാത്മാവിനാൽ വിരചിതമാണ്. തെറ്റുകളുണ്ടെങ്കിൽ ദൈവിക പ്രചോദനത്താൽ അവ പരിഹരിക്കപ്പെടുന്നു. പരമസത്യമായ ദൈവം തെറ്റുപഠിപ്പിക്കുവാൻ ശ്രമിക്കുന്നവനല്ല'' - 1893 ൽ ലിയോ പതിമൂന്നാമൻ മാർപ്പാപ്പ പ്രഖ്യാപിച്ചു. 1907 ൽ പയസ് പത്താമൻ Papal Index ൽ പെടുത്തിയ ചില കൃതികൾ ഇവയായിരുന്നു. ദക്കാർത്തെയുടെ തിരഞ്ഞെടുത്ത കൃതികൾ, മൊണ്ടേയ്ൻ ലേഖനങ്ങൾ, ജോൺ ലോക്കെ (Human understanding), വോൾട്ടയർ (Letters Philosophiques), ദിദറോ (Encyclopedie), റൂസ്സോ (Ducontrod social), ഗിബ്ബൺ (The Decline and fall of Roman Empire), തോമസ് പെയ്ൻ (The Rights of Man), കാന്റ് (Critique of Pure Reason), ചാൾസ് ഡാർവിൻ (The Origin of Species) ജൂതരെപ്പോലെ തന്നെ സഭ വിരുദ്ധപക്ഷത്തു നിർത്തിയത് അറിവിനെയാണ്. കൃത്യമായ ചരിത്രസാക്ഷ്യങ്ങളോടെയാണ് സാംഹാരിസ് വിശ്വാസ ദുരന്തത്തെ വരച്ചു കാട്ടുന്നത്.

ഇസ്ലാം എന്ന യുദ്ധമുന്നണി

മറ്റുമതങ്ങളെപ്പോലെയോ അതിനേക്കാളേറെയോ ഇസ്ലാംമതത്തെ എതിർക്കേണ്ടി വരുന്നു എന്ന് സാംഹാരിസ് വ്യക്തമാക്കുന്നുണ്ട്. അത് ഭീകരതയുടെ പര്യായമായ മതമാണ്.

ഇസ്രായേലി അധിനിവേശം (വെസ്റ്റ് ബാങ്ക് & ഗാസ) പാശ്ചാത്യ ഏകാധിപത്യ ശക്തികളുടെ അധിനിവേശം, അറബ് രാജ്യങ്ങളിലെ ദാരിദ്ര്യം തുടങ്ങിയവയെ എല്ലാം അവഗണിച്ച് ഇസ്ലാം ഭീകരതയെ പുണരുകയാണ്. ദരിദ്രരും അജ്ഞരും യുദ്ധത്തെ രക്ഷാമാർഗ്ഗമായി കാണുന്നില്ല. അതിൽപണക്കാരും പഠിച്ചവരുമുണ്ട്. അവരെയൊക്കെ മാറ്റി നിർത്തി 'സമാധാനമത'ത്തെ തീവ്രവാദികൾ ഹൈജാക്കു ചെയ്യുന്നു. ഇസ്ലാം ഒരു യുദ്ധ സഭയായി മാറുകയാണ്. അത് കീഴടക്കലിന്റെ മതമാണ്. അവിശ്വാസികൾ ദൈവശത്രുക്കളാകയാൽ അവർ കൊല്ലപ്പെടണം.

മറ്റുമതങ്ങളെപ്പോലെ പിളർപ്പുകൾ ഇസ്ലാമിലുമുണ്ട്. സുന്നികൾ എന്ന ഭൂരിപക്ഷത്തെ സംബന്ധിച്ച് ഷിയാകൾ എന്ന ന്യൂനപക്ഷം അവിശ്വാസികളും കൊല്ലപ്പെടേണ്ടവരുമാണ്.പരിഷ്കൃത ഇസ്ലാം എന്നൊന്നില്ല. അവരുടെ വിശ്വാസഅടിത്തറ വിശുദ്ധയുദ്ധം എന്ന 'ജിഹാദ്' ആണ്. പ്രതിരോധത്തിന്റെ ഭാഗമായാണ് ഇസ്ലാം യുദ്ധം ചെയ്യുന്നതെന്ന് എല്ലാ ഗ്രൂപ്പുകളുടെയും ന്യായമാണ്. അടിസ്ഥാനപരമായി അവരുടെയെല്ലാം ലക്ഷ്യം ലോകംമുഴുവൻ ഇസ്ലാമിന് അധീനമാക്കുക എന്നതാണ്. പ്രവാചകൻ സ്വയം ഒരു സീസറാണ്. ആഭ്യന്തരവും ബാഹ്യവുമായ മുഴുവൻ ശത്രുക്കളെയും നിഗ്രഹിക്കുകയാണ് ലക്ഷ്യം. ഹദീസ് അതിനെ വിശദീകരിക്കുന്നു. 'ഏതു ഭരണാധികാരിയുടെ കീഴിലും ജിഹാദ്' നിങ്ങളുടെ കടമയാണ്. അള്ളാഹുവിനു വേണ്ടി ഉച്ചയ്ക്കു മുമ്പോ ശേഷമോ എത്ര ചെറിയ യുദ്ധ യത്നവും മറ്റേതിനേക്കാളും നല്ലതാണ്. ഒരുമാസത്തെ ഉപവാസത്താലും പ്രാർത്ഥനയാലും നല്ലത് ഒരു രാത്രിയിലും പകലും യുദ്ധരംഗത്തായിരിക്കുന്നതാണ്. ജിഹാദ് ചെയ്യാതെ മരിക്കുന്നവൻ അവിശ്വാസിയാണ്. വാളിന്റെ നിഴലിലാണ് സ്വർഗ്ഗം കിടക്കുന്നത്.

ദൈവത്തിനു വേണ്ടി യുദ്ധം ചെയ്യുന്നവർ സ്ത്രീകളെയും കുട്ടികളെയും വധിക്കാറില്ല. കാരണം സ്ത്രീകൾക്കു മോക്ഷമില്ല. മതപരിവർത്തനം നടത്തിക്കുന്നതും അവിശ്വാസികളെ കീഴടക്കുന്നതും ഹലാലാണ്. ഇസ്ലാമിൽ നിർബന്ധമില്ല എന്നു ഖുറാനിൽ പറയുമ്പോഴും ചരിത്രത്തിൽ അതു മാത്രമാണ് കാണുന്നത്. ഇസ്ലാമല്ലാത്തവർ ഇസ്ലാമിക രാജ്യങ്ങളിൽ മത നികുതി (ജസിയ) കൊടുത്തുവേണം ജീവിക്കാൻ. ഇസ്ലാം ത്യജിക്കുന്നവനെ കൊല്ലുക എന്നതിന് കൂടുതൽ അലങ്കാരം വേണ്ട. ഖുറാനിൽ പറയാത്തത് ഹദീസുകളിലുണ്ട്.

ഒരക്ഷരത്തിൽ പോലും തെറ്റില്ലെന്നു പറയുന്ന ഖുറാനിൽ ഉപയോഗിച്ചിരിക്കുന്ന പദങ്ങളിൽ ഏറെയും പരിഹസിക്കുന്നു, ശപിക്കുന്നു, ശിക്ഷിക്കുന്നു, ചാട്ടയടി, ദഹിപ്പിക്കൽ, വിധിപറയൽ, ഉന്മൂലനം തുടങ്ങിയ

വയാണ്. ക്ഷമിക്കുന്നു എന്നൊരു പദം ഇല്ല. സെപ്റ്റംബർ 11 ൽ കൊല്ലപ്പെട്ടവരൊക്കെ നരകത്തിലെ വിറകുകൊള്ളികളാണ്. ആ സംഭവം ദൈവനീതിമാത്രമാണ്. അവിശ്വാസികൾ കൊല്ലപ്പെടേണ്ടവരാണെന്നും അവർക്കു രക്ഷയില്ലെന്നും ഖുറാനിൽ ആവർത്തിച്ചുള്ള ഭീഷണിയുണ്ട്. അവരെ വധിക്കുന്നത് വിശ്വാസിയുടെ സുകൃതമാണ്. ആത്മഹത്യാ ബോംബുകളായി മാറുന്ന വിശ്വാസികൾ രക്തസാക്ഷികളാണ്. പ്രതിരോധത്തിനുവേണ്ടിയുള്ള ഇടപെടലുകളാണ് മനുഷ്യബോംബുകൾ. സ്വർഗ്ഗത്തിലേക്കുള്ള വഴിയാണവ. അവർ മറ്റുള്ളവർക്കും വഴികാണിക്കുകയാണ്. ഏഴാംനൂറ്റാണ്ടിലെ സ്വർഗ്ഗ ചിത്രം ഇതാണ്. അതൊരു വലിയ തോട്ടമാണ്. പാലും തേനും ഒഴുകുന്ന നദികൾ. വെളിച്ചം മറയാത്ത വലിയൊരു നഗരമാണ്. അവിടെ നിറയെ പുരുഷന്മാർ സ്പർശിക്കാത്ത ഹൂറികളാണ്.

ഇസ്ലാമിക ചരിത്രത്തിലേക്ക് ഹാരിസ് ഏറെ കടക്കുന്നില്ലെങ്കിലും വിശ്വാസപരമായ പ്രഹേളികളെ ശരിക്കും അനാവരണം ചെയ്യുന്നുണ്ട്. ചരിത്രം സംസ്കാരങ്ങളുടെ സംഘർഷമാണെന്നു പറഞ്ഞ ഹണ്ടിങ്ങ്ടനെ ഉദ്ധരിച്ചുകൊണ്ട്, അത് പാശ്ചാത്യരാജ്യങ്ങളും ഇസ്ലാമും തമ്മിലുള്ള യുദ്ധമാണെന്നും വിശദീകരിക്കുന്നു. ഇസ്ലാമിന്റെ അതിരുകൾ രക്തം പുരണ്ടവയാണ്. ഭീകരവാദം മാത്രമല്ല മ്ലേച്ഛമായത്, വിശ്വാസം അപ്പാടെ മ്ലേച്ഛമാണ്. വിവേകമുള്ള മനുഷ്യർക്കെല്ലാം ഇസ്ലാം സന്തോഷവിനാശകരമായ വിശ്വാസം തന്നെയാണ്. തോമസ് ഫ്രീഡ്മാൻ പറയുന്നത് അപമാനമാണ് (humiliation) മുസ്ലീം ഭീകരതയുടെ വേര് എന്നാണ്. മുസ്ലീം ഭീകരർ പറയുന്നത് പാശ്ചാത്യസാമ്രാജ്യം അവരുടെ അന്തസ്സും അഭിമാനവും തകർത്തിരിക്കുന്നു എന്നാണ്. ഇസ്ലാമിക നിയമങ്ങളേക്കാൾ വലിയൊരു അപമാനമുണ്ടോ. പെൺകുട്ടികളുടെ കണങ്കാൽ പുറത്തുകണ്ടാൽ പോലും അവരെ കൊന്നു കളയുന്ന മതത്തിൽ എന്തു നന്മയാണുള്ളത് 'ശരി അത്ത്' മർദ്ദനത്തിന്റെയും മനുഷ്യാവകാശ ലംഘനങ്ങളുടെയും പര്യായമാണ്.

സെപ്തംബർ 11 നുശേഷം പാശ്ചാത്യ ഉദാരവാദികൾ പോലും സർക്കാരിനെ പഴിക്കുന്നു. രാജ്യത്തെ മുസ്ലീം ജനസംഖ്യയുടെ വർദ്ധന അത്ര അസ്വാസ്ഥ്യകരമാണ്. സെക്കുലർ വാദികളാകട്ടെ വിശ്വാസത്തിന്, രാഷ്ട്രീയം കഴിഞ്ഞുള്ള സ്ഥാനമേ നൽകുന്നുള്ളുവെങ്കിലും മതപ്രീണനത്തെ അപലപിക്കുന്നു. മുസ്ലീം മതവിശ്വാസം രാഷ്ട്രീയ പ്രശ്നമാണ്. യാതൊരു ബഹുസ്വരതയേയും മുസ്ലീം അംഗീകരിക്കുന്നില്ല. മറ്റുള്ളവരെയൊക്കെ സംശയത്തോടെയാണ് ഇസ്ലാം വീക്ഷിക്കുന്നത്.

ഇടത് അയുക്തികത

ഫ്രഞ്ച് ചിന്തകനായ ജീൻ ബോധ്രിലാന്റ്, സെപ്റ്റംബർ 11 ലെ സംഭവത്തെ അമേരിക്കൻ വിദേശനയത്തിന്റെ പരാജയമായാണ് വിലയിരുത്തുന്നത്. അമേരിക്കൻ സാമ്രാജ്യത്വമേധാവിത്വത്തിന്റെ അനന്തരഫലമായിരുന്നു അത്. ഭീകരതയ്ക്കെതിരായ മറ്റൊരു ഭീകരവാദം. അഫ്ഘാനിസ്ഥാനിലായിരുന്നു താൻ താമസിച്ചിരുന്നതെങ്കിൽ താനിതുപറയുകയില്ലായിരുന്നെന്നും ബ്രോധ്രി കൂട്ടിച്ചേർത്തു.

നോംചോംസ്കിയെപ്പോലുള്ള ഇടതുപക്ഷത്തിന്റെ സമീപനത്തെയും സാംഹാരിസ് വിമർശന വിധേയമാക്കുന്നു. 9/11 എന്ന തന്റെ പുസ്തകത്തിൽ, അമേരിക്കയും ഒരു ഭീകരരാഷ്ട്രമാണെന്ന് മറക്കരുതെന്ന് ചോംസ്കി ആക്ഷേപിക്കുന്നു. ഇറാക്ക് അധിനിവേശം, സുഡാനിലെ ബോംബു വർഷം എന്നിവയെ അദ്ദേഹം ചൂണ്ടികാണിക്കുന്നു. എന്നാൽ അമേരിക്കയ്ക്കും തെറ്റുപറ്റിയിട്ടുണ്ട് എന്നു സമ്മതിച്ചുകൊണ്ട് ഹാരിസ് ഉന്നയിക്കുന്ന മറുചോദ്യം , അൽഷിഫാ പ്ലാന്റിനു ബോംബുവെച്ചതിനു പരിഹാരമാണോ അൽ-ഖൈ്വദയുടെ അക്രമണം എന്നാണ്.

എല്ലാ സമൂഹങ്ങൾക്കും ഒരേ ധാർമ്മിക വ്യവസ്ഥയല്ല. സാമ്പത്തിക രാഷ്ട്രീയ സ്ഥിരത, സാക്ഷരത, സാമൂഹ്യതുല്യത ഇവയിലൊക്കെ വ്യത്യാസം കാണാം. ധാർമ്മിക സമീപനം സിവിൽ സമൂഹത്തിന്റെ ലക്ഷണമാണ്. ശാസ്ത്രം അതിനെ അഭിസംബോധന ചെയ്തിട്ടില്ല. മദ്ധ്യ-കിഴക്കൻ ചിന്തകർ പറയുന്നത് ഇസ്ലാമിക ഭീകരതയെ അവസാനിപ്പിക്കാനാകില്ലെന്നു തന്നെയാണ്. അരനൂറ്റാണ്ടിനു മുമ്പത്തെ ആധുനികതയിൽ നിന്ന് അവർ പുറകോട്ടുപോയി. മതമൗലികവാദത്തിന്റെ വളർച്ച അറബ് ലോകത്തെ രാഷ്ട്രീയവ്യവസ്ഥയുടെ പരാജയമാണ്.

ഇസ്ലാം പുസ്തകങ്ങളിലൂടെ നിർമ്മിക്കപ്പെട്ട മതമല്ല. വ്യക്തികളുടെ വീക്ഷണത്തിലൂടെ സൃഷ്ടിക്കപ്പെട്ട മതം പാശ്ചാത്യവിരുദ്ധം പോലെ തന്നെ ആധുനിക വിരുദ്ധവുമാണ് ജനാധിപത്യവ്യവസ്ഥയെ അവർ അംഗീകരിക്കുന്നില്ല. അതുകൊണ്ട് ആധുനിക സമൂഹത്തിന് യോജിച്ചതാണോ ഇസ്ലാം എന്നു ചിന്തിക്കേണ്ടതുണ്ട്. നല്ല ഇസ്ലാം എന്നത് ആ മതത്തിനു ചേർന്ന പ്രയോഗമേ അല്ല.

ശരി തെറ്റുകൾ

വിശ്വാസം എതിർക്കപ്പെടേണ്ടി വരുന്നതിന്റെ ഒരു പ്രധാനകാരണം അത് സ്വകാര്യ സ്വാതന്ത്ര്യത്തെ തടയുന്നു എന്നതാണ്. അവരുടെ വീക്ഷണത്തിൽ സെക്സ് അടക്കമുള്ള പലതും പാപമാണ്. പാപങ്ങൾക്ക്

ശിക്ഷ നല്കപ്പെടണം. ക്രിമിനൽ നിയമങ്ങൾ നിലനിൽക്കുമ്പോൾ സ്റ്റേറ്റ് അതു നോക്കിയാൽ പോരേ? മയക്കുമരുന്നു നിരോധിതമാണെങ്കിലും മദ്യം അനുവദനീയമാണ്. പ്രതിവർഷം 15 ദശലക്ഷം പേർ അമേരിക്കയിൽ മയക്കുമരുന്നു കേസിൽ അറസ്റ്റ് ചെയ്യപ്പെടുന്നു എന്നതിന് അർത്ഥം നിരോധനം പരാജയമാണെന്നല്ലേ. ദൈവം ആകാശത്തിരുന്ന് ഇതെല്ലാം കാണുന്നുണ്ടെങ്കിൽ അദ്ദേഹത്തിന് ഇവരെ ശിക്ഷിക്കാമല്ലോ. എന്തുകൊണ്ടു പാപത്തെ ദൈവം തടയുന്നില്ല? അപ്പോൾ വിശ്വാസികൾ ഇടപെടുന്നതിൽ എന്തുകാര്യം?

യുക്തിയും വിശ്വാസവും തമ്മിലുള്ള എതിർപ്പ് എന്താണ്. പ്രണയവും യുക്തിയും പോലെയാണോ യുക്തിയും ആത്മീയതയും. ആദ്യത്തേത് അനുഭവവേദ്യമാണെങ്കിൽ രണ്ടാമത്തേത് അതല്ല. രോഗം വരുമ്പോൾ ആരും വിശ്വാസചികിത്സയിലേക്കു പോകുന്നില്ല. അതു യുക്തിയുടെ പ്രയോഗമാണ്.

നന്മതിന്മകളുടെ പ്രശ്നത്തിലും ധാർമ്മികതയുടെ സമീപനത്തിലും യുക്തി പ്രയോഗിക്കേണ്ടി വരുന്നത് ശരിതെറ്റുകളെക്കുറിച്ചുള്ള ചോദ്യം ഉയരുമ്പോഴാണ്. മറ്റുള്ളവരുടെ ദുരിതം കാണുമ്പോഴാണ് അതിലെ ധാർമ്മികത ഉത്തരവാദിത്തത്തെപ്പറ്റി ബോധ്യപ്പെടുന്നത്. സന്തോഷവും ദുഃഖവും നമ്മുടെ തന്നെ പക്ഷത്താകുമ്പോൾ നീതിബോധത്തിന്റെ പ്രശ്നം ഉയരുന്നില്ല. കാരണം രണ്ടും നമ്മുടെ തന്നെ പ്രശ്നമാണ്. ഇരകളില്ലാത്ത കുറ്റമാണത്, വാങ്ങാനാളില്ലാത്ത കടമാണ്.

നീതിബോധവും അന്തർബോധത്തിന്റെ ശാസ്ത്രീയധാരണയും ഒഴിവാക്കാൻ കഴിയാത്തതാണ്. ധാർമ്മിക വിലയിരുത്തലുകൾ മസ്തിഷ്കത്തിന്റെ വ്യവസ്ഥയ്ക്കനുസരിച്ചിരിക്കും. ശാസ്ത്രീയ ധാരണ നന്മ തിന്മകളുടെ സ്വഭാവം തിരിച്ചറിയുന്നു. ധാർമ്മിക മേഖലയിലെ സ്ഥിരാന്വേഷണമാകട്ടെ വിവിധ വിശ്വാസ വ്യവസ്ഥകളെ കേന്ദ്രീകരിച്ചിരിക്കും.

ധാർമ്മിക വ്യക്തിത്വത്തിന്റെ പ്രതിബന്ധം മതം തന്നെയാണ്. കാരണം മിക്ക വിശ്വാസികളും വിശ്വാസമില്ലാത്തവരും തമ്മിൽ വ്യത്യസ്തരാണ്. എന്നാൽ വിഷയാധിഷ്ഠിതമായിട്ടാണ് ഒരു ധാർമ്മിക സമൂഹത്തെ മറ്റൊന്നുമായി വ്യത്യസ്തമാക്കുന്നത്. ധാർമ്മികതയെ സംബന്ധിച്ച യുക്തിവാദ അടിത്തറയിൽ ഉറച്ചുനിന്നാൽ പിന്നെ പ്രശ്നമില്ല. കാരണം അത്തരംചിന്തയ്ക്ക് തത്വാധിഷ്ഠിതമായ അതിരു നിശ്ചയിക്കാനാവില്ല.

ആപേക്ഷികതാവാദികളെയും പ്രായോഗികവാദികളെയും സംബന്ധിച്ച് സത്യമെന്നത് സർവ്വസമ്മതത്തിന്റെ സ്വീകാര്യതയാണ്. സമാന ചിന്താഗതിക്കാരുടെ പൊതുസമ്മതം സത്യത്തിന്റെ ആത്യന്തികതയാണ്. ഒരാൾക്കോ ഒരു സംസ്കാരത്തിനോ മാത്രം സത്യത്തിന്റെ കുത്തകാവകാശമില്ല. സഹജബോധം അഥവാ അന്തർജ്ഞാനമെന്നത് നമ്മുടെ വാസ്തവിക ധാരണയുടെ അടിസ്ഥാന ഘടകമാണ്. ധാർമ്മികമായി ശരിയെന്നു തോന്നുന്നത് ശാസ്ത്രീയമായി കൃത്യമായിരിക്കണമെന്നില്ല.

നീതിശാസ്ത്രവും ധാർമ്മികതയും

മറ്റുള്ളവരുടെയും സുഖഃദുഖങ്ങൾ നമുക്കു പ്രശ്നമാകുന്നതാണ് ധാർമ്മികത. എല്ലാ ജീവികളുടെയും സുഖദുഃഖങ്ങൾ നമ്മുടേതായി മാറേണ്ടതുണ്ട്. പരിണാമശാസ്ത്രം നല്കുന്ന സന്ദേശം അതാണ്. എന്നാൽ ഒട്ടുമിക്ക മനുഷ്യരും സ്വാർത്ഥരാണ്. പ്രത്യേകിച്ച് കുടുംബം, സുഹൃത്തുക്കൾ, സഹപ്രവർത്തകർ എന്നിവരുടെ കാര്യത്തിൽ.

ആഫ്രിക്ക, മിഡിൽ ഈസ്റ്റ്, സൗത്തേഷ്യ തുടങ്ങിയിടങ്ങളിൽ ദുരഭിമാനക്കൊല (Honour killing) നടക്കുന്നുണ്ട്.ലൈംഗിക അനൗചിത്യത്തിന്റെ പേരിൽ പുരുഷന്മാരാണ് പങ്കാളിക്കുമേൽ ഇതു നടത്തുന്നത്. ബലാത്സംഗത്തിന്റെ ഇരകളെയും ഇങ്ങനെ വധിക്കാറുണ്ട്. ഈ അനാചാരത്തെ ഗോത്രസ്വഭാവമെന്നോ മതാചാരമെന്നോ പറയാറുണ്ട്. സത്യത്തിൽ അതൊന്നുമല്ല. സ്ത്രീകളുടെ ലൈംഗികതയെക്കുറിച്ചുള്ള പുരുഷന്റെ ദുരഭിമാനമാണത്. ബലാത്സംഗമെന്നത് ഒരു യുദ്ധായുധമാണ്. അതു മനഃശാസ്ത്രപരവും സാസംസ്കാരികവുമായ കീഴടക്കലാണ്. സാമൂഹ്യവിലക്കുകളെ തകർക്കാൻ ലക്ഷ്യം വക്കുന്നതുമാണ്. ബോസ്നിയൻ സ്ത്രീകളെ സെർബുകൾ ബലാത്സംഗം ചെയ്യുന്നതിന്റെ കാരണമിതാണ്. സ്ത്രീകൾക്കു രക്ഷപ്പെടാനാവില്ല. കന്യകാത്വ നഷ്ടം അവരെ പാപബോധത്തിലാക്കുന്നു. കുലപാരമ്പര്യം അതോടെ നഷ്ടമാകുന്നു.

കന്യകാത്വം ധാർമ്മിക അടയാളമാണ്. അത് നഷ്ടപ്പെടുന്ന മക്കളെ കൊല്ലുക എന്നത് ജോർദ്ദാനിലും ഈജിപ്തിലും ലബനിലും ഇറാക്കിലും പാക്കിസ്ഥാനിലുമൊക്കെ നടപ്പരീതിയാണ്. കുടുംബത്തിന് അപമാനകരമായതിനെ രക്തം കൊണ്ട് തിരുത്തുകയാണ്. കൊല്ലുന്നവർ ഇവിടെ കുറ്റക്കാരല്ല, ഹീറോകളാണ്. സ്ത്രീയുടെ ചാരിത്ര്യ ഭംഗത്തിന് ഇങ്ങനെയൊരു പരിഹാരം കാണുന്നവർക്ക് എന്തു സ്നേഹവായ്പാണുള്ളത്?

ഇതു തന്നെയാണ് സ്ത്രീധനക്കൊലപാതകം, വധുവിനെ ചുട്ടുകൊല്ലൽ, ആസിഡ് ആക്രമണം, ലൈംഗികാവയവഭേദനം, പെൺശിശുഹത്യ എന്നിവയിലെല്ലാം കാണുന്നത്. ഒന്നും സ്നേഹമല്ല ഭീതിദമായ

സ്വാർത്ഥത തന്നെയാണ്. മതം ഇതിൽ എവിടെയാണു നില്ക്കുന്നത്? നരവംശശാസ്ത്രജ്ഞർ ഇതിനെ സാംസ്കാരിക വൈരുദ്ധ്യം എന്നൊക്കെ പറയും. പക്ഷേ കൊല്ലുക എന്നത് ഏതു സംസ്കാരത്തിലും തെറ്റുതന്നെയാണ്.

സന്തോഷത്തിന്റെ പ്രശ്നവും ഏതാദൃശമാണ്. നുണ പറയാത്തവരും ചതിക്കാത്തവരും അതുകൊണ്ടുമാത്രം സന്തോഷമുള്ളവരായിരിക്കണമെന്നില്ല. മതവിശ്വാസിയായതുകൊണ്ടു സന്തോഷവാനാകില്ല. സ്വാർത്ഥർക്ക് ഒരിക്കലും സുഖം ലഭിക്കില്ല. നല്ല ജീനും നല്ല നാഡീവ്യവസ്ഥയുമാണ് സുഖത്തിന്റെ പ്രധാനഘടകങ്ങൾ

പ്രജ്ഞയുടെ പരീക്ഷണങ്ങൾ

മതത്തിന്റെ സത്ത മനുഷ്യാവസ്ഥയുടെ അനിഷേധ്യമായ അവകാശമാണെന്നത് അയുക്തിയുടെ വിഷം ചീറ്റുന്നവാദമാണ്. യേശു എല്ലാ പരീക്ഷണങ്ങളെയും അതിജീവിച്ച സത്യത്തിന്റെ വഴി കണ്ടെത്തിയെന്നു പ്രചാരണം. ദൈവപുത്രൻ, കന്യാസന്തതി, ആകാശത്തുനിന്നിറങ്ങിവന്നവൻ എന്നൊക്കെ വിശേഷിപ്പിക്കപ്പെട്ട ആ നന്മമരത്തിന്റെ അന്ത്യമെന്തായിരുന്നു.?

എന്താണ് സന്തുഷ്ടിയുടെ മാനദണ്ഡം? ആരോഗ്യവും സമ്പത്തുമുള്ളതുകൊണ്ട് സംതൃപ്തനാകുമോ? എല്ലാം ഉപേക്ഷിച്ച് ഗുഹയിലിരുന്നു പ്രാർത്ഥിച്ചാൽ സന്തോഷമാകുമോ? യഥാർത്ഥത്തിൽ ഇച്ഛാഭംഗങ്ങളെ അതിജീവിക്കുമ്പോഴാണ് യഥാർത്ഥ സന്തുഷ്ടി കണ്ടെത്തുന്നത്.

പ്രജ്ഞയെ സംബന്ധിച്ച വിശ്വാസങ്ങൾ വ്യക്തമായും നീതിബോധവുമായി ബന്ധപ്പെട്ടതാണ്. മാനസികമായ എല്ലാ പ്രശ്നങ്ങളും തലച്ചോറുമായി ബന്ധപ്പെട്ടതാണ്. തലച്ചോറ് പ്രവർത്തനരഹിതമായാൽ എല്ലാം നിലയ്ക്കും. മരണാനന്തരം എന്തെന്നതിന് യാതൊരു തെളിവുമില്ല. തലച്ചോറിനപ്പുറത്തൊരു ആത്മാവുണ്ടെങ്കിലല്ലേ അതു പറയാനാവൂ. ഭൗതികപദാർത്ഥമെന്ന നിലയിൽ തലച്ചോർ പരിശോധിച്ചതിൽ പ്രജ്ഞയ്ക്ക് അപ്പുറം ഒന്നും കണ്ടെത്താനായില്ല. പ്രജ്ഞയ്ക്കും അബോധത്തിനുമിടയിൽ മറ്റൊരു അവസ്ഥയുമില്ല. അങ്ങനെ പറയുന്നത് വെറും ഹേത്വാഭാസമാണ്, കള്ളപ്രമാണം. ആന്തരികഘടനാ ശാസ്ത്രത്തിന്റെയും പരിണാമത്തിന്റെയും പശ്ചാത്തലത്തിലും പ്രജ്ഞയ്ക്കപ്പുറം മറ്റൊന്നില്ല. ധ്യാനം, അഹം തുടങ്ങിയ പൗരസ്ത്യദാർശനിക പാഠവങ്ങൾ അർത്ഥ ശൂന്യമാണ്. ധ്യാനം ചിന്തിക്കാതിരുന്ന അവസ്ഥയാണ്. ചിന്തയുടെ അടക്കലോ അവസാനമോ ആണ്, ചിന്തിക്കുന്നതാണ് പ്രജ്ഞയുടെ പരമാർത്ഥം. അത് പ്രായോഗികമായ അനിവാര്യതയാണ്. അതിനെ അട

ക്കിവെച്ചിട്ട്, നിർത്തലാക്കിയിട്ടും പിന്നെന്താണുള്ളത്. ചിന്തയെ വികസിപ്പിക്കുകയും സ്വതന്ത്രമാക്കുകയും ചെയ്യുന്നതാണ് യുക്തി. അതാണ് സ്വാതന്ത്ര്യവും സന്തുഷ്ടിയും.

***

9/11 ലെ തീവ്രവാദി ആക്രമണം ലോകത്തെ ഭയത്തിന്റെ ഇരുട്ടിലാഴ്ത്തി നിർത്തിയതിനുശേഷം ആദ്യം പ്രസിദ്ധീകരിച്ച കൃതി എന്ന നിലയിൽ ദാർശനികവും ശാസ്ത്രീയവുമായ പരിപ്രേക്ഷ്യമാണ് സാംഹാരിസ് നല്കിയത്. മതം തന്നെയാണ് ഭീകരതയ്ക്കു കാരണമെന്നും ആ വിശ്വാസം നശിക്കുകയാണ് ഭീകരതയിൽ നിന്നുള്ള മോചനമെന്നും അദ്ദേഹം പറഞ്ഞു വെക്കുന്നു. സാധാരണ കാണുന്ന മതവിമർശനമല്ല ഇത്. മറിച്ച് അതിന്റെ പരിണാമശാസ്ത്രപരവും മനഃശാസ്ത്രപരവും, ഒപ്പം ദാർശനികവുമായ വിശകലനമാണ് 'വിശ്വാസത്തിന്റെ സമാപനം'.

ഇതിന്റെ ഭരതവാക്യത്തിൽ അദ്ദേഹം പറയുന്നു, അയുക്തിയുടെ വാതിൽ ബന്ധിക്കണം. തിരുത്തേണ്ടത് തിരുത്തണം. അജ്ഞതയാണ് മതം. വിജ്ഞാനം വികസിക്കുമ്പോൾ മതപിടിവാശികൾ ഇല്ലാതാകും. മതം വിഭ്രമങ്ങളുടെ ലോകം സൃഷ്ടിക്കുന്നു. അതുകൊണ്ട് ആത്യന്തികമായചിന്താ വിപ്ലവമാണ് ഉണ്ടാകേണ്ടത്. ദുർചിന്തകളെ ദഹിപ്പിക്കുക. പ്രാചീന മതകഥകളുടെ വിദ്യാഭ്യാസത്തെ തകർക്കുക. അല്ലെങ്കിൽ വികസിതമായ ഭാവിയുണ്ടാകില്ല. മതം പഠിപ്പിക്കുന്നതിനു പുറകെ പോയാൽ ഇരുണ്ടഭാവിയാകും ഉണ്ടാവുക.

ആറ്

ദൈവം അത്ര മഹാനല്ല

കൊല്ലുന്ന മതത്തെപ്പറ്റി ഹിച്ചൻസ്

വംശീയതയുടെ പ്രാകൃതവും വികൃതവുമായ മുഖമാണ് മതം

ശാസ്ത്രത്തെപ്പറ്റി മതം കേട്ടിട്ടുപോലുമില്ല

നവനാസ്തികചിന്തയിലും സാഹിത്യത്തിലും അദ്വിതീയനായ ക്രിസ്റ്റഫർ ഹിച്ചൻസ് ബ്രിട്ടീഷ്- അമേരിക്കൻ എഴുത്തുകാരനും പത്രപ്രവർത്തകനുമായിരുന്നു. 1949 ഏപ്രിൽ 13 ന് ഇംഗ്ലണ്ടിലെ സ്പോർട്ട്സ്മൗത്തിൽ ജനിച്ച് 2011 ഡിസംബർ 15 ന് അമേരിക്കയിലെ ഹോക്സ്റ്റണിൽ അന്തരിച്ചു. തോമസ് പെയ്ൻ, തോമസ് ജെഫേഴ്സൺ, മാർക്ട്വൊയിൻ, ചാൾസ് ഡാർവിൻ, ജോർജ് ഓർവൽ, സിഗ്മണ്ടഡ് ഫ്രോയ്ഡ്, മാർക്സ്, ഏംഗൽസ്, ലെനിൻ, റോസലക്സംബർഗ്, ബർട്രാന്റ്റസ്സൽ തുടങ്ങിയവരാണ് തന്റെ പ്രചോദനം എന്ന് അദ്ദേഹം സാക്ഷ്യപ്പെടുത്തിയിട്ടുണ്ട്.

മറ്റു നവനാസ്തികരിൽ നിന്നു വ്യത്യസ്തമായി മാർക്സിസത്തെ പിന്തുടരുന്ന ഒരു ജനാധിപത്യ സോഷ്യലിസ്റ്റാണ് ഹിച്ചൻസ്. എന്നാൽ മതത്തിനെതിരായ പോരാട്ടത്തിൽ യാതൊരു വിട്ടുവീഴ്ചയ്ക്കും അദ്ദേഹം തയ്യാറല്ല. കപടവും ഏകാധിപത്യപരവുമായ മതങ്ങൾ രാജ്യങ്ങളെ ശത്രുതയിലാക്കുന്നു. പാശ്ചാത്യരാജ്യങ്ങളെ സംബന്ധിച്ച് ഏറ്റവും ഭീഷണാത്മകമായത് ഇസ്ലാമാണെന്നതിന് അദ്ദേഹം അടിവരയിടുന്നു. മദർ തെരേസയെ അനാവരണം ചെയ്യുന്ന The Missionary Position, God is not great, Is Christianity good for World, Why Orwell matters തുടങ്ങി പത്തോളം കൃതികളും The Portable Atheist അടക്കം എഡിറ്റ് ചെയ്ത അഞ്ചോളം ഗ്രന്ഥങ്ങളും അദ്ദേഹത്തിന്റെ വകയായി ഉണ്ട്.

കൊല്ലുന്ന മതം

നാസ്തികത ഒരു മതമല്ലെന്നു സ്ഥാപിച്ചുകൊണ്ടാണ് God is not great: How Religion Poisons Everything എന്ന കൃതി ആരംഭിക്കുന്നത്. വസ്തുതകളെയും ശാസ്ത്രത്തിന്റെയും യുക്തിയുടെയും അടിസ്ഥാനത്തിൽ അവയ്ക്കു വിരുദ്ധമായി വരുന്ന എന്തിനെയും നിരാകരിക്കുകയാണ് നാസ്തികത. മാർക്സും ഫ്രോയിഡുമൊന്നും ശാസ്ത്രജ്ഞരായിരുന്നില്ല. അവർക്കും തെറ്റു പറ്റാം. ചില വൈരുദ്ധ്യങ്ങൾ അങ്ങനെ തന്നെ നില്ക്കാം. ചിലതൊക്കെ അറിയപ്പെടാതിരിക്കാം, മറ്റുചിലത് ചിന്തയ്ക്കു പരിഹരിക്കാനാവാത്തതുമാകാം. എല്ലാം മനുഷ്യനിർമ്മിതമാണ്. എല്ലാം അറിയാമെന്നു പറയുന്നത് അവിവേകമാണ്.

മതഭീകരതയുടെ ചില തെളിവുകൾ അദ്ദേഹം അവതരിപ്പിക്കുന്നു. ബൽഫാസ്റ്റിൻ ക്രൈസ്തവഭീകരർ അഴിഞ്ഞാടുന്നു. ഒരാൾ ഇവർക്കിടയിൽപ്പെട്ടു. മതമേതെന്നു ഭീകരരുടെ ചോദ്യം. നിരീശ്വരവാദി എന്നു മറുപടി. ഉടനെ വരുന്നു മറുചോദ്യം. കത്തോലിക്കാ നിരീശ്വരനോ, പ്രൊട്ടസ്റ്റന്റ് നിരീശ്വരനോ.? ഇതാണ് മതത്തിന്റെ അവസ്ഥ. ഇന്ത്യ വിഭജിക്കപ്പെട്ടത് മതത്തിന്റെ പേരിലാണ്. യൂഗോസ്ലാവിയയിൽ റോമൻ കത്തോലിക്കരായ ക്രോട്ടുകളും ഓർത്തഡോക്സുകാരായ സെർബുകളും പരസ്പരം കൊന്നൊടുക്കുന്നു. ക്രൊയേഷ്യൻ നഗരങ്ങളിൽ സെർബുകൾ ബോംബു വർഷിക്കുന്നു. സാരാജാവോ,ബോസ്നിയ, ഗോവ്ന തുടങ്ങിയിടങ്ങളിൽ ഒക്കെ യുദ്ധം നടക്കുന്നത് വംശീയ ശുദ്ധീകരണത്തിന്റെ പേരിലാണ്. ഓട്ടോമൻ സംസ്ക്കാരത്തിന്റെ സകല അവശിഷ്ടങ്ങളും തുടച്ചുമാറ്റപ്പെടുന്നു. ക്രോട്ടുകളുടെ ബോംബുവർഷത്തിന് നൂറ്റാണ്ടുകളുടെ പഴക്കമുണ്ട്. എല്ലാം മതത്തിന്റെ പേരിലാണ്. പക്ഷെ മാധ്യമങ്ങൾ ഒരു കൗശലം കാണിക്കുന്നു. അവർ സെർബ്, ക്രോട്ട് എന്നൊക്കെ എഴുതും, ക്രിസ്ത്യൻ എന്നു പറയില്ല. ഷിയാ-സുന്നി എന്നൊക്കെ പറയും, മുസ്ലീം എന്ന് എഴുതില്ല.

പാലസ്തീൻ ഇസ്ലാമിന്റെ വിശുദ്ധ ഭൂമിയാണ്. മുസ്ലീം നിയമത്തിനു വിധേയമാകാത്തവർ 'ജസിയ' എന്ന മതനികുതി നൽകിവേണം ജീവിക്കാൻ. ഇറാക്കിൽ അൽ ഖ്വൈവദയുടെയും അബുമുവാദിന്റെയും ഭീകരഭരണമാണ്(15 വർഷം മുമ്പത്തെ അവസ്ഥയാണ് ഇവിടെ വിശദീകരിക്കുന്നത്- ലേഖകൻ) പർദ്ദയിടാത്തവരെയും മതേതരവാദികളെയും കൊല്ലുകയും ക്രിസ്ത്യൻ പള്ളികൾ തകർക്കുകയും ചെയ്യുന്നു. ഷിയാകളുടെ ബോംബുസ്ക്വാഡുകൾ സുന്നികളെ വേട്ടയാടി തിമർക്കുന്നു. അഫ്ഗാനിസ്ഥാനിലെ താലിബാൻ ലോകത്തിലെ ഏറ്റവും വലിയ സാസംക്കാരിക ശിലകളെ തവിടുപൊടിയാക്കി കഴിഞ്ഞു. 9/11 ലെ ആക്രമണം ലോകത്തെ അപ്പാടെ വിറപ്പിച്ചുകളഞ്ഞു.

മതം ശാസ്ത്രത്തിനെതിരെ

ഹിച്ചൻസ്

ആധുനിക കാലത്തെ മതം ശാസ്ത്രത്തിനെതിരായ കലാപവും ശക്തമാക്കിയിരിക്കുന്നു. മുസ്ലീംവിശ്വാസികളെ നശിപ്പിക്കാനുള്ള അമേരിക്കൻ പദ്ധതിയാണ് പോളിയോ വാക്സിൻ എന്നു പറഞ്ഞുകൊണ്ടാണ് നൈജീരിയയിലെ മുസ്ലീംഭ്രാന്തന്മാർ പ്രചാരണം നടത്തിയത്. കോണ്ടം ഉപയോഗിക്കുന്നതിനെതിരെ വത്തിക്കാൻ പ്രസിഡന്റും കർദ്ദിനാൾ അൽഫോൺസോ ലോപ്പസും രംഗത്തെത്തിയത് അതിലെ സുഷിരങ്ങൾ AIDS പരത്തുമെന്ന് ആക്ഷേപിച്ചാണ്. ഇതേകാര്യം റിയോഡിജനറോയിലെ ബിഷപ്പ് റാഫേൽ ഡിഫ്യൻറസ് അതീവ പരിഹാസത്തോടെയാണ് പ്രസ്താവിച്ചത്. ഒരു നായും കോണ്ടം ഉപയോഗിക്കുന്നില്ല, അതിനാൽ മനുഷ്യനും പാടില്ല എന്നായിരുന്നു പരിഹാസം. നിക്കരാഗ്വോ കർദ്ദിനാൾ ഒണണ്ടോയും നെയ്റോബി ആർച്ച് ബിഷപ്പ് ഇമ്മാനുവേൽ വാമലയുമൊക്കെ കോണ്ടത്തിനെതിരെ രംഗത്തു വന്നു. ഇസ്ലാമിക വാദികളൊട്ടും പിന്നിലായിരുന്നില്ല.

കുട്ടികളെ സ്വവർഗഭോഗത്തിന് ഉപയോഗിക്കുന്ന രീതി മതങ്ങളിൽ വ്യാപകമാണ്. ആഫ്രിക്കൻ മുസ്ലീങ്ങൾക്കിടയിൽ പെൺസുന്നത്ത് നടത്തുന്നത് അതീവ ക്രൂരമായിട്ടാണ്. ഭഗശിശ്നിക (Clitorisis) മുറിച്ചു കളഞ്ഞു യോനി തയ്ച്ചുവെക്കുകയാണ് ചെയ്യുന്നത്. പല മുസ്ലീം രാജ്യങ്ങളിലും പെൺകുട്ടികളുടെ വിവാഹപ്രായം 9 ആക്കി കുറച്ചു. ഇന്ത്യയിൽ ശൈശവ വിവാഹം വ്യാപകമാണ്. യഹോവാ സാക്ഷികൾ മരണാസന്നമായാൽ പോലും രക്തം സ്വീകരിക്കില്ല. ശിശുക്കളെ പീഡിപ്പിക്കുന്നതും ബലാൽക്കാരം ചെയ്യുന്നതും വ്യാപമാണ്. ബി.സി.ഇ. 4004 ഒക്ടോബർ 22 ആറുമണിക്കാണ് ദൈവം ഭൂമി സൃഷ്ടിച്ചതെന്ന് അർമേഘയിലെ ആർച്ച് ബിഷപ്പ് ജയിംസ് അഷർ കണ്ടുപിടിച്ചുകളഞ്ഞു.!

എന്താണ് സംഭവിക്കുന്നതെന്നും സംഭവിക്കാനിരിക്കുന്നതെന്നും അറിയാത്ത കാലത്ത് അതിന്റെ പരിഹാരത്തിനാണ് മതം സൃഷ്ടിക്കപ്പെട്ടത്. അജ്ഞതയുടെ ശൈശവകാലമായിരുന്നു അത്. ഇന്ന് ഏതുകുട്ടികൾക്കും ശാസ്ത്രീയമായി അറിയാവുന്ന കാര്യമാണ് അന്നു മതവിജ്ഞാനമായി ആഘോഷിക്കപ്പെട്ടത്. ശാസ്ത്രത്തെയും മതത്തെയും ബന്ധിപ്പിക്കുന്ന പഠനം പരിഹാസ്യമാണ്. ചാൾസ് ഡാർവ്വിൻ മതവിശ്വാസങ്ങളെ അട്ടിമറിച്ചു. ഐൻസ്റ്റീനും ലാപ്ലാസും ചെയ്തതും അതുതന്നെ. എന്നിട്ടും അതിഭൗതികതയുടെ ന്യായം പറയാൻ മതവാദികൾക്കു മടിയില്ല.

പ്രവാചകമതം

മതം മനുഷ്യരെ അഹംഭാവികളും സ്വാർത്ഥരുമാക്കുന്നു. ഓരോരുത്തരെയും ദൈവം പ്രത്യേകം പരിഗണിക്കുന്നുവെന്നും, അതിനനുസൃതമായാണ് ദൈവം ലോകം സൃഷ്ടിച്ചതെന്നും വിശ്വസിപ്പിക്കുന്നു. ഈ ആസൂത്രണ സിദ്ധാന്തം ശാസ്ത്രവിരുദ്ധമാണ്. തെളിവല്ല, വെളിപ്പാട് ആണ് വിശ്വാസത്തിന് അടിസ്ഥാനം. തിരഞ്ഞെടുക്കപ്പെട്ടവർക്ക് ദൈവം എല്ലാം വെളിപ്പെടുത്തി കൊടുക്കുമത്രേ. എങ്കിൽ ക്രിസ്തുവിന്റെയോ അള്ളാഹുവിന്റെയോ മോശയുടെയോ, ഏതാണ് ശരിയായ വെളിപ്പാട്? പത്തു കല്പനകളിൽ കുട്ടികളെ സംരക്ഷിക്കണമെന്നോ ബലാൽസംഗം നടത്തരുതെന്നോ, വംശീയതയ്ക്കെതിരെയോ യാതൊരു പരാമർശവും ഇല്ലാതെ പോയത് എന്തുകൊണ്ട്? അടിമകളെ കൈകാര്യം ചെയ്യുന്നതിനെപ്പറ്റി കല്പനകളുണ്ട്. നൂറ്റാണ്ടുകളോളം സഭ ചെയ്തുകൂട്ടിയ മായാവിനിവേട്ടകൾക്ക് പ്രേരണയുണ്ട്. 'നിങ്ങൾ മന്ത്രവാദിനികളെ ജീവിക്കാൻ അനുവദിക്കരുത്'(പുറപ്പാട് 22:18) എന്നതായിരുന്നു വചനം. 110 വയസ്സുള്ള മോശ നീബോ പർവ്വതത്തിനു മുകളിൽ നിന്നു വാഗ്ദത്ത ഭൂമി കാണുന്നു. മറ്റാരും ഇതു കാണുന്നില്ല. മറ്റൊരു പ്രവാചകനും ക്രിസ്തു മതത്തിൽ ഇല്ല താനും

ക്രിസ്തുവിന്റെ പേരിൽ എഴുതപ്പെട്ട സുവിശേഷങ്ങൾ 'കുരിശാരോഹണ'ത്തിനു ദശാബ്ദങ്ങൾക്കു ശേഷം എഴുതപ്പെട്ടവയാണ്. അവ തമ്മിൽ പൊരുത്തമില്ല താനും. സീസർ അഗസ്റ്റിന്റെ കാലത്താണ് ക്രിസ്തുവിന്റെ ജനനമെന്ന് സെൻസസിന്റെ ന്യായത്തിൽ വാദിക്കുന്നു. ജൂദായിൽ ഹെരോദോസ് ഭരിക്കുകയും സിറിയയിൽ ക്വറീനിയസ് ഗവർണറായിരിക്കുന്ന കാലത്താണ് അങ്ങനെയൊരു സെൻസസ് നടന്നത്. അതു ക്രിസ്തുവിന്റെ ജനനത്തിനു ആറു വർഷങ്ങൾക്കുശേഷമാണ്.

ബൈബിളും ഖുറാനും വിവർത്തനം ചെയ്യാൻ പാടുള്ള കൃതികളായിരുന്നില്ല. വൈക്ലിഫും കവർഡെയ്ലും ടിന്റേലും ഇതിന്റെ പേരിൽ ദഹിപ്പിക്കപ്പെട്ടവരാണ്. ഖുറാൻ അറബിയിലാക്കാൻ കാരണം ദൈവം അറബിയായതുകൊണ്ടാണോ? നിരക്ഷനായ മുഹമ്മദ് എങ്ങനെയാണ് അതു തെറ്റാതെ എഴുതിയെടുത്തത്? 632 ൽ മുഹമ്മദ് മരിച്ച ശേഷം ഇബ്ൻ ഇസഹായാണ് ഖുറാൻ ക്രോഡീകരിക്കുന്നത്. അദ്ദേഹം 834 ൽ അന്തരിച്ചു. ഷിയാ സുന്നി പിളർപ്പിനുശേഷം ആദ്യഖലീഫയായ അബൂബക്കറിന്റെ കാലത്ത്, മുഹമ്മദിന്റെ സെക്രട്ടറിമാരിൽ ഒരാളായ സെയ്ദ് ഇബ്ൻ താബിക് ഖുറാൻ സമാഹരിച്ചു. ഇതിനൊന്നും കൃത്യമായ തെളിവോ കൃതിയോ ഇല്ല. നാലാം ഖലീഫാ അലിയുടെ കാലം വരെ ഇതിനു സ്ഥിരീകരണം ഉണ്ടായില്ല. ഉത്മാൻ ഖലീഫയു

ടെ കാലത്ത് (644-656) ആണ് ശരിക്കും ഖുറാന്റെ അന്തിമരൂപമുണ്ടാകുന്നത്. വിവിധ ഗ്രന്ഥങ്ങൾ സമാഹരിച്ച് ബൈബിളിന്റെ സഹായത്തോടെയാണ് ഖുറാൻ പൂർണമാകുന്നത്. അതുപോലെ ഹദീസുകളും കേട്ടെഴുത്തുകൾ (heresay) ആണ്. തോറ, സുവിശേഷങ്ങൾ, പേർഷ്യൻ പ്രമേയങ്ങൾ, ഗ്രീക്ക് ഫിലോസഫി, ഇന്ത്യൻ പഴഞ്ചൊല്ലുകൾ മുതലായവ ഹദീസ് രചനകളിൽ പ്രയോജനപ്പെടുത്തിയിട്ടുണ്ട്.

ക്രിസ്ത്യൻ പ്രവാചകന് അമാനുഷിക ശക്തി പറയുമ്പോൾ, മുഹമ്മദ് സകല ലൗകീക സുഖങ്ങളും അനുഭവിക്കുന്ന മനുഷ്യനാണ്. ഒടുവിൽ 9 വയസ്സുകാരിയെ കെട്ടുന്നുണ്ട്. അങ്ങനെയൊരാൾ എങ്ങനെയാണ് പ്രവാചകനാവുക? ക്രിസ്തുവിനെപ്പോലൊരു വിശുദ്ധി മുഹമ്മദിനില്ല. ധാരാളം യുദ്ധങ്ങളും കൊലപാതകങ്ങളും അദ്ദേഹം നടത്തുന്നുണ്ട്. മറ്റ് ഏക ദൈവമതങ്ങളിൽ നിന്നും തികച്ചും വിഭിന്നമാണ് ഇസ്ലാം.

മതവും പരിഷ്കാരവും

ക്രിസ്ത്യൻ നവീകരണ വാദികൾ പഴയ- പുതിയ നിയമങ്ങളെ താരതമ്യം ചെയ്യാറുണ്ട്. പ്രാചീന യൂദ കൃതികളിലെപോലെ മോശയുടെ ദൈവവും കൂട്ടക്കൊലകളും പകയും ആവശ്യപ്പെടുന്നുണ്ട്. ഗോത്രങ്ങളെ കൊന്നു തീർക്കുന്നു. പുതിയ നിയമമാണെങ്കിൽ മരണാനന്തരവും മനുഷ്യരെ വേട്ടയാടുന്നു. അമേരിക്കയിലെ അടിമത്തത്തെ മുഴുവൻ വിശ്വാസികളും സഭയും ന്യായീകരിച്ചു. തോമസ് പെയ്നേയും തോമസ് ജെഫേഴ്സനേയും പോലുള്ളവരാണ് അവരുടെ സ്വാതന്ത്ര്യത്തിനുവേണ്ടി വാദിച്ചത്. 'ദൈവം നീതിമാനാണെന്നു പറയുമ്പോൾ സത്യത്തിൽ ഞാനെന്റെ രാജ്യത്തെയോർത്തു വിറച്ചുപോകുന്നു' എന്നാണ് ജെഫേഴ്സൺ എഴുതിയത്. സർവ്വശക്തനായ ദൈവം അടിമത്തത്തെ ന്യായീകരിക്കുകയായിരുന്നു. ഏബ്രഹാം ലിങ്കൺ ആണ് അടിമത്തം നിരോധിച്ചത്. സ്വാതന്ത്ര്യ പ്രഖ്യാപനം (Emancipation Proclamation) അദ്ദേഹത്തെ സംബന്ധിച്ച് ഒരു വെളിപ്പാടായിരുന്നില്ല. കാരണം ലിങ്കൺ മതവിശ്വാസിയായിരുന്നില്ല. (സ്വാതന്ത്ര്യം നല്കിയതിനു സ്വന്തം ജീവൻ തന്നെ നൽകേണ്ടി വന്നു)

ഇന്ത്യൻ സ്വാതന്ത്ര്യ സമരത്തിലും മതം മനുഷ്യവിരുദ്ധമായ ഇടപെടലാണ് നടത്തിയത്. ഒരു ഹിന്ദു സന്യാസിയെപ്പോലെ ഗാന്ധിജി ആധുനികതയ്ക്കെതിരെ നിലകൊള്ളുകയായിരുന്നു. ചർക്കയും ഒറ്റമുണ്ടും പാദുകങ്ങളും കൊണ്ടു ആധുനിക സാങ്കേതിക വിദ്യയ്ക്ക് എതിരു നിൽക്കുകയായിരുന്നു. രാഷ്ട്രത്തെ മതത്തിന്റെ പേരിൽ വെട്ടിമുറിക്കേണ്ടി വന്നു. തുടർന്നു നടന്ന ഭീതിദമായ രക്തച്ചൊരിച്ചിൽ മതത്തിന്റെ തനിമ വ്യക്തമാ

ജഫേഴ്സൺ

ക്കി.ഏതുമതത്തിനുവേണ്ടിയാണോ വാദിച്ചത് ആ മതം തന്നെ ഗാന്ധിജിയുടെ ജീവനെടുത്തു. (സെക്കുലറായ നെഹ്റുവാണ്, ഗാന്ധിജിയല്ല രാജ്യത്തെ സ്വാതന്ത്ര്യത്തിലെത്തിച്ചത് എന്നു ഹിച്ചൻസ് നിരീക്ഷിക്കുന്നു)

മതവിശ്വാസമാണ് സമൂഹത്തെ പരിഷ്കൃതമാക്കുന്നതെന്നത്, മറ്റെല്ലാ വാദങ്ങളും പൊളിയുമ്പോൾ എടുക്കുന്ന അടവാണ്. മനുഷ്യർ ദൈവത്തിൽ വിശ്വസിക്കുന്നില്ല എന്നതിനർത്ഥം അവർ മറ്റൊന്നിലും വിശ്വസിക്കുന്നില്ല എന്നാണോ എന്ന് ജി.കെ ചെസ്റ്റർട്ടൺ ചോദിച്ചു. പറയുന്നതിനൊന്നും അവർക്ക് തെളിവുകളില്ല. ലോകത്തിലെ കുറ്റകൃത്യങ്ങളിൽ ബഹുഭൂരിപക്ഷവും വിശ്വാസാധിഷ്ഠിതമാണ് എന്നതിന് ധാരാളം ചരിത്ര തെളിവുകളുണ്ട്. മതങ്ങളുടെയൊക്കെ ചരിത്രം തന്നെ വിശുദ്ധ യുദ്ധങ്ങളുടെയും സാമ്രാജ്യത്വാധിപത്യത്തിന്റെയുമാണ്. ജോൺപോൾ മാർപ്പാപ്പ ധാരാളം ഏറ്റുപറച്ചിലുകൾ നടത്തിയിട്ടുണ്ട്. റുവാണ്ടയിലെ അതിക്രമം, യഹൂദർക്കും ആന്റിസെമിറ്റിസത്തിനുമെതിരെ നൂറ്റാണ്ടുകൾ നടത്തിയ കലാപങ്ങൾ , മുസ്ലീങ്ങൾക്കെതിരായ കുരിശുയുദ്ധങ്ങൾ, പൗരസ്ത്യ ഓർത്തഡോക്സുകാർക്കെതിരെ നടത്തിയ കൊടിയ പീഡനങ്ങൾ, ഇൻക്വസിഷൻ തുടങ്ങിയ കൊടും കൃത്യങ്ങളുടെ പേരിലായിരുന്നു ക്ഷമായാചനം. സഭ എന്നാൽ ക്രിമിനൽ സ്വഭാവമുള്ളതാണെന്ന് അവർ തന്നെ അംഗീകരിക്കുമ്പോൾ ഏതു വിശ്വാസമാണ് സംസ്ക്കാരം പകുത്തു തന്നിട്ടുള്ളതെന്നു വ്യക്തമാവും

മതമെന്ന പാപം

മതം മനുഷ്യവിരുദ്ധവും സദാചാരരഹിതവുമായി മാറുന്നതിന്റെ പ്രധാനകാരണങ്ങൾ ഇവയാണ്.-

1. ലോകത്തെ സംബന്ധിച്ച കപടമായ ചിന്ത നിഷ്ക്കളങ്കരായ മനുഷ്യർക്കു മുന്നിൽ അവതരിപ്പിക്കുന്നു.
2. രക്തബലിയുടെ സിദ്ധാന്തം
3. പാപമോചന സിദ്ധാന്തം
4. ആത്യന്തിക രക്ഷയും ശിക്ഷയും
5. അസാധ്യമായ ചുമതലകളുടെയും ചട്ടങ്ങളുടെയും ചുമത്തൽ

തെളിവുകൾ ഒന്നുമില്ലാത്ത സങ്കല്പ കഥകളാണ് മതം അടിച്ചേല്പി

ക്കുന്നത്.സൃഷ്ടിവാദം, ലോക സംവിധാനം തുടങ്ങിയവയെപ്പറ്റി ആധികാരികമായി അവതരിപ്പിക്കുന്നത് കടുത്ത അനീതിയാണ്. ദൈവങ്ങൾ പ്രീതിപ്പെടണമെങ്കിൽ ബലി നല്കണമെന്നത് എത്രയോ മനുഷ്യവിരുദ്ധവും പ്രാകൃതവുമാണ്. ക്രൈസ്തവ ഇസ്ലാം മതങ്ങളെല്ലാം രക്തബലി മഹത്വവൽക്കരിക്കുന്നു. അവ ഇതരമതങ്ങൾക്കെതിരെയും ഉപയോഗിക്കുന്നു. ആധുനിക കാലത്ത് മതത്തെ എതിർക്കുന്നവരെ കൊന്നാണ് ബലി നടത്തുന്നത്.

ആദം ചെയ്ത പാപം പരിഹരിക്കാൻ, തങ്ങളൊന്നുമറിയാത്ത ആധുനിക മനുഷ്യനും പാപമോചനത്തിനു ത്യാഗം ചെയ്യണമത്രേ. ക്രിസ്തു ജനിച്ചതു തന്നെ പാപമോചനത്തിനാണ്. ക്രിസ്തുവിന്റെ ഈ കഥയുടെ കുറ്റം ചുമത്തിയാണ് നൂറ്റാണ്ടുകളായി യഹൂദരെ കൊന്നൊടുക്കുന്നത്. ഇതു രണ്ടും എങ്ങനെയാണ് പൊരുത്തപ്പെടുക. ആത്യന്തികമായ ഫലം സ്വർഗ്ഗം അല്ലെങ്കിൽ നരകം എന്നത് യാതൊരു അടിസ്ഥാനമോ തെളിവോ ഇല്ലാത്ത സംഗതിയാണ്. അനുസരിക്കാനാവാത്ത ചട്ടങ്ങൾ രൂപീകരിച്ച് അതു ചെയ്യാത്തവർ ശിക്ഷിക്കപ്പെടുമെന്നു പറയുന്നത് എത്ര യുക്തിരഹിതമാണ്. പത്തു കല്പനകൾ അനുസരിക്കാൻ കഴിയുന്ന എത്ര ക്രിസ്ത്യാനികളുണ്ട്? തെറ്റായ വാഗ്ദാനങ്ങൾ നല്കി ഭയാനകമായ ശിക്ഷകൾ നൽകുന്നത് എന്തിനാണ്. ഇത് സദാചാര പോലീസിങ് മാത്രമാണ്.

ഹിറ്റ്ലറും സഭയും

മതഭീകരതയുടെ ഏറ്റവും ഹീനമായ തെളിവാണ് കടുത്ത വിശ്വാസിയായിരുന്ന ഹിറ്റ്ലറിന്റെ ചരിത്രം. മതം എങ്ങനെ മനുഷ്യവിരുദ്ധമാണെന്നതിന്റെ കേസ് ഡയറി കൂടിയാണ് ഹിറ്റ്ലർ.

1953 ജൂലൈ 8 ന് അധികാരത്തിലെത്തിയ ഹിറ്റ്ലർ ഏതാനും മാസങ്ങൾക്കുള്ളിൽ വത്തിക്കാനുമായി കരാർ വെക്കുന്നു കാത്തലിക് സെന്റർ പാർട്ടിയെ നിയന്ത്രണത്തിലാക്കാനും, എല്ലാ രാഷ്ട്രീയ പ്രക്രിയയിൽ നിന്നും കത്തോലിക്കർ മാറി നില്ക്കാനും ആവശ്യപ്പെട്ടു. സ്കൂളുകളിൽ യാതൊരു പ്രചാരണ പരിപാടികളും പാടില്ല, എന്ത് ആനുകൂല്യങ്ങൾ വേണമെങ്കിലും സഭയ്ക്കു നല്കും. ആഗോളതലത്തിൽ യഹൂദവ്യവസ്ഥകളെ ഇല്ലാതാക്കും തുടങ്ങിയവയായിരുന്നു തുടക്കത്തിലെ നടപടികൾ. ഈ കരാറുകൾക്കെതിരെ അന്നുണ്ടായിരുന്ന 23 ദശലക്ഷം കത്തോലിക്കരിൽ ആരും പ്രതിഷേധിച്ചില്ല.

ഏപ്രിൽ 20 ഹിറ്റ്ലറുടെ ജന്മദിനമായി സഭ ആഘോഷിച്ചു. 'ജർമ്മൻ ജനങ്ങളുടെയും ബിഷപ്പുമാരുടെയും പേരിൽ ജർമ്മനിയിലെ കത്തോലിക്കരുടെ തീവ്രമായ പ്രാർത്ഥനകൾ അവരുടെ അൾത്താരകളിൽ നിന്ന് സ്വർഗ്ഗത്തിലേക്കുയരും' എന്നായിരുന്നു പോപ്പിന്റെ സന്ദേശം.

ഹിറ്റ്ലർ

ഹിറ്റ്ലർ ആദ്യം റോം സന്ദർശിക്കുമ്പോൾ പയസ് പതിനൊന്നാമൻ മാർപാപ്പ നേരിട്ടുവന്നു സ്വീകരിച്ചു. അദ്ദേഹത്തിന്റെ സെക്രട്ടറിയായിരുന്ന യൂജിനിയോ പാസെല്ലി പിന്നീട് പയസ് പന്ത്രണ്ടാമനായി. തന്റെ സ്ഥാനാരോഹണത്തിന്റെ നാലാം ദിവസം ഹിറ്റ്ലർക്കയച്ച സന്ദേശം ഇതായിരുന്നു. 'ജർമ്മൻ ജനതയുടെ ആത്മീയ ക്ഷേമം അങ്ങേയ്ക്കു സമർപ്പിക്കുന്നു. ഞങ്ങളിവിടെ കഴിഞ്ഞ കാലമത്രയും സഭയും സ്റ്റേറ്റും തമ്മിൽ സൗഹാർദ്ദത്തിലായിരുന്നു.ഞങ്ങളുടെ ദൈവിക പ്രവൃത്തികളുടെ അവസരങ്ങൾ വർദ്ധിച്ചിരിക്കുന്നതിനാൽ എത്ര തീവ്രമായും ഞങ്ങൾ ലക്ഷ്യത്തിനായി പ്രാർത്ഥിക്കേണ്ടത് ജർമ്മൻ ജനതയുടെ അഭിവൃദ്ധിയും പുരോഗമനവും ദൈവാനുഗ്രഹത്താൽ ഫലപ്രദമാകട്ടെ'

ലോകം കണ്ട ഏറ്റവും വലിയ ഭീകരനൊപ്പം നിന്ന സഭയാണ് സ്നേഹമതമായി കൊട്ടിഘോഷിക്കപ്പെടുന്നത്.അതുകൊണ്ടു തന്നെ മതദുരന്തങ്ങളുമായി ബന്ധപ്പെടുമ്പോൾ മറന്നുപോകുന്ന രണ്ടു കാര്യങ്ങൾ ഉണ്ട്. സഭയും ഫാസിസവുമായുള്ള ബന്ധവും, ദേശീയ സോഷ്യലിസത്തിനു മുന്നിൽ സഭയുടെ അടിത്തറയും. സത്യത്തെ അടിച്ചമർത്തുന്ന ഹിറ്റ്ലറുടെ പ്രചാരവേലയിൽ സഭയെ കാണാം എന്ന് 1940 ൽ ഐൻസ്റ്റെയിൻ പറഞ്ഞു. മതവും വംശീയതയും സർവ്വാധിപത്യവും തമ്മിലുള്ള കൂട്ടുകെട്ട് 20-ാം നൂറ്റാണ്ടിലെ ഏറ്റവും വലിയ സത്യവും ദുരന്തവുമായിരുന്നു.

ദൈവമില്ലെങ്കിൽ എന്ത്

'ദൈവമില്ല എന്ന് മൂഢൻ തന്റെ ഹൃദയത്തിൽ പറയുന്നു' (സങ്കീർത്തനം 53) എന്നത് മതങ്ങളെല്ലാം നാസ്തികർക്കെതിരെ നടത്തുന്ന പരിഹാസമാണ്. നാസ്തികത ഈശ്വരൻ ഉണ്ടായ കാലം മുതലേ ഉള്ളതാണ്. ഒരു വിഡ്ഢിയായിരിക്കില്ല ഈ നിഗമനത്തിലെത്തിയത്.അങ്ങനെ നിരീശ്വരർ ഉണ്ടെന്ന് എഴുതിയ ആൾ അറിഞ്ഞിരിക്കണം - സംശയം, സന്ദേഹവാദം, അവിശ്വാസം എന്നിവ ഇന്നത്തേപ്പോലെ എന്നുമുണ്ടായിരുന്നു. മതം എത്രമാത്രം വിദ്വേഷപ്രചാരണമാണ് നടത്തുന്നതെന്നും, അന്ധതയും അജ്ഞതയുമാണ് വളർത്തുന്നതെന്നും അറിയാവുന്ന കവികളും ശാസ്ത്രകാരന്മാരും തത്വചിന്തകരും എന്നും ദൈവത്തിനെതിരെ നിലപാടെടുത്തിരുന്നു.

സോക്രട്ടീസിന്റെ കാലം മുതൽ മതവും യുക്തിയും തമ്മിൽ ഏറ്റുമുട്ടലുണ്ട്. സന്ദേഹവാദത്തിന്റെ ഒരു പ്രസ്ഥാനം തന്നെ അരിസ്റ്റോഫനി

സ് നടത്തിയിരുന്നു. എപ്പിക്യൂറസ്, റെനെദക്കാർത്തെ, ഗലീലീയോ, സ്പിനോസ തുടങ്ങിയവരൊക്കെ നാസ്തികതയുടെ വെളിച്ചം പരത്തിയ വരാണ്. മതം എന്തൊക്കെ പൊങ്ങച്ചം പറഞ്ഞാലും യുക്തിക്കു മറു പടിയുണ്ട്. ശാസ്ത്രത്തിനു തെളിവും നല്കാൻ കഴിയും. അത് ജ്ഞാനോദ യത്തിന്റെ അനിവാര്യഘടകങ്ങളാണ്.

***2007-ൽ ഹിച്ചൻസ് എഡിറ്റു ചെയ്ത പ്രസിദ്ധീകരിച്ച The Portable Atheist അവിശ്വാസികൾക്ക് ഒരു അനർഘസമാഹാരമാ ണ്. വിശ്വപ്രസിദ്ധ യുക്തിവാദികളുടെ പ്രമുഖ കൃതികൾ തിരഞ്ഞെടുത്തി രിക്കുന്നു. അതിന് എഴുതിയ മുഖവുരയിൽ നാസ്തികതയെ കൃത്യമായി നിർവ്വചിച്ചിട്ടുണ്ട്. മറ്റു നാസ്തികരെപ്പോലെ തത്വശാസ്ത്രത്തെ അദ്ദേഹം നിഷേധിക്കുന്നില്ല. മതത്തിന് സമകാലികമായുണ്ടായ പരിണാമത്തെ അദ്ദേഹം പരിശോധിക്കുന്നു.

മാറുന്ന വിശ്വാസം

മതം അതിന്റെ സൈദ്ധാന്തിക പിടിവാശി വിട്ടു ഇപ്പോൾ ജീവകാരു ണ്യ പ്രവർത്തനത്തിലേക്ക് ഇറങ്ങിയിരിക്കുന്നു. അതിനെ മാനവിക പ്ര വൃത്തിയായി ന്യായീകരിക്കാനും ശ്രമിക്കുന്നു. ഹമാസിനു പോലും സാമൂ ഹ്യസേവനത്തിന്റെ മുഖംമൂടിയുണ്ട്! എന്നാൽ ഇവർ സത്യത്തിൽ മത വിശ്വാസത്തിനെതിരായ പ്രവൃത്തിയാണ് ചെയ്യുന്നത്. കാരണം ദൈവം നിശ്ചയിച്ചതിനെ മാറ്റാനാണ് അവർ ശ്രമിക്കുന്നത്.

വംശീയതയുടെ പ്രാഥമികവും വികൃതവുമായ യാഥാർത്ഥ്യബോധ മാണ് മതം. ശാസ്ത്രത്തെപ്പറ്റി അവർ കേട്ടറിഞ്ഞുപോലുമില്ല. ഭൂമി ഉരു ണ്ടതാണെന്നോ സൗരയൂഥഭാഗമാണെന്നോ അവർക്ക് അറിയുമായി രുന്നില്ല. അണുക്കൾ, ഇതരജീവികൾ, രോഗങ്ങൾ ഒന്നിനെപ്പറ്റിയും വി വരമുണ്ടായിരുന്നില്ല. ഭൂതപ്രേതപിശാചുക്കളും മറ്റും നമുക്കു ചുറ്റും ആകാ ശത്തിലുമുണ്ടെന്ന് അവർ വിശ്വസിച്ചു. ഇടിയും മിന്നലും ദൈവസൃഷ്ടിയാ ണെന്നു കരുതി. ഈ അജ്ഞതയെ മാറ്റിയെടുക്കാൻ ശാസ്ത്രം എത്ര യോ കാലം പ്രയത്നിച്ചു.

മതം ആദ്യകാലത്ത് ഫിലോസഫിയുടെ മുഖവുരയായിരുന്നു. ആൽ ക്കെമി എന്നാൽ രസതന്ത്രവും ജോത്സ്യമെന്നാൽ ഗ്രഹശാസ്ത്രവുമായി രുന്നു. എന്നാൽ ശാസ്ത്രത്തിന്റെയും ഡാർവ്വിന്റെയും ഐൻസ്റ്റൈന്റെയും ഹബ്ബിളിന്റെയും കാലത്തോടെ എല്ലാം മാറിമറഞ്ഞു. ദൈവം പഴംകഥ യിലെ കഥാപാത്രമായി. ധാർമ്മികവും ബൗദ്ധികവുമായ തുല്യത അനി ശ്ചിതത്വത്തിനിടയിൽ ഇല്ലാതായി. അത്ഭുതങ്ങൾ സംഭവിക്കാതായി. അങ്ങനെ പല വിശ്വാസങ്ങളും അസ്തമിക്കാൻ തുടങ്ങി.

നാസ്തികതയുടെ അർത്ഥം

തോമസ് ഹക്സിലി

ദൈവവിശ്വാസം ഇല്ലാത്തതുമാത്രമാണോ നാസ്തികത? മനുഷ്യനിർമ്മിതമായ ഒരു ദൈവത്തെ നിഷേധിക്കുന്നതുമാത്രമല്ല, ബൗദ്ധികമായ വിമോചനം കൂടിയാണത്. പ്രകൃതിജമായ തുല്യതയെ അല്ലാതെ, മറ്റൊരു മേധാവിത്വത്തെയും നാസ്തികർ അംഗീകരിക്കുന്നില്ല. അവർ ശൂന്യതാവാദികളോ (nihilists) ആത്മാവുമാത്രം സത്യമെന്നു വിശ്വസിക്കുന്നവരോ (solipsist) ദ്രോഹബുദ്ധിയുള്ളവരോ (sadist) അല്ല. സ്വർഗ്ഗനരകങ്ങളിൽ വിശ്വസിക്കാത്തതുകൊണ്ട് സ്വന്തം അഭിരുചിക്കും മനസാക്ഷിക്കുമനുസരിച്ച് പ്രവർത്തിക്കാൻ കഴിയുന്നു. മതപൂർവ്വസമൂഹത്തിൽ ഒരുപക്ഷേ നീതിബോധവും ധാർമ്മികതയും ഉണ്ടായിരുന്നിരിക്കാം. മതത്തിലെ പോലെ പീഡനം, അടിമത്തം, കുട്ടികളോടുള്ള ക്രൂരത തുടങ്ങിയവയൊന്നും നാസ്തികർ അനുവദിക്കില്ല.

ശാസ്ത്രം മാത്രമല്ല നാസ്തികതയുടെ പിതാവ്/വളർത്തച്ഛൻ. പരീക്ഷണ നിരീക്ഷണങ്ങൾമാത്രം അതിന്റെ പ്രതിരോധത്തിന് ഗാരണ്ടിയല്ല. കാരണം ശാസ്ത്രത്തിലും അന്ധവിശ്വാസികളുണ്ട്. മതം ശരീരത്തിൽ നിന്ന് അഭിന്നമാണെന്നോ വർജ്ജിക്കാനാവില്ലെന്നോ വാദിക്കുന്നവരുണ്ടാകാം. മരണഭയം കൊണ്ടാണ് പലരും ആത്മകേന്ദ്രീകൃതമായി മതത്തിൽ നില നിൽക്കുന്നത്. മതം അങ്ങനെ ആന്തരികമാണെന്നു പറയുകയാണെങ്കിൽ അതിനെതിരായ സംശയവും അതോടൊപ്പം തന്നെയുണ്ട്.

നാസ്തികവാദികളിൽ രണ്ടുതരക്കാരുണ്ട്. ദൈവാസ്തിത്വത്തിൽ തർക്കിക്കുന്നവരും മതത്തിന്റെ ദുഷ്ടതകൾ അവതരിപ്പിക്കുന്നവരും. സർവ്വശക്തനിൽ വിശ്വസിക്കുന്നതുമാത്രമല്ല മതം. തന്റെ ആഗ്രഹങ്ങളും വിധിയുമൊക്കെ പൂർണ്ണമായി നിശ്ചയിക്കപ്പെട്ടതാണെന്ന ആരാധനാ സമ്പ്രദായം (cult) കൂടിയാണത്. തോമസ് പെയിനും ജഫേഴ്സണും പറയുന്നത്, യഥാർത്ഥത്തിൽ മതം ദൈവത്തെ അധിക്ഷേപിക്കലാണെന്നാണ്. ദൈവം നിശ്ചയിച്ചതിനെ മതത്തിന് എങ്ങനെ മാറ്റാൻ കഴിയും. തോമസ് ഹാക്സിലി അവതരിപ്പിച്ച അജ്ഞേയ വാദം (Agnosticism) ദൈവം ഉണ്ടെന്നും ഇല്ലെന്നും പറയുന്നില്ല.

വിശ്വാസ നിഷേധം (nonbelief) വിശ്വാസമില്ലായ്മ (unbelief) അല്ല. മതം ജീർണിച്ചപ്പോൾ അത് ഉയർത്തിയ നീതിയും ധാർമ്മികതയും എന്തായി എന്ന ജോർജ് ഓർവെലിന്റെ ചോദ്യം പ്രസക്തമാ

ണ്. മതവിശ്വാസം യാഥാസ്ഥിതികവും നാസ്തികത വിമോചനപരവുമാണോ? അതിനു തീർച്ച പറയണമെങ്കിൽ അവയുടെ നിലപാടുകൾ പരിശോധിക്കണം. മതം പുരുഷനിർമ്മിതമാണ്, വിലക്കുകളുടെ സമാഹാരമാണ്. ലൈംഗികത, കന്യകാത്വനിബന്ധന, ആർത്തവ രക്തഭയം, സ്വവർഗപ്രണയം, സുന്നത്ത്, നരകഭയം, കുറ്റബോധം, സ്വയംഭോഗനിരോധനം തുടങ്ങിയതൊക്കെ മതത്തിന്റെ പ്രത്യേകതകളാണ്. അത് ജീവിത നന്മകളെ നിഷേധിക്കുന്നു.

സ്രഷ്ടാവിന് തന്റെ സൃഷ്ടികളെപ്പറ്റി എന്തെങ്കിലും അറിയാമോ എന്ന കാൾസാഗന്റെ ചോദ്യം പ്രസക്തമാണ്. അതിൽ സൂക്ഷ്മജീവികൾ, വിവിധ ശാസ്ത്രശാഖകൾ ഒന്നും എന്തായാലും ഉൾപ്പെട്ടിട്ടില്ല. അത് എത്ര പരിതാപകരമാണ്. അജ്ഞതയോടൊപ്പം ഭയവും ചേർത്തുവെക്കുന്ന ദുരന്തമാണ് മതത്തിന്റേത്. വിശ്വാസാധിഷ്ഠിതമായ മതം എത്ര ഭീകരമാണെന്ന് ഇറാൻ, ഇറാക്ക്, അഫ്ഗാനിസ്ഥാൻ, സോമാലിയ, ജോർദ്ദാൻ ഒക്കെ കാട്ടിത്തരുന്നു. എന്നിട്ടും ദൈവത്തെപ്പറ്റി ആസ്തികർ വാചാലരാകുന്നു.

***

സ്വപക്ഷം അവതരിപ്പിക്കുന്നതോടൊപ്പം പ്രതിപക്ഷത്തെയും പരിഗണിക്കുന്നുവെന്നത് ഹിച്ചൻസിന്റെ ചിന്തകളുടെ സവിശേഷതയാണ്. എന്നാൽ കുറിക്കു കൊള്ളുന്ന മറുപടി ഉന്നയിക്കുന്നുമുണ്ട്. ശാസ്ത്രം ഒറ്റമൂലി ആണെന്ന നിലപാടും അദ്ദേഹത്തിനില്ല. തത്വശാസ്ത്രവും വേണം എന്ന നിലപാടിലെത്തുമ്പോൾ യുക്തിവാദത്തിന്റെ സമഗ്രതയിലേക്ക് അദ്ദേഹം എത്തുന്നു. ആധുനിക ചിന്താലോകത്ത് അപ്രതിരോധ്യമായ പ്രകമ്പനങ്ങൾ സൃഷ്ടിക്കുവാൻ അദ്ദേഹത്തിനു കഴിഞ്ഞു. Hitchens Vs Blaire എന്ന സംവാദം അതാണു തെളിയിച്ചത്. (പത്താം അദ്ധ്യായം)

ഏഴ്

മാനുഷികമായ നാസ്തികത

ഡോക്കിൻസിന്റെ ശാസ്ത്രവീക്ഷണം

ഒരാൾ അനുഭവിക്കുന്ന വിഭ്രാന്തിയെ ഭ്രാന്തെന്നു വിളിക്കാം

ഒരുകൂട്ടം അനുഭവിക്കുന്ന വിഭ്രാന്തിയാണ് മതം

സമകാലിക ലോകബുദ്ധിജിവികളിൽ പ്രമുഖരാണ് നോംചോസ്ക്കി, ഉമ്പർട്ടോ എക്കോ, ക്ലിന്റൺ റിച്ചാർഡ് ഡോക്കിൻസ് എന്നിവർ. 2007 ൽ ടൈം മാഗസിൻ അവതരിപ്പിച്ച, ലോകത്തെ സ്വാധീനിച്ച 100 പേരിൽ ഒരാൾ ഡോക്കിൻസാണ്. യൂണിവേഴ്സിറ്റി അദ്ധ്യാപകൻ, പരിണാമ ശാസ്ത്രജ്ഞൻ, ടെലിവിഷൻ അവതാരകൻ തുടങ്ങിയ നിലകളിൽ ജനകീയനായ ഡോക്കിൻസ് നാസ്തികതയ്ക്ക് പുതിയ അർത്ഥതലങ്ങൾ വികസിപ്പിച്ചെടുത്തു.

പരിണാമവ്യാഖ്യാനം

1976 ൽ പ്രസിദ്ധീകരിച്ച Selfish Gene എന്ന ശാസ്ത്രകൃതിയിലൂടെയാണ് അദ്ദേഹം ശ്രദ്ധിക്കപ്പെട്ടു തുടങ്ങിയത്. എല്ലാ ജീവജാലങ്ങളും വ്യത്യസ്തമായ അതിജീവനത്തിലൂടെ പരിണാമപ്രക്രിയ തുടർന്നു പോകുന്നു എന്ന് അദ്ദേഹം നിരീക്ഷിച്ചു. പരിണാമത്തിന്റെ ജീൻകേന്ദ്രീകൃത വ്യവസ്ഥയെ മീം (meme) എന്ന പുതിയ സംജ്ഞയിലൂടെ വിശദീകരിച്ചു. ഒരേ സംസ്കാരത്തിലുള്ള വ്യക്തിയിൽ നിന്ന് വ്യക്തിയിലേക്ക് അനുകരണരീത്യാ പ്രചരിക്കുന്ന സ്വഭാവമോ ശൈലിയോ ആശയമോ ആണ് മീം. സദാ പ്രതീകാത്മകമായ അർത്ഥവും പ്രാതിനിധ്യവും അതിനുണ്ട്.

The Extended Phenotype (1982) എന്ന കൃതിയിലൂടെ പ്രകൃതിനിർദ്ധാരണത്തെ (natural selection) വിശദീകരിച്ചു. ഒരു ജീവിയുടെ നിരീക്ഷണാത്മക സ്വഭാവങ്ങളുടെ സമാഹാരമാണ് Phenotype ഒരു ജീനിന്റെ ഈ ഘടകം ആ ജീവിയുടെ ശരീരത്തിൽ മാത്രം ഒതുങ്ങുന്ന

ഡോക്കിൻസ്

തല്ലെന്നും അതു മറ്റു സഹജീവിയുടെ ശരീരത്തിലേക്കു കൂടി വ്യാപിക്കാമെന്നും അദ്ദേഹം വിശദീകരിച്ചു. The Blind Watch Maker എന്ന കൃതിയിൽ ബൗദ്ധികരൂപകല്പനാവാദത്തെ (Intelligent design) ശാസ്ത്രീയ തെളിവുകളിലൂടെ നിരസിച്ചു. ഒരു വാച്ച് നിർമ്മാതാവിന് വാച്ചല്ലാതെ മറ്റെന്താണ് നിർമ്മിക്കാൻ കഴിയുക. അയാൾ അന്ധനാകുക കൂടി ചെയ്താൽ സങ്കീർണ്ണമായ വാച്ചുകളുടെ പുനരുല്പാദനവും നിർദ്ധാരണവും ചെയ്യാൻ കഴിയുമോ?

ആരാണ് നാസ്തികൻ

ശാസ്ത്രജ്ഞനായതുകൊണ്ടു തന്നെ നാസ്തികവാദത്തിന് ശാസ്ത്രീയ അടിത്തറ നൽകുകയാണ് ഡോക്കിൻസ് ചെയ്തത്. മതരഹിതമായ ഒരു ലോകം സങ്കല്പിക്കുക (Imagine no religion) എന്ന സന്ദേശത്തോടെ ചാനൽ ഫോറിൽ അദ്ദേഹം അവതരിപ്പിച്ച The Roots of All Evil എന്ന പരിപാടിയെ തുടർന്നാണ് The God Delusion എന്ന കൃതി പ്രസിദ്ധീകരിച്ചത്. വിഭ്രാന്തി (Delusion) എന്ന സംജ്ഞ ഉപയോഗിക്കാൻ കാരണം പറഞ്ഞത് ഇതാണ് - ഒരാൾ അനുഭവിക്കുന്ന വിഭ്രാന്തിയെ ഭ്രാന്തെന്നു വിളിക്കാം, ഒരുക്കൂട്ടം ആളുകൾ അനുഭവിക്കുന്ന വിഭ്രാന്തിയാണ് മതം. ലോകമെമ്പാടും അനുകൂല പ്രതികൂല ചർച്ചകൾക്കു നിദാനമായ കൃതിയുടെ ലക്ഷകണക്കു കോപ്പികളാണ് വിറ്റഴിഞ്ഞത്. ഒരു ക്ലാസ്സിക്കായി മാറി 'ദൈവവിഭ്രമം'.

നാസ്തികനെ വളരെ കൃത്യമായി ഇങ്ങനെ നിർവ്വചിക്കുന്നു. സ്വാഭാവിക ഭൗതിക ലോകത്തിനപ്പുറം ഒന്നുമില്ലെന്നു വിശ്വസിക്കുന്ന, നിരീക്ഷണാത്മകമായ പ്രപഞ്ചത്തിന്റെ പിന്നിൽ പ്രകൃത്യാതീതമായ സൃഷ്ടിബുദ്ധിയില്ലെന്നും നിലനിൽക്കുന്ന ഒരു ആത്മാവില്ലെന്നും അറിയുന്ന ആളാണ് നാസ്തികൻ. ശാസ്ത്രസംബന്ധിയായ ലൈംഗിക, ഉല്പാദന വിഷയങ്ങൾ ചർച്ച ചെയ്യുമ്പോൾ മതനേതാക്കൾ ധാർമ്മികതയുടെ പ്രശ്നവുമായി വരുന്നു. എന്തു ധർമ്മസംഹിതയും സദാചാരവുമാണ് മതത്തിലുള്ളത് എന്ന് അദ്ദേഹം തെളിവുസഹിതം ആരായുന്നു.

ഭീകര ദൈവം

പഴയനിയമത്തിലെ ദൈവം ഒരുമ്ലേച്ഛ കഥാപാത്രമാണ്. അല്പനും അനീതിമാനും അനിയന്ത്രിതനും രക്തദാഹിയും വംശീയവിദ്വേഷിയുമാ

ണ്. മോശയുടെ ദൈവം ഒരു ഭയാനക കഥാപാത്രമാണെന്ന് ജഫേഴ്സണെ ഉദ്ധരിച്ചുകൊണ്ട് അദ്ദേഹം സ്ഥാപിക്കുന്നു. ക്രൂരനും പ്രതികാരദാഹിയും നരഭോജിയുമായ ദൈവം. എന്നാൽ ദൈവ സങ്കല്പമാകട്ടെ അമാനുഷികവും പ്രകൃത്യതീതനും ബുദ്ധിമാനുമാണ്. പ്രപഞ്ചത്തെയും അതിലുള്ള എല്ലാറ്റിനെയും ബോധപൂർവ്വം രൂപകല്പന ചെയ്ത നിർമ്മിച്ചയാളാണു ദൈവം എന്നാണ് കൊട്ടിഘോഷണം. യാതൊരു ക്രിയാത്മക ബുദ്ധിയോ എന്തെങ്കിലും രൂപകല്പന ചെയ്യാൻ ശേഷിയുള്ളതോ അല്ലാത്ത, ക്രമാനുഗതമായ പരിണാമ പ്രക്രിയയിലൂടെയുണ്ടായ സാങ്കല്പിക ഉല്പന്നം മാത്രമാണ് ദൈവം എന്നാണ് ഡോക്കിൻസിന്റെ പ്രഖ്യാപനം.

അതിശക്തമായ ബൈബിൾ വിമർശനമാണ് അദ്ദേഹം നടത്തുന്നത്. കത്തോലിക്കാ എൻസൈക്ലോപീഡിയ വിശകലനം ചെയ്തുകൊണ്ട് ത്രിത്വത്തെ വിമർശന വിധേയമാക്കുന്നു. പിതാവും പുത്രനും പരിശുദ്ധാത്മാവും സത്യത്തിൽ വ്യത്യസ്തങ്ങളാണ്. അത്തനേഷ്യൻ നിശ്ചയപ്രകാരം പിതാവ് ദൈവമാണ്. പുത്രൻ ദൈവമാണ്, പരിശുദ്ധാത്മാവും ദൈവമാണ്. അങ്ങനെ മൂന്നു ദൈവമില്ല, ഒന്നേയുള്ള എന്നു പറയുന്നത് എത്രമാത്രം അയുക്തമാണ്. ഏകമാണെന്നു പറയുന്ന കത്തോലിക്കാ സഭ ഇതുവരെ വാഴിച്ചത് 5120 വിശുദ്ധന്മാരെയാണ്.

എങ്ങനെ എന്ന് ശാസ്ത്രം ചോദിക്കുമ്പോൾ എന്തുകൊണ്ട് എന്നു മതം മറുപടി പറയാൻ ശ്രമിക്കുന്നു. ശരിയായ ഒരു ചോദ്യം ചോദിച്ചില്ലെങ്കിൽ കൃത്യമായ മറുപടി ലഭിക്കില്ല. ചോദ്യം ശരിയാണെങ്കിൽ ശാസ്ത്രത്തിനു മറുപടിയുണ്ട്, മതത്തിനു മറുപടി ഉണ്ടാവില്ല. ശാസ്ത്രത്തിന്റെ തെളിവുകൾ തിയോളജിയിൽ അപ്രസക്തമാണെന്നാവും അവർ പറയുക.

ദൈവാസ്തിത്വത്തെക്കുറിച്ച് അക്വിനാസ് നൽകിയ തെളിവുകളെ ഡോക്കിൻസ് ഇഴകീറി പരിശോധിക്കുന്നു. യുക്തിസഹമെന്നു തോന്നുമെങ്കിലും അവയൊന്നും ശരിക്കും ദൈവത്തിനു ബാധകമല്ല. സർവ്വവ്യാപി, സർവ്വശക്തൻ എന്നൊക്കെ ആവർത്തിക്കുന്നതുകൊണ്ട് അതൊന്നും തെളിവുകളാകുന്നില്ല. സർവ്വശക്തി, സർവ്വജ്ഞത എന്നിവ യഥാർത്ഥത്തിൽ പരസ്പര വിരുദ്ധമാണ്. സർവ്വജ്ഞൻ ഭൂതകാല ഭാവികൾ മുഴുവൻ നിശ്ചയിച്ചു വെച്ചതാണെങ്കിൽ പിന്നെ ശക്തിയുടെ പ്രയോഗം എന്തിനാണ്. തന്റെ കഴിവിന്റെയോ പ്രപഞ്ചഗതിയിലെ മാറ്റമോ ദൈവത്തിന് അസാദ്ധ്യമാണ്. ഇതു തന്നെയാണ് സർവ്വവ്യാപിയുടെ പ്രശ്നവും. അങ്ങനെ വന്നാൽ ശൂന്യത എന്നൊന്ന് ഉണ്ടാകാൻ പാടില്ല, അവിടെ ദൈവം ഇല്ലാതായി പോകും. ഇതേപോലെ തന്നെ ആൻസലാമിന്റെ തെളിവുകളുടെ സത്ത മീമാംസാപരമായ (Ontological) വാദങ്ങളെയും ഡോക്കിൻസ് തള്ളിക്കളയുന്നു.

പ്രകൃതിനിർദ്ധാരണം

ഡാർവിന്റെ natural selection theory ജീവിതത്തെ സമഗ്രമായി വിശദീകരിക്കുകയാണ് ചെയ്യുന്നത്. ലളിതമായ തുടക്കത്തിൽ നിന്ന് ബോധപൂർവ്വമായ സഹായമില്ലാതെ എങ്ങനെ സംഘടിത രൂപത്തിലേക്കെത്തുകയെന്ന ജീവികളുടെ ശേഷിയെ ശാസ്ത്രീയമായി വിശകലനം ചെയ്യുന്നതാണ് ഈ സിദ്ധാന്തം. ജീവിവർഗ്ഗങ്ങൾ പൊരുത്തപ്പെടുകയും മാറ്റങ്ങൾക്കു വിധേയമാകുകയും തലമുറകളിലൂടെയുള്ള വ്യതിയാനം സംഭവിക്കുകയും ചെയ്യുന്ന പ്രക്രിയയാണ് പരിണാമത്തിലെ പ്രകൃതി നിർദ്ധാരണ സിദ്ധാന്തം. പ്രത്യക്ഷത്തിൽ തികച്ചും വ്യത്യസ്തമെന്നു തോന്നുന്ന പല ജീവികളും ഈവിധത്തിലാണ് പരിണമിച്ചുണ്ടായത്. ഡാർവിനെ സംബന്ധിച്ച് പരിണാമത്തിലെ ഒരു മെക്കാനിസമാണിത്. പരിസ്ഥിതിയോടു കൂടുതൽ പൊരുത്തപ്പെട്ടു വരുന്ന ജീവികൾ അതിജീവിക്കുകയും അവയുടെ ജീനുകൾ തലമുറകളിലേക്ക് കൈമാറ്റപ്പെടുകയും ചെയ്യുന്നു.

ഇതോടുചേർത്ത് ബൗദ്ധികമായ ആസൂത്രണത്തെയും (Intelligent design) കുറിച്ച് വിശദീകരിക്കുന്നു. യാദൃശ്ചികമായി സൃഷ്ടിക്കപ്പെട്ടു എന്നതിനെ ദൈവവാദികൾ അംഗീകരിക്കുന്നില്ല. പക്ഷേ ദൈവം യാദൃശ്ചികതയുടെ സൃഷ്ടിയാണു താനും. എന്നാൽ ആ ദൈവം പ്രപഞ്ചത്തിലെ എല്ലാറ്റിനെയും ബുദ്ധിപരമായി ആസൂത്രണം ചെയ്തിരിക്കുന്നു! ശാസ്ത്രം നിർണ്ണായകമായ കണ്ടുപിടുത്തങ്ങൾ നടത്തുന്നിടത്തൊക്കെ അതിന്റെ സങ്കീർണ്ണമോ ശൂന്യമോ ആയ സ്ഥലങ്ങളിൽ ആസ്തികർ ദൈവത്തെ കൊണ്ടു സ്ഥാപിക്കും. ഒരു ശാസ്ത്രജ്ഞനെന്ന നിലയിൽ പരിണാമത്തെ സംബന്ധിച്ച വ്യക്തമായ തെളിവുകൾ ഡോക്കിൻസ് അവതരിപ്പിക്കുന്നു. പരിണാമത്തിന്റെ ധാർമ്മിക, ജൈവിക സവിശേഷതകളെ കൃത്യമായി വ്യവഹരിക്കുന്നു.

മരുന്നെന്ന ഭാവേന നൽകുന്ന പലതും രോഗശമനമുണ്ടാക്കുന്നതിനെയാണ് പ്ലാസിബോ (placebo) എന്നു പറയുന്നത്. രോഗശാന്തിയെക്കുറിച്ചുള്ള ഈ ബോധം തന്നെയാണ് മതം നല്കുന്നതും. മാനസിക പിരിമുറുക്കത്തെ കുറയ്ക്കാൻ മതത്തിനു കഴിയുമെന്ന വാദത്തെ അദ്ദേഹം തള്ളിക്കളയുന്നു. മനസ് പദാർത്ഥത്തിന്റെ രൂപാന്തരമാണ് അതിൽ നിന്ന് അന്യമായി മതത്തിനു നിൽക്കാനാവില്ല. ശരീരത്തെവിട്ടു മനസ്സിന് അസ്തിത്വമില്ലാത്തതിനാൽ അതൊരു ഭൗതികേതര പ്രതിഭാസമല്ല. വിശ്വാസത്തിന്റെ ശത്രു യുക്തിയാണ്. ആത്മീയമോ ദൈവീകമോ ആയി ബന്ധപ്പെട്ട ഒന്നിനെയും സ്വീകരിക്കാൻ യുക്തിക്കു സാധിക്കില്ല.

നന്മ മനുഷ്യൻ

ദൈവമില്ലെങ്കിൽ മനുഷ്യർക്കു നന്മയുള്ളവരാകാൻ കഴിയുമോ എന്ന മതബോധത്തിന് കൃത്യമായ മറുപടി ഡാർവിൻ പക്ഷത്തു നിന്നു കൊണ്ട് ഡോക്കിൻസ് നല്കുന്നുണ്ട്. പാരമ്പര്യ രക്തബന്ധം (Genetic Kinship) ആണ് ഒന്നാമത്തെ കാര്യം. അതു സഹജീവിബോധമുണർത്തുന്നു. പരസ്പര വിനിമയ (reciprocation)മാണ് രണ്ടാമത്തെ കാര്യം. തനിക്കു ലഭിക്കുന്ന നന്മകളെ തിരിച്ചു നൽകാനും മുൻകൂട്ടി പ്രവർത്തിക്കാനും അവൻ ബാദ്ധ്യസ്ഥനാണ്. ഉദാരതയും നന്മയും ആർജ്ജിക്കുന്ന അംഗീകാരമാണ് ധാർമ്മികതയുണ്ടാക്കുന്നത്. പ്രത്യക്ഷമോ സുവ്യക്തമോ ആയ ഉദാരത (conspicuous generosity) യാണ് നാലാമത്തെ കാര്യം. കൊടുക്കുന്നതു തിരിച്ചു കിട്ടുന്ന മനോഗതി. ദൈവത്തിന് ഇവിടെയൊന്നും ഒരു പങ്കുമില്ല കർമ്മം ചെയ്യുന്നതു ദൈവത്തിനു വേണ്ടിയല്ല, കർമ്മത്തിനു വേണ്ടിയാണെന്ന കാന്റിന്റെ നിലപാടിനെ ഡോക്കിൻസ് അംഗീകരിക്കുന്നു. നുണ പറയുന്നതു നിയമമായ ഒരു നാട്ടിൽ നുണപറയാതിരിക്കുന്നതാണ് കുറ്റകരം. എന്നാൽ നുണപറയുന്നതു ധാർമ്മികമല്ല എന്നതാണ് പ്രശ്നം.

ബൈബിളിലെ സദാചാരവിരുദ്ധതയെ വിശദമായിത്തന്നെ അദ്ദേഹം ചർച്ചചെയ്യുന്നു. ഹിറ്റ്ലർ ഒന്നാംതരം കത്തോലിക്കനായിരുന്നു. പൊതുസമൂഹത്തെ അടക്കി നിർത്താനുള്ള ഒന്നാംതരം ചവറാണ് മതം എന്ന നെപ്പോളിയൻ വചനത്തെ അദ്ദേഹം ശരിവെക്കുന്നു.

കുട്ടികളുടെ സ്വാതന്ത്ര്യം

മതത്തിൽ നിന്നു രക്ഷപ്പെടാനാവാത്ത വിധം കുട്ടികൾ എപ്രകാരം പീഡിപ്പിക്കപ്പെടുന്നുവെന്നതും അതിൽ നിന്ന് എങ്ങനെ രക്ഷപ്പെടാമെന്നതും 'ദൈവ വിഭ്രമ'ത്തിന്റെ കാതലായ പ്രശ്നമാണ്. കുട്ടികൾക്കു വേണ്ടത് മാതാപിതാക്കളുടെ സ്നേഹവും വാത്സല്യവുമാണ്, പുരോഹിതരുടെ മുരടൻ ഉപദേശങ്ങളല്ല. അവർക്ക് വിവേകമില്ലാത്ത കാലത്തു മാമോദിസ വെള്ളമൊഴിച്ചു മതത്തിലാക്കുന്നത് മത പീഢനമാണ്. കുട്ടികളെ ബലമായി മതത്തിൽ ചേർക്കുന്നത് വ്യക്തിയുടെ അഭിപ്രായ സ്വാതന്ത്ര്യത്തിനുമേലുള്ള കടന്നുകയറ്റമാണ്. ഈ മതക്കുരിശ് അവൻ ആജീവനാന്തം വഹിക്കേണ്ടി വരുന്നു. മതമുപേക്ഷിക്കുന്നവരെ വധിക്കണമെന്ന് ശാസിക്കുന്ന ഇസ്ലാം അറിയേണ്ടത് അവർ എങ്ങനെ ഇസ്ലാമായി എന്നതാണ്.

കത്തോലിക്കാ സഭയെ വെറുക്കാൻ കാരണം അവരുടെ ലൈംഗിക അരാജകത്വത്തിന്റെ അറപ്പുളവാക്കുന്ന ചരിത്രമാണെന്ന് ഡോക്കിൻ

സ് തുറന്നു പറയുന്നു. ബാലപീഢനം, സ്വവർഗ്ഗരതി, ലൈംഗീകചൂഷണം തുടങ്ങിയവയിൽ കുപ്രസിദ്ധമാണ് സഭ. അയർലന്റിലെ കന്യാസ്ത്രീകളും ഇതിൽ പിന്നിലല്ല. ഇത്തരം ശാരീരിക പീഡനം പോലെ ഭയങ്കരമാണ് മാനസികമായ വിശ്വാസ പീഡനവും. ഇതേ വിഷയത്തിൽ സമാനമായ ഒരു സിദ്ധാന്തം തന്റെ Out growing God എന്ന കൃതിയിലും ഡോക്കിൻസ് അവതരിപ്പിക്കുന്നുണ്ട്. പാർശ്വഫല സിദ്ധാന്തം (Byproduct) എന്നാണ് അതിനെ വിശദീകരിക്കുന്നത്. ഒരു ശിശുവിന്റെ തലച്ചോർ രൂപീകരിക്കപ്പെടുന്നത് മാതാപിതാക്കളിൽ നിന്നും ഗുരുക്കന്മാരിൽ നിന്നും പുരോഹിതന്മാരിൽ നിന്നുമുള്ള സ്വാഭാവിക തിരഞ്ഞെടുപ്പു വഴിയാണ്. മുതിർന്നവർ പറയുന്നതു ശരിയാണെന്ന് അവർ വിശ്വസിക്കുന്നു. ഇതിന് ഡാർവിന്റെ വിശദീകരണവുമുണ്ട്. ജീനുകളുടെ സവിശേഷ പ്രക്രിയയാണ് അതിനു കാരണം. മതപരമായ പാഠനം ലഭിക്കുന്നവർക്ക് അവരുടെ ദേശത്തിന്റെ ദൈവമാണ് പ്രധാനം. മിത്തുകളും ആചാരങ്ങളും പാരമ്പര്യങ്ങളും അവനെ ബന്ധിതനാക്കുന്നു. മതപരമായ ആശയങ്ങൾ അവന്റെ മീമുകളെ (meme) ഉത്തേജിപ്പിച്ച് മതത്തിന്റെ അടിമയാക്കുന്നു. അതുകൊണ്ട് പ്രകൃതി നിർദ്ധാരണത്തിന്റെ ശാസ്ത്രീയ രീതിയിൽ വേണം ഒരു ശിശു ജ്ഞാനം ആർജ്ജിക്കാൻ. സ്ഥാനത്തും അസ്ഥാനത്തും ദൈവങ്ങളെ പ്രതിഷ്ഠിക്കുമ്പോൾ (അതായത് കാര്യങ്ങൾ വ്യക്തമാകാത്തിടത്തൊക്കെ) അതിനൊക്കെ പരിഹാരം കാണാൻ ശാസ്ത്രം അത്യദ്ധ്വാനം ചെയ്യേണ്ടിവരും.

മിശിഹയുടെ രഹസ്യം

Outgrowing God എന്നതിന് അമിതവളർച്ചയുള്ള (ചീർത്ത) ദൈവം എന്ന് അർത്ഥം പറയാം. 2019 ലെ ഈ കൃതി തുടക്കക്കാർക്കുള്ള പുസ്തകമാണ് (A Beginner's guide) Selfish Gene, God Delusion എന്നിവയുടെ കാഠിന്യം ഈ കൃതിക്കില്ല. ഇതിന്റെ ആദ്യഭാഗം അപ്പാടെ ബൈബിൾ വിമർശനമാണ്. യേശുവിന്റെ സങ്കല്പം അപ്പാടെ ഗ്രീക്കു മിഥോളജിയിൽ നിന്നാണ്. പുതിയ നിയമം യഥാർത്ഥത്തിൽ എഴുതപ്പെട്ടത് ഗ്രീക്കു ഭാഷയിലാണ്. (പഴയനിയമം ഹീബ്രുവിലും) എബ്രഹാമിന്റെയും ജോസഫിന്റെയും കഥകൾ ഹീബ്രു ഐതിഹ്യങ്ങളിൽ നിന്നുള്ളതാണ്. സെന്റ് പോളിന്റെ കത്തുകളിൽ യേശുവുണ്ട്; പക്ഷേ യേശുവിന്റെ ജീവിതമില്ല. പോളിന് അർത്ഥം അറിയാമായിരുന്നില്ല, അഥവാ പുതിയ നിയമം അപ്പോൾ എഴുതപ്പെട്ടിട്ടുണ്ടാവില്ല.

ജോസഫസ് എന്ന യഹൂദചരിത്രകാരൻ (സി.ഇ. 37-100) ക്രിസ്തു എന്നൊരു ബുദ്ധിമാൻ ജീവിച്ചിരുന്നതായി പറയുന്നുണ്ട്. മിശിഹ എന്ന

ഗ്രീക്കുപദത്തിനർത്ഥം ക്രിസ്തു എന്നാണ്. യഹൂദ ശത്രുക്കളെ ഇല്ലാതാക്കുന്ന യുദ്ധവീരനോ രാജാവോ ആണ് ജോസഫസിന്റെ ക്രിസ്തു. അതുകൊണ്ട് ജോസഫ് എഴുതിയതാവില്ല അത്. റോമൻ ചരിത്രകാരനായ ടാസിറ്റസ് (സി.ഇ. 54-120) നീറോ ചക്രവർത്തിയെക്കുറിച്ചു പറയുമ്പോൾ ക്രിസ്തു (christus) സിനെക്കുറിച്ചു പ്രതിപാദിക്കുന്നു. ഇതൊന്നും തന്നെ യേശു ജീവിച്ചിരുന്നതിന്റെ തെളിവുകളല്ല. സുവിശേഷങ്ങൾ ഒന്നും തന്നെ ദൃക്സാക്ഷി വിവരണങ്ങളല്ല. മർക്കോസിന്റെ സുവിശേഷം ക്രിസ്തുവിന്റെ മരണാനന്തരം 35-40 വർഷങ്ങൾക്കിടയിൽ എഴുതപ്പെട്ടതാണ്. ലൂക്കോസും മത്തായിയും അത് പകർത്തിയെടുക്കുകയായിരുന്നു. ജോസഫിന്റെ 41 മുത്തച്ഛന്മാർക്ക് മുമ്പാണ് ദാവീദിന്റെ കാലം യേശു ദാവീദിന്റെ പിന്മുറയാണെന്നും പരിശുദ്ധാത്മാവിന്റെ മകനാണെന്നും എങ്ങനെ പറയാനാവും.

പുതിയനിയമത്തിലെ നാലു സുവിശേഷങ്ങൾ കൂടാതെ വേറെയും സുവിശേഷങ്ങളുണ്ട്. പീറ്റർ, ഫിലിപ്പ്, മഗ്ദലനമറിയം, ജൂദാസ് എന്നിവരെഴുതിയ സുവിശേഷങ്ങൾ, പ്രാചീന ഈജിപ്ഷ്യൻ ഭാഷയായ കോപ്റ്റിക്കിൽ (coptic) എഴുതപ്പെട്ട തോമസിന്റെ സുവിശേഷം, ഈജിപ്തുകാർക്കെഴുതിയ സുവിശേഷം തുടങ്ങി മറ്റനേകം സുവിശേഷങ്ങളുണ്ട്. ഇതിൽ ഏതിനെയാണ് ആധികാരികമായി കരുതി മിശിഹയ്ക്കു തെളിവുണ്ടാക്കുക.

ആകാശത്തെ ക്യാമറ

ഡോക്കിൻസിന്റെ കൃതികൾ സന്ദേഹവാദികളെ (Agnostics) വിമർശിക്കുന്നുണ്ട്. അവ്യക്തമായ പ്രപഞ്ചശക്തിയെക്കുറിച്ചും ജീവശക്തിയെക്കുറിച്ചുമൊക്കെ പറയുകയും, നമുക്കു മനസ്സിലാക്കാൻ കഴിയാത്തതിന്റെയൊക്കെ ആകെത്തുകയായി ദൈവത്തെ കണക്കാക്കുകയും ചെയ്യുന്ന ചിന്തയെ അദ്ദേഹം തള്ളിക്കളയുന്നു.

സദാചാരത്തിനും നന്മയ്ക്കും ഏതെങ്കിലുമൊരു ദൈവത്തിൽ വിശ്വസിച്ചിരിക്കണമെന്നതിന് എന്ത് അടിസ്ഥാനമാണുള്ളത്. അമാനുഷിക ശക്തിക്ക് എന്തു നന്മയാണു ചെയ്യാൻ കഴിയുക. അഥവാ ധാർമ്മികതയും ദൈവവുമായി എന്താണു ബന്ധം. ആകാശത്തുവെച്ചിരിക്കുന്ന വലിയ ചാരക്യാമറയാണോ ദൈവം? അങ്ങനെ തെറ്റുകളെ നിയന്ത്രിക്കുന്ന ദൈവമുണ്ടായിരുന്നെങ്കിൽ പോലീസിന്റെ ആവശ്യമുണ്ടാകുമായിരുന്നില്ല. ദൈവവിശ്വാസികൾ മുഴുവൻ നന്മമരങ്ങളായിരുന്നെങ്കിൽ കടകൾക്കൊന്നും പൂട്ടു വേണ്ടിവരുമായിരുന്നില്ല! മറ്റാരെങ്കിലും നമ്മെ വീക്ഷിക്കുന്നുണ്ടെന്ന തോന്നൽ കൊണ്ടോണോ കള്ളത്തരം ചെയ്യാതി

എബ്രഹാം ലിങ്കൺ

രിക്കുന്നത്? അത്ര മോശക്കാരാണോ മനുഷ്യർ? മതം പഠിപ്പിക്കുന്നത് യാതൊരു നന്മയുമല്ല, മരണാനന്തര നരകഭീകരതയാണ്.

വിശ്വാസപക്ഷം വലിയ മഹത്തരമായി പറയുന്നത് അവർ ജീവകാരുണ്യ പ്രവർത്തനം നടത്തുന്നു എന്നാണ്. അതിൽഭൂരിഭാഗവും മിഷണറി പ്രവർത്തനങ്ങൾക്കാണ് ചെലവഴിക്കപ്പെട്ടുന്നത്. മറ്റൊരാളെ സഹായിക്കാൻ മതവിശ്വാസം എന്തിനാണ്? ലോകത്ത് ഏറ്റവുമധികം ചാരിറ്റി പ്രവർത്തനം നടത്തുന്നത് നാസ്തികരായ ബിൽഗേറ്റ്സ്, ജോർജ്ജ് സോവേസ് തുടങ്ങിയവരാണ്. സദാചാരവും ധാർമ്മികതയും വളർത്താൻ മതങ്ങൾ എന്തുസഹായമാണു ചെയ്യുന്നത്. ബൈബിളിലെ പത്തുകൽപ്പനകളെ ഈ പശ്ചാത്തലത്തിൽ ഡോക്കിൻസ് വിശകലനം ചെയ്യുന്നു. ഞാനല്ലാതെ അന്യദൈവമുണ്ടാകരുതെന്നു പറയുന്നത് കലഹിക്കുന്ന ദൈവങ്ങളുടെ മത്സരബുദ്ധിമാത്രമാണ്. വിഗ്രഹങ്ങൾ ഉണ്ടാക്കി ആരാധിക്കരുതെന്നു കല്പിക്കുന്നതു അന്യമതങ്ങളിലെ വിഗ്രഹാരാധകർക്ക് എതിരായ കുശുമ്പു മാത്രമാണ്. എന്റെ നാമം വൃഥാ ഉപയോഗിക്കരുതെന്ന് നിർദ്ദേശിക്കുന്നത് ദൈവനാമ ശപഥത്തിനെതിരാണ്. ശാബത്ത് ആചരിക്കുന്നവർ ആ നാളിൽ അന്യജീവികളെ കല്ലെറിഞ്ഞു കൊല്ലുന്നതിൽ എന്തു വിശുദ്ധിയാണുള്ളത്. കൊല്ലരുതെന്നു കല്പന പുറപ്പെടുവിക്കുന്ന ബൈബിൾ നിറയെ കൊലപാതകങ്ങളുടെ പരമ്പരകളാണ്.

ബൈബിൾ അടിമത്തത്തിന്റെ അംഗീകൃത ഗ്രന്ഥമാണ്. എഫേസോസ്യരും (6:5) 1 തിമോത്തി (6) മൊക്കെ അടിമത്തത്തെ ന്യായീകരിക്കുന്നതാണ്. എന്നാൽ ഇത്രയേറെ ദൈവങ്ങളുണ്ടായിട്ടും ആധുനിക കാലത്ത് അടിമത്തം നിരോധിച്ചത് എബ്രഹാം ലിങ്കണാണ്. മാനവികതയെന്താണെന്നോ അമാനവികതയെന്താണെന്നോ നന്മയും തിന്മയുമെന്താണെന്നോ ഒന്നും ബൈബിളും ഖുറാനും പഠിപ്പിക്കുന്നില്ല. എന്നു മാത്രമല്ല, എന്തിനു വേണ്ടി ദൈവത്തിൽ വിശ്വസിക്കണമെന്നും പറയുന്നില്ല. ദൈവങ്ങൾ നൂറുകണക്കിനുണ്ട്. നദിയും കടലും ഇടിയും മിന്നലുമൊക്കെ ദൈവങ്ങളാണ്. അതുപോലെ തന്നെ യഹോവയും അള്ളാഹുവുമൊക്കെ ദൈവങ്ങളാണ്. ഇത് അപ്പാടെ തന്നെ മതിഭ്രമങ്ങളാണ്. എന്താണ് ദൈവം, ഏതാണു യഥാർത്ഥ ദൈവം എന്ന് ഇവരൊന്നും പറയുന്നുമില്ല.

***

ഇത്ര ശക്തവും ശാസ്ത്രീയവുമായ ചിന്തകൾ അവതരിപ്പിക്കുന്നതു കൊണ്ടാണ് ഡോക്കിൻസ് വിശ്വപ്രസിദ്ധനായ നാസ്തികനായത്. നാസ്തികത എത്രമാത്രം മാനുഷികമാണെന്ന് അദ്ദേഹം വെളിവാക്കിത്തന്നു. വിശ്വാസങ്ങൾ എങ്ങനെ കുട്ടിക്കാലം മുതൽ സന്നിവേശിക്കപ്പെട്ടു എന്നും, അവയെ എങ്ങനെ അതിജീവിക്കണമെന്നും കാട്ടിത്തരുന്നു. ദൈവഭയത്തിലും പ്രാകൃതചിന്തകളിലുമല്ല, ശാസ്ത്രത്തിന്റെ അനന്തമായ സാധ്യതകളിലാണ് ഭാവി ജീവിതം. ദൈവഭ്രമത്തെ അതിജീവിച്ചുകൊണ്ടു മാത്രമേ മനുഷ്യകുലത്തിനു മുന്നോട്ടു പോകാനാവൂ. ശാസ്ത്രത്തിന്റെ രീതി ഭാഷയെ സോദ്ദാഹരണംവഴി അനായസമാക്കുന്നു എന്നതാണ് ഡോക്കിൻസിന്റെ വിജയം. അതു നാസ്തികതയുടെ സമഭാവനയെന്ന സവിശേഷതയുമാണ്. വിദ്വേഷത്തിന്റെ കണികപോലും വിമർശനങ്ങളിൽ പ്രകടമല്ല എന്നതാണ് അദ്ദേഹത്തെ ഏറെ സ്വീകാര്യനാക്കുന്നത്.

ടി.വി. പ്രോഗ്രാം അവതാരകനെന്ന നിലയിൽ ജനകീയനായ റിച്ചാർഡ് ഡോക്കിൻസ് 2006 ൽ Dawkins Foundation for Reason and Science എന്നൊരു സ്ഥാപനവും ആരംഭിച്ചു.

എട്ട്

ദൈവമായാജാലം തകരുന്നു

ഡാനിയൽ ഡെന്നറ്റിന്റെ ഫോറൻസിക് പരിശോധന

നല്ലവർ നല്ലതും മോശമായവർ മോശമായതും ചെയ്യും
എന്നാൽ നല്ലവരെക്കൊണ്ടു മോശം
ചെയ്യിക്കുന്നതിനെയാണ് മതമെന്നു പറയുന്നത്-
സ്റ്റീവൻ വെയ്ൻബർഗ്

ഡാനിയേൽ ക്ലമന്റ് ഡെന്നറ്റ് (ജനനം 1942 മാർച്ച് 28) 'മനസ്സിന്റെ തത്വശാസ്ത്ര'ത്തിൽ ഗവേഷണം നടത്തിയ അമേരിക്കൻ തത്വജ്ഞാനിയും 'നാല് അശ്വാരൂഢരിൽ' ഒരാളുമാണ്. 'ജ്ഞാനത്തിന്റെ പ്രകൃത' ത്തെപ്പറ്റി ഡോക്ടറൽ തിസീസ് എഴുതിയ അദ്ദേഹം കാലിഫോർണിയ, ടഫ്റ്റ്സ് യൂണിവേഴ്സിറ്റികളിൽ പ്രൊഫസറായിരുന്നു. തത്വചിന്തകനായിരുന്നെങ്കിലും, ആർട്ടിഫിഷ്യൽ ഇന്റലിജൻസ്, ന്യൂറോസയൻസ്, സ്വാനുഭവ മനശാസ്ത്രം തുടങ്ങിയവയിൽ നിഷ്ണാതനായിരുന്നു. അതുകൊണ്ട് തന്നെ മതത്തെപോസ്റ്റ്മോർട്ടം ചെയ്യുന്നതിൽ ശാസ്ത്രത്തെയും തത്വശാസ്ത്രത്തെയും ഒരുപോലെ പ്രയോഗിച്ചു. Consciousness Explained, Darwin's Dangerous Idea, Breaking the spell, From Bacteria to Bach and Back, Freedom Evolves തുടങ്ങിയവയാണ് പ്രധാന കൃതികൾ.

The Four Horsemen എന്ന കൃതിക്കെഴുതിയ മുഖവുരയിൽ, പരസ്പര വിജ്ഞാനത്തെ വികസിപ്പിക്കുന്നതിലൂടെയാണ് നവനാസ്തികത ഉത്ഭവിച്ചതെന്ന് അദ്ദേഹം സൂചിപ്പിക്കുന്നുണ്ട്. നാസ്തികതരുടെ എണ്ണം കൂട്ടുന്നതിലല്ല, ശക്തികൂട്ടുന്നതാണ് പ്രധാനം എന്നുപറയുമ്പോൾ തന്നെ, സമൂഹത്തിൽ രാഷ്ട്രീശക്തിയാകാനോ പ്രസിദ്ധനാകാനോ നാസ്തികത കൊണ്ടു കഴിയില്ലെന്നും, ഒരു ഘട്ടത്തിൽ അത് അപകടകരമാകാമെന്നും അദ്ദേഹം വ്യക്തമാക്കുന്നു. ഓരോരുത്തർ നടത്തുന്ന പ്രസ്താവനക

ളുടെ തെളിവുനല്കാനുള്ള ബാദ്ധ്യത അവർക്കുതന്നെയുള്ളതാണ്. തെളിവില്ലാത്തതൊന്നും വിശ്വസനീയമല്ല.

പ്രാർത്ഥനയുടെ അർത്ഥശൂന്യത

ഡാനിയൽ ഡെന്നറ്റ്

'Thank Goodness' എന്നു പറയുന്നത് ദൈവത്തിനല്ല, മനുഷ്യനുള്ള നന്ദിപ്രകടനമാണ് എന്ന് ഇതേപേരിലുള്ള ലേഖനത്തിൽ ഡെന്നറ്റ് വിശദീകരിക്കുന്നു (The Portable Atheist: Ed. Christopher Hitchens) ശാസ്ത്രവും വൈദ്യശാസ്ത്രവും ഗവേഷണങ്ങളിലൂടെ മനുഷ്യവംശത്തെ സഹായിക്കുകയാണു ചെയ്യുന്നത്. ഹൃദയത്തിൽ നന്മയുള്ളവർക്ക് ശരിയായ കാര്യങ്ങൾ ചെയ്യാനാവും. അതിനു മതത്തിന്റെ സഹായം ആവശ്യമില്ല. വൈദ്യശാസ്ത്രത്തിൽ നല്ല ഉദ്ദേശ്യം കൊണ്ടു മാത്രം കാര്യമില്ല, കൃത്യമായ പരിശോധന വേണം; ഇല്ലെങ്കിൽ ഗുരുതരമാവും ഫലം. മരുന്ന് അതിന്റെ ഫലത്തെയാണ് ലക്ഷ്യം വെക്കുന്നത്; തെറ്റിയാൽ എന്ത് എന്നത് വൈദ്യശാസ്ത്രത്തിൽ പ്രധാനമാണ്. മതത്തിന് ഇത്തരം പരിശോധനയും ഫലവുമൊന്നും വേണ്ട. ധാർമ്മികതയെപ്പറ്റി മതം പറയുമ്പോഴും വിശ്വാസികൾക്ക് അത്തരം ഉത്തരവാദിത്തം ആവശ്യമാണെന്നു നിഷ്ക്കർഷിക്കുന്നില്ല.

എനിക്കുവേണ്ടി പ്രാർത്ഥിക്കുന്നവരുടെ ആത്മാർത്ഥതയെ സംശയിക്കേണ്ട; സ്നേഹം കൊണ്ടാവും. പക്ഷേ ഞാൻ അവർക്കുവേണ്ടി പ്രാർത്ഥിക്കില്ല, കാരണം അതു നിരർത്ഥകമാണ്. അതു മന്ത്രവാദം പോലെയാണ്. പ്രാർത്ഥിക്കുന്നതിനു പകരം ആ സമയത്ത് പ്രയോജനകരമായതെന്തെങ്കിലും ചെയ്യുകയാണു വേണ്ടത്. പ്രാർത്ഥനയുടെ ഫലത്തെപ്പറ്റി വാചാലമാകുന്നവർ അതിനുള്ള തെളിവു ഹാജരാക്കണം. ഒരു മരുന്ന് നിരന്തരമായ പരീക്ഷണങ്ങൾക്കു ശേഷമാണ് കമ്പോളത്തിലിറക്കുന്നത്. ഇത്തരമൊരു പരിശോധനയും പ്രാർത്ഥനയുടെ കാര്യത്തിലല്ല. സർവ്വശക്തനും സർവ്വജ്ഞാനിയുമായ ദൈവത്തിനെന്തിനാണ് നന്ദി പറയുന്നത്? സ്വന്തം മകനെ ബലി നൽകിയവനോട് എന്തു പ്രാർത്ഥനയാണ്? അതു കടം വീട്ടലാണോ? ഇനി പ്രതീകാത്മകതയാണ് പ്രാർത്ഥനയെങ്കിൽ നന്മയെ ദൈവം തിരിച്ചറിയുന്നില്ല എന്നാണർത്ഥം.

മതത്തിന്റെ നിർവ്വചനം

ആത്മീയത, തീവ്രവാദം, അന്ധവിശ്വാസം, മതേതര പ്രതിബദ്ധത തുടങ്ങി ഏതിന്റെ അതിർത്തിയിൽ നിന്നാണ് മതത്തെ നിർവ്വചിക്കേണ്ടത്. വ്യത്യസ്ത സാഹചര്യങ്ങളിൽ, വിവിധ പ്രതിഭാസങ്ങളിലാണ് മതങ്ങൾ രൂപീകരിക്കപ്പെട്ടത്. അതിന് രാസമൂലകം പോലെ ഏകമായ ഒരു മൂല്യമില്ല. എന്താണ് മതങ്ങളുടെ സത്ത, അഥവാ അതിന്റെ അനിവാര്യത എന്ന ചോദിച്ചാൽ അതിന് ഉത്തരമില്ല. പരിണാമശാസ്ത്ര വികാസത്തോടെ ഓരോ ജീവജാലങ്ങളുടെയും ഉല്പത്തി വികാസങ്ങൾ ബോധ്യപ്പെട്ടു. പക്ഷേ മതത്തിന്റെ കാര്യത്തിൽ ഈ ദൃശ്യഘടകങ്ങൾ എന്തൊക്കെയാണ്? ജീവജാലങ്ങളുടെ ആന്തരികഘടനപോലെ സമാനമായതെന്തെങ്കിലും മതങ്ങൾക്കുണ്ടോ? മൂല്യങ്ങളിൽ എന്തെങ്കിലും സമാനതയുണ്ടോ? ബുദ്ധിസവും ഇസ്ലാമും തമ്മിൽ എന്തെല്ലാം വൈരുദ്ധ്യങ്ങളാണുള്ളത്.

ഒരു പുഴുവിനെ കൊല്ലാം; പക്ഷേ നട്ടെല്ലുള്ള ജീവികളെ കൊല്ലാൻ നിയമം അനുവദിക്കുന്നില്ല. അതിൽ മാനുഷിക ഘടകമുണ്ട്. അമേരിക്കയിൽ അക്കാദമിക് താൽപ്പര്യത്തിനപ്പുറം മതത്തിന് പ്രസക്തിയില്ല. മന്ത്രവാദവും മറ്റും അനുവദനീയമല്ല. അതുകൊണ്ട് വിദ്യാഭ്യാസ കരിക്കുലത്തിൽ മതം ഇല്ല.

'പ്രകൃത്യാതീതമായ ശക്തിയിലോ, അന്വേഷണാത്മക അംഗീകൃതമായ പ്രതിഭാസത്തിലോ വിശ്വസിക്കുന്ന പങ്കാളികളുടെ ഒരു സാമൂഹ്യപ്രസ്ഥാനമാണ് മതം' എന്ന വേണമെങ്കിൽ നിർവ്വചിക്കാം. ദൈവത്തിലോ ദൈവശക്തികളിലോ വിശ്വസിക്കാത്ത മതം നട്ടെല്ലില്ലാത്ത ജീവികളെപ്പോലെയാണ്. മനുഷ്യദൈവങ്ങളിലെ വിശ്വാസം മതപരമല്ല. മോശ ദൈവത്തെ കണ്ടതുകൊണ്ട് മോശ ദൈവമായില്ല. ദൈവം ഫലം തരുമെന്നുപറയുന്നത് ഒരു സമസ്യ മാത്രമാണ്. ദൈവമെന്നത് വിശ്വാസിയെ സംബന്ധിച്ച് കാര്യങ്ങൾ സാധിച്ചു തരുന്ന ഒരു ഏജന്റാണ്. തന്നോട് തന്നെ സംസാരിക്കുന്നതുപോലെയാണ് പ്രാർത്ഥന. സ്വീകാര്യതയോ ഫലമോ ഇല്ല. സമൂഹത്തിലെ ഒരു അനുഷ്ഠാനം മാത്രമാണ്. പ്രാർത്ഥിക്കുന്നവർക്കൊന്നും അതിന്റെ ഫലം ഒരു ഏജന്റിൽ കൂടി ലഭ്യമാകുമെന്ന ഉറപ്പില്ല. അതൊരു വിശ്വാസം മാത്രമാണ്. മന്ത്രവാദം പോലെ ധാർമ്മികതയില്ലാത്ത ഒരു പ്രക്രിയ. എന്നാൽ സംഘടിത മതം അതല്ല, പ്രത്യേകമായ ആവശ്യത്തിനുവേണ്ടിയുള്ള തന്ത്രപരമായ ഒരു ആസൂത്രണമാണ് അത്.

ശാസ്ത്രവും മതവും

നായ തന്റെ യജമാനനോടുകാണിക്കുന്ന വിശ്വസ്തത പരിശീലിപ്പിച്ച് എടുക്കുന്നതല്ല. അത് സഹജമാണ്. ഇതുപോലെ സഹജമായ വിധേയത്വം ദൈവത്തോട് തോന്നാത്തത് എന്തുകൊണ്ടാണ്? മതം ദൈവത്തെക്കുറിച്ച് പരിശീലിപ്പിക്കുകയാണ്. കൂടോത്രത്തിൽ പോലും നമ്മെ വിശ്വസിപ്പിക്കുന്നു. ദൈവത്തിനു മനുഷ്യരൂപം നൽകിയിരിക്കുന്നു. യഹോവയ്ക്ക് കാണുകയും കേൾക്കുകയും ചെയ്യാം, പക്ഷേ സർവ്വവ്യാപിയാണത്രേ! പക്ഷേ ദൈവത്തോടു സംസാരിക്കണമെങ്കിൽ മദ്ധ്യസ്ഥർ വേണം. പ്രാർത്ഥിക്കുന്നവരുടെ ആവശ്യങ്ങൾക്കനുസരിച്ചാണ് ഫലമുണ്ടാക്കിക്കൊടുക്കുന്നത്. സ്വയമേവ അറിഞ്ഞു ചെയ്യുന്നയാളല്ല ദൈവം.

മനുഷ്യരെ അജ്ഞരായിരിക്കാൻ മതം പ്രേരിപ്പിക്കുന്നു. രാഷ്ട്രീയ, സാമൂഹ്യ, സാമ്പത്തിക സംഘർഷങ്ങളെ മാത്രമല്ല, നമ്മുടെ ജീവിതത്തെ തന്നെ അതു ബാധിക്കുന്നു. കമ്മ്യൂണിസം ഒട്ടേറെ പേരെ സമത്വബോധമുള്ളവരാക്കി, മദ്യനിരോധനം പലരെയും രക്ഷിച്ചു, കറുത്തവനെന്നും വെളുത്തവനെന്നുമുള്ള ബോധത്തെ യുക്തിചിന്ത മാറ്റിയെടുത്തു, മതമോ? അതിനെ വെളിച്ചത്തിലെടുത്ത് മൈക്രോസ്കോപ്പിൽ വെച്ചാൽ അതിന്റെ സകലആകർഷണീതയും നഷ്ടപ്പെടും. മതത്തിലെ പ്രഥമ മായാജാലം നിരോധനങ്ങൾ (Taboos) ആണ്. അവ പരസ്പരാലിംഗനത്തിലാണ്. ശാസ്ത്രജ്ഞർ അതു നിഷേധിക്കുമ്പോൾ തത്വശാസ്ത്രജ്ഞർ ചോദ്യങ്ങൾ ഉന്നയിക്കുന്നു. എത്ര ശാസ്ത്രീയമായി മതത്തെ പഠിക്കുന്നുവോ അത്രയും ഭയം നിങ്ങളിൽ നിന്ന് ഒഴിവാകും. ജനാധിപത്യം, നീതി, ജീവിതം, സ്നേഹം, സത്യം തുടങ്ങിയവ നാസ്തികമൂല്യങ്ങളാണ്. മതമൊരു പ്രകൃതിജന്യ ഭക്ഷണമാണ്, ആരോഗ്യദായകമല്ല. അതൊരു ബൗദ്ധിക ഉൽപ്പന്നമോ സാംസ്കാരിക മൂല്യമോ അല്ല; ആർജ്ജിത സംസ്കാരം മാത്രമാണ്.

ശാസ്ത്രവും മതവും പരസ്പരം അതിക്രമിച്ചു കടക്കാനാവാത്ത വിധിയാണ് (Non Overlapping Magisteria - 39-ാം പേജ് കാണുക) ശാസ്ത്രത്തിന്റേത് വസ്തുനിഷ്ഠ സത്യമാണെങ്കിൽ മതത്തിന്റേത് ധാർമ്മിക മേഖല മാത്രമാണ്. വിശ്വാസികൾ പ്രകൃതിയെ കാണുന്നത് ദൈവം സൃഷ്ടിച്ചത് എന്ന തോന്നലോടെയാണ്. ശാസ്ത്രവും മതവും തമ്മിലുള്ള സംഘർഷം പരസ്പരം അതിക്രമിക്കുന്നതും അംഗീകരിക്കാത്തതുമാണ്. ശാസ്ത്രത്തിന് മതത്തെ അഭിമുഖീകരിക്കാനാവില്ലെന്നതാണു വാദമെങ്കിൽ , ശാസ്ത്രത്തിന് അതിന്റെ ആവശ്യമില്ല എന്നതാണ് ഉത്തരം. ശാസ്ത്രത്തിന്റെ മാനകങ്ങൾക്കു മുന്നിൽ മതം ഒന്നുമല്ല. താഴെ പറയുന്നവ പരിശോധിച്ചു വേണം ശാസ്ത്രം മതം പഠിക്കുമോ എന്ന ചോദ്യത്തിന് ഉത്തരം പറയാൻ

1. ജ്ഞാനോദയകാലത്തിനു ശേഷവും മതം തിരിച്ചു വരുന്നു. 17ാം നൂറ്റാണ്ടിലെ ശാസ്ത്രത്തിന്റെ സ്ഥാനത്താണ് മതം ഇപ്പോഴും. മതം മനുഷ്യരെ തമ്മിൽ വിഭജിക്കുന്നു, ഓരോ മതവും മേധാവിത്വത്തിന് ശ്രമിക്കുന്നു.
2. മതം മരണാസന്നമായിരിക്കുമ്പോൾ തന്നെ, മതതീവ്രവാദം അത്യന്തം വിനാശകരമാണ്. വലിയ മതങ്ങൾ ശക്തമാകുമ്പോൾ ചെറിയ മതങ്ങൾ നശിക്കുന്നു. നമ്മുടെ കൊച്ചു മക്കളുടെ കാലത്ത് വത്തിക്കാൻ ഒരു മ്യൂസിയവും മെക്ക ഡിസ്നിലാന്റുമാകാം.
3. സ്വയം സഹായധാർമ്മിക ഉല്പന്നങ്ങൾ വില്ക്കുന്ന ഒരു സ്ഥാപനമായി മതം മാറിയിരിക്കുന്നു. ആഘോഷങ്ങളാകട്ടെ ഫാൻസ് ക്ലബ്ബുകളും.
4. പുകവലി പോലെ മതം സമൂഹത്തിലെ അന്തസു നശിപ്പിക്കുന്നു. മതപഠനം അസഹനീയവും മറ്റുള്ളവരെ ദ്വേഷിക്കുന്നതുമാണ്.
5. ന്യായവിധിക്കാലത്ത് അനുഗ്രഹീതർ സ്വർഗത്തിലേക്കു പോകുമെങ്കിൽ ഇസ്രയേൽ ക്രിസ്ത്യാനികൾക്കു ലഭിക്കണമായിരുന്നു.

ആർക്കാണുഗുണം/Cui bono

എങ്ങനെയാണ് സൽകൃത്യങ്ങൾ നടക്കുന്നതെന്ന ഡെന്നറ്റിന്റെ ചോദ്യം അത്യന്തം ജിജ്ഞാസാപരമാണ്. ഏകപക്ഷീയത, മത്രഭ്രാന്ത്, മർദ്ദനം, ക്രൂരത, ലൈംഗീക ദുരുപയോഗം തുടങ്ങിയവയിൽ ഏതുമതമാണ് മുന്നിൽ നില്ക്കുന്നതെന്നത് വല്ലാത്തൊരു ചോദ്യമാണ്. ദൈവമാണ് നല്ല കാര്യങ്ങൾ ചെയ്യുന്നതെങ്കിൽ ഇത്രയേറെ ദോഷങ്ങൾ എങ്ങനെ സംഭവിക്കുന്നു. ചെടികളുടെ പരാഗണം, മൃഗങ്ങളുടെ ജീവിത രീതികൾ, ഫലങ്ങളുടെ വിളവ് തുടങ്ങിയവയൊക്കെ പ്രകൃതിപ്രതിഭാസങ്ങളാണ്. ആരുടെയും സംവിധാനമല്ല. വ്യതിചലനങ്ങളുണ്ടെങ്കിൽ എന്തുകൊണ്ട് എന്നു പരിണാമശാസ്ത്രം പറയും. വിശ്വാസികൾക്കു തെറ്റായ വിവരങ്ങൾ നല്കുന്നത് മതങ്ങളാണ്. ഓരോ മതവും പറയുന്നത് അവരുടെ ഗ്രന്ഥമാണ് അവസാന വാക്കെന്നാണ്.

Cuibono (ഇതിൽ നിന്ന് ആർക്കുമെച്ചം) എന്നത് പരിണാമശാസ്ത്രത്തിലെ പ്രധാന ചോദ്യമാണ്. എലിയും പൂച്ചയും ശത്രുക്കളായതിൽ ദൈവത്തിനെന്തു കാര്യം? സെക്സ്, പണം, മദ്യം, നിക്കോട്ടിൻ, കഫീൻ ഒക്കെ തലച്ചോറിനെ ഉദ്ദീപിപ്പിക്കും. സസ്യങ്ങളിലെ വലിയ തന്മാത്രകൾ മൃഗങ്ങളിലെപോലെ സസ്യങ്ങളിലും ഉദ്ദീപനമുണ്ടാക്കും. ജീവശാസ്ത്രം സഹജസ്വഭാവത്തെ സാക്ഷ്യപ്പെടുത്തുന്നു. മതത്തിലാകട്ടെ പരി

ണാമാത്മകമായ യാതൊരു മൂല്യവുമില്ല. ആശയപരം, താത്വികം, മനഃശാസ്ത്രപരം, രാഷ്ട്രീയ സാമ്പത്തിക ചരിത്രമാനങ്ങൾ പോലെ ജൈവികമായ നിലയോ വിലയോ മതത്തിനല്ല. നരവംശശാസ്ത്രം, സാമൂഹ്യശാസ്ത്രം തുടങ്ങി എന്തുകൊണ്ടെങ്കിലും മതത്തെ അപഗ്രഥിക്കാനാവുമോ?

ആപ്പിൾ താഴേയ്ക്കു വീണതെന്തുകൊണ്ടെന്ന് ന്യൂട്ടൻ വിശദീകരിച്ചു. 'ഇപ്പോൾ' എന്നത് ഒരേ കാര്യമാണോ എന്ന് ഐൻസ്റ്റൈൻ വ്യക്തമാക്കി. എന്തുകൊണ്ട് ഓരോന്നും സംഭവിക്കുന്നു എന്നു ശാസ്ത്രത്തിനു വിശദീകരിക്കാൻ കഴിയും. ശാസ്ത്രം, സംഗീതം, സ്പോർട്ട്സ് തുടങ്ങിയവയ്ക്കൊക്കെ അതിന്റേതായ സാമൂഹ്യപ്രക്രിയകളും ലക്ഷ്യങ്ങളുമുണ്ട്. ഗവേഷണങ്ങൾക്ക് ഇവ വിശദീകരിക്കാൻ കഴിയും.

സാംസ്കാരിക വിനിമയം ചിലപ്പോൾ ജനിതക വിനിമയത്തെ അനുകരിക്കാറുണ്ടെന്ന് ഡോക്കിൻസ് വിശദീകരിച്ചു. (അദ്ധ്യായം 84-30ം പേജ്....) Meme ബോധപൂർവ്വമോ മുൻകൂർ നിശ്ചയിച്ച പ്രകാരം നടക്കുന്നതോ ആയ പ്രതിഭാസമല്ല. സ്വാഭാവിക തിരഞ്ഞെടുപ്പിന്റെ ഫലമായാണ് ഭാഷയും കലയും സാഹിത്യവുമൊക്കെ ഉരുത്തിരിഞ്ഞെത്തിയത്. എന്നാൽ മതം എങ്ങനെയാണ് പരിണമിച്ചത്.

പാൽപ്പല്ലും സിദ്ധാന്തങ്ങൾ (Sweet tooth theories) എന്നൊന്നിനെപ്പറ്റി ഡെന്നറ്റ് വിശദീകരിക്കുന്നു. മധുരം, കൊഴുപ്പ്, മദ്യം തുടങ്ങിയവ ശരീരത്തിൽ ഓരോ വിധത്തിൽ പ്രതിപ്രവർത്തിക്കുന്നത് പരിണാമപരമായ എൻഡോൾഫിൻപോലെ ഒരു സ്വീകരണ വ്യവസ്ഥ ഉള്ളതുകൊണ്ടാണ്. പ്രായമേറുംതോറും, ജീവി വളരുന്തോറും കാലാവസ്ഥയ്ക്കു വിധേയമായി ഇവ ഓരോന്നും കേന്ദ്രീകരിക്കപ്പെടുകയും ആന്തരിക വ്യവസ്ഥയെവരെ ബാധിക്കുകയും ചെയ്യും. പഞ്ചസാരയോ സാക്രീനോ ശരീരത്തിനു നല്കുന്ന മാധുര്യം മതങ്ങൾ മനുഷ്യബോധത്തിനു നൽകുന്നുണ്ടോ?

ബാക്ടീരിയകളെപ്പോലെ മതങ്ങൾ മനുഷ്യരിൽ നിന്ന് സഹജീവിബോധം ഇതരരിലേക്കു സംക്രമിപ്പിക്കുന്നു. അവ മനുഷ്യരിലെ നന്മകളെ അണുപ്രസാരണത്താലെന്നപോലെ നശിപ്പിക്കുന്നു. ഇതാണ് പരസ്പരാശ്രയ ജീവിത സിദ്ധാന്തം (Symbiant Theory) ഒരാൾക്കു സ്വന്തം മതം നല്ലതും മറ്റു മതങ്ങൾ തീയതുമായിരിക്കും. അയാളറിയാതെ തന്നെ അതിലേക്കു വിഷം ചേർക്കുന്നു. മതം പരമ്പരാധിഷ്ഠിതമല്ല. മാതാപിതാക്കളുടെ ഭാഷ പിന്തുടരുന്നതുപോലെ കുട്ടികൾ മതവും പിന്തുടരുകയാണ്. മനോഹരമായ കൂടുകൾ നിർമ്മിച്ച് ഇണയെ ആകർഷിക്കുന്ന ബൗവർ പക്ഷികളെപ്പോലെയാണ് മതങ്ങളും. ആൺമയിൽ പീലി വിടർത്തി ഇണയെ വശീകരിക്കുന്ന ലൈംഗീക നിർദ്ധാരണ സിദ്ധാന്തമാണ് ഇതും.

മതം സാംസ്കാരികമായ കൃത്രിമനിർമ്മിതികളാണ്. കാലാകാലങ്ങളിലൂടെയുള്ള സാമൂഹ്യവികസിത നിർമ്മാണം. അതിൽ അവർ സുരക്ഷിതരാണെന്നു കരുതുന്നു. ഒരു പിരമിഡുപോലെയുള്ള മതഘടന അതിന്റെ ഉന്നതർക്കു മാത്രം പ്രയോജനപ്പെടുന്നു. എതിർപക്ഷം ശക്തിയാർജ്ജിച്ചാൽ ഇവയും രാഷ്ട്രീയ ശക്തികൈവരിക്കുകയും ഭീഷണാത്മകമായി വളരുകയും ചെയ്യും.

മതത്തിന്റെ വേരുകൾ

ദൈവം പരമസത്യം ഒരാളോടു വെളിപ്പെടുത്തുന്നു. അതിൽ നിന്നും പുതിയമതവും വിശ്വാസങ്ങളുമുണ്ടാകുന്നു. എങ്കിൽ എത്ര ദൈവമുണ്ടാകും? യഥാർത്ഥ ദൈവമേതാകും, മതമേതാകും എന്നു ചോദിച്ചാൽ അത് എന്റേത് എന്നാവും എല്ലാവരുടെയും മറുപടി. ഭാഷയുണ്ടായിട്ട് 40,000 വർഷമായെങ്കിലും എഴുത്തുണ്ടായിട്ട് 500 വർഷമേ ആയുള്ളൂ. യഹൂദമതത്തിന് 4000 വും ക്രിസ്തുമതത്തിന് 2000 വും ഇസ്ലാം മതത്തിന് 1500 വർഷവും പഴക്കമുണ്ട്. എങ്കിൽ അവരുടെ കൃതികൾ ഏതു ഭാഷയിലാണ് എഴുതിയത്? അന്നത്തെ മനുഷ്യർക്കുമതം ആവശ്യമായിരുന്നില്ല. അതോ ഒരേ പൊതുപൂർവ്വികനിൽ നിന്നാണോ എല്ലാ മതങ്ങളും ഉണ്ടായത്?

യഥാർത്ഥത്തിൽ മതത്തിന്റെ ലക്ഷ്യമെന്താണ്? കഷ്ടപ്പാടിൽ ആശ്വസിപ്പിക്കുക, മരണഭയം കുറയ്ക്കുക, വിശദീകരിക്കാനാവാത്തത് വിശദീകരിക്കുക, ശത്രുക്കൾക്കു മുന്നിൽ സംഘടിതശക്തി പ്രകടിപ്പിക്കുക തുടങ്ങിയവയാണെന്നു പറയാം. എന്നാൽ എന്ത് ആശ്വാസമാണ് ലഭിക്കുക എന്നതിന് തെളിവില്ല. മനുഷ്യർ തെറ്റു ചെയ്യാത്തത് ദൈവഭയം കൊണ്ടാണെങ്കിൽ ലോകത്ത് ഒരു കുഴപ്പവും ഉണ്ടാകുമായിരുന്നില്ല.

സംഘനിർദ്ധാരണത്തിൽ നിന്നാണ് മതം ഉദയം ചെയ്തതെന്ന് വിത്സൺ അഭിപ്രായപ്പെടുന്നു. മനസ്സെന്ന അഭൗതിക അസംഘടിത രൂപം തലച്ചോറുമായി ബന്ധപ്പെട്ട സങ്കീർണ്ണ വിഷയമാണ്. അതു സമൂഹമനസ്സുമായി ബന്ധിതമാണ്. അവ മതത്തിന്റെ അസംസ്കൃത പദാർത്ഥങ്ങളല്ല, ശാസ്ത്രത്തിനുമാത്രം വിശദീകരിക്കാൻ കഴിയുന്നതാണ്. ഇതരമനസ്സുകളുമായി ബന്ധപ്പെട്ടവയെ പ്രകൃതി തന്നെ കൈകാര്യം ചെയ്യുന്നു. വേഗം കൂട്ടിയില്ലെങ്കിൽ ഇരയാക്കപ്പെടുമെന്ന് മാനിനറിയാം. മറുവഴി കണ്ടെത്തിയില്ലെങ്കിൽ ആക്രമിക്കപ്പെടുമെന്ന് ചെറുജീവികൾക്കറിയാം. ഇതൊക്കെ പരിണാത്മകമായി ലഭിച്ച അറിവുകളാണ്. ജസ്റ്റിൻ ബാരറ്റ് ഇതിനെ Hyperactive Agent Detection എന്ന് വിശദീകരിക്കുന്നു. വളർത്തുനായ യജമാനനെ രക്ഷിക്കാൻ ശത്രുവിനെ ആക്രമിക്കുന്നു. ഇതേപോലെയുള്ള പ്രവണതകൾ പലമൃഗങ്ങളിലുമുണ്ട്. പക്ഷി തന്റെ

ക്കൂടിന്റെ അടുത്ത് നിന്ന് ശത്രുവിനെ ഓടിക്കുന്നത് ഉദ്ദേശശുദ്ധിയോടെയാണ് (Intentional Stance) ജ്ഞാനത്താലോ പ്രത്യേക ആഗ്രഹത്താലോ യുക്തിബോധത്തിലോ അധിഷ്ഠിതമല്ല ഇത്: വിശ്വാസം കൊണ്ടല്ല, ജൈവികമായ ബോധമാണ്. മനുഷ്യരിൽ ഇത് അതീവശക്തമാണ്. മരിച്ചവരെ അടക്കണമെന്ന തോന്നുന്നത് ഇതുകൊണ്ടാണ്. വാക്കുകൾ കൊണ്ടുള്ള വിനിമയം ബോധത്തെയും വിവേചനത്തെയും മാത്രമല്ല, മനശാസ്ത്ര പ്രതിഭാസത്തെയും വിശദീകരിക്കുന്നു. നീയൊരു കുറുക്കനാണെന്ന പറയുന്നവന് കൗശലം കൂടുതലായിരിക്കും.

ആദ്യകാലമതം

മിത്തുകളിലെ പ്രേതകഥകൾ മനുഷ്യരെ ഭയപ്പെടുത്തുകയും ചിന്താക്കുഴപ്പം ഉണ്ടാക്കുകയും ചെയ്യതിൽ നിന്നാണ് മതബാധയുണ്ടാകുന്നത്. മനുഷ്യകുലം എങ്ങനെ ഉണ്ടായി എന്ന് അവർ അറിഞ്ഞില്ലെങ്കിലും അസ്തിത്വം ഒരു പ്രശ്നമായി. തലമുറകളിലൂടെ കൈമാറ്റം ചെയ്യപ്പെട്ട ഇത്തരം കഥകൾ പറയുന്നവർക്കും അതിന്റെ സത്യാവസ്ഥ അറിയില്ല. സിൻഡ്രലയും യൂണികോണുംപോലുള്ള ഇല്ലാത്ത ജീവികളെപോലെയാണ് ദൈവവും.

മനുഷ്യരുടെ പ്രവർത്തനങ്ങളൊക്കെ ജീനുകളുടെ കേന്ദ്രീകൃത പ്രവർത്തനമാണ് (Gene Centrism) തലമുറകളിലൂടെ ഇതു പകർന്നുവരുന്നത് സാമൂഹ്യജ്ഞാനത്തിലൂടെയാണ്. പാരമ്പര്യ ജ്ഞാനം ശുദ്ധീകരിക്കുന്നത് ദശലക്ഷം വർഷങ്ങളിലൂടെയുള്ള ക്രോമസോം ആസൂത്രണത്തിലൂടെയാണ്. പിറന്നു വീഴുന്ന കുട്ടി അമ്മയുടെ മുലപ്പാൽ തേടി കണ്ടെത്തുന്നത് ആ ജീനിന്റെ സവിശേഷതകൊണ്ടാണ്. ദൈവംസർവ്വജ്ഞാനിയാണെന്നു വിശ്വസിക്കുമ്പോഴും ആരും ഒന്നിനും ദൈവത്തെ ആശ്രയിക്കാറില്ല. ഭക്ഷണം അടക്കം ഒന്നിനും ദൈവത്തോട് നേരിട്ട് സംവദിക്കാനാവില്ല. പണം നല്കിയും സ്വയം പീഡിപ്പിച്ചും, ബലി നൽകിയും തിരികത്തിച്ചും ഒക്കെയേ ദൈവത്തോട് അപേക്ഷിക്കാനാവൂ. ഫലത്തിൽ ഉറപ്പുമില്ല. സംശയിക്കുന്നവരോട് ദൈവം ശത്രുതാപരമായി പെരുമാറുകയും ചെയ്യും.

ആദ്യകാല ദൈവബോധം പ്രേതവിശ്വാസങ്ങളായിരുന്നു. പ്രേതചികിത്സകർ പ്ലാസിബോഫലത്തെയാണ് ആശ്രയിച്ചിരുന്നത്. എന്തെങ്കിലും വിഴുങ്ങിയോ, ഉള്ളിലേക്കു വലിച്ചെടുത്തോ, വിഭ്രമത്താലോ, ഹിപ്നോട്ടിസത്താലോ ഒരുതരം മാനസിക സമ്മർദ്ദമുണ്ടാക്കുന്നു. ചെറിയ പലരോഗങ്ങളെയും സ്വയം ഭേദപ്പെടുത്താനുള്ള ശേഷി ശരീരത്തിനുണ്ട്. പനി ഇൻഫെക്ഷനെ തടയുന്നതും ചർദ്ദിദഹനപ്രക്രിയെ സഹായിക്കു

ന്നതും ഉദാഹരണങ്ങൾ. ശരീരത്തിന്റെ ഈ പ്രതിരോധപരതയിലാണ് പ്ലാസിബോയുടെ വിജയം. ഈ ആശ്വാസമായിരുന്ന പ്രാചീനമത (folk religion)ത്തിന്റെ അടിസ്ഥാനം.

പ്രേതചികിത്സകർ സെമിനാരിയിൽ പഠിച്ചവരല്ല, തലമുറകളിലൂടെ പകർന്നു കിട്ടിയ മീം (meme) ആണ്. വേദകാലബ്രാഹ്മണർ നിരക്ഷരായിരുന്നെങ്കിലും മന്ത്രങ്ങൾചൊല്ലി പഠിച്ച് ആചാര്യന്മാരായി. ആട്ടകയും പാട്ടുകയും പ്രാർത്ഥിക്കുകയും ചെയ്തിരുന്നത് സാമൂഹ്യമായ ഒരുമയുടെ ഭാഗമായിരുന്നു. പൊതു ആചാരങ്ങൾ കട്ടുത്ത വിശ്വാസങ്ങളെ സംരക്ഷിച്ചു. പ്രേതചികിത്സയിലെ വരയും പാട്ടും ആട്ടവും മന്ത്രവുമൊക്കെ വിശ്വാസ പ്രചോദകമായി പരിണമിച്ചു. അത് ഒരു തരം മാസ് ഹിപ്നോസിസോ, ഹിസ്റ്റീരിയയോ ആയിമാറി, വല്ലാത്ത പ്രചോദനം. സംഘടിതമായ പരിശീലനങ്ങൾ ഓർമ്മയിൽ തങ്ങിനിൽക്കും. താളവും പാട്ടും അതിനെ അവിസ്മരണീയമാക്കും (കുട്ടികളെ പാഠങ്ങൾ ഈണത്തിൽ ചൊല്ലിപഠിപ്പിക്കുന്നതിന്റെ മനഃശാസ്ത്രം ഇതാണ്)

ദാസ്യബോധം

ജനിതകപരിണാമം മസ്തിഷ്കങ്ങളെ മയപ്പെടുത്തി സാംസ്കാരിക സ്വാംശീകരണം നടത്തുന്നു. ഇതിലൂടെയാണ് ആചാരങ്ങൾ പ്രചരിപ്പിക്കുന്നത്. അല്ലാതെ പ്രാചീനമതം ആർക്കെങ്കിലും എന്തെങ്കിലും നന്മ ചെയ്തിട്ടില്ല, മതം ആചരിക്കപ്പെടുന്നുമില്ല. കൃഷിയും വേട്ടയുമൊക്കെയാണ് പ്രായോഗിക ജീവിത ഘടകങ്ങൾ. വിഗ്രഹാരാധന അപ്രസക്തമാണ്. അന്യഗ്രഹജീവിയോട് ആറ്റത്തെക്കുറിച്ചു ചോദിക്കുന്നതുപോലെയും നരവംശശാസ്ത്രജ്ഞനോട് ദൈവസിദ്ധാന്തം ചോദിക്കുന്നതുപോലെയും തികച്ചും അപ്രസക്തമാണ്.

മനുഷ്യന്റെ അന്വേഷണാത്മകത സംശയങ്ങളായി ഉയരുകയും സമചിത്തത നഷ്ടപ്പെടുകയും ചെയ്യുമ്പോൾ, പ്രസ്തുത വെല്ലുവിളികളുടെ ബോധപരമായ പ്രതികരണങ്ങളെ ആശ്രയിക്കാനേ പറ്റൂ. അപ്രതീക്ഷിതമായതു സംഭവിക്കുമ്പോൾ സമാനസംഭവങ്ങളെപ്പറ്റി അന്വേഷിക്കും. പലപ്പോഴും മതത്തിന്റെ ദാസ്യത്തിലേക്കായിരിക്കും ഇതു കൊണ്ടെത്തിക്കുക.

കൃഷിയുടെ വികാസത്തോടെയും മനുഷ്യരുടെ സ്ഥിരവാസത്തോടെയുമാണ് തൊഴിൽ വിഭജനം നടക്കുന്നത്. അതുമായി ബന്ധപ്പെട്ട് കമ്പോളം, തൊഴിൽ, പുതിയ അവസരങ്ങൾ, ഗിൽഡ്, കരകൗശല വിദഗ്ധർ തുടങ്ങിയവ രൂപപ്പെട്ടു. ഗിൽഡുകളിലെ കമ്പോള നിലവാരമറിയാൻ പ്രേതാരാധകരെയും പുരോഹിതരെയും ആശ്രയിച്ചതോടെ

നീതിപരമായ നിർദ്ധാരണമുണ്ടായി. അതു പരിചാരക ബോധത്തിലേക്കു പൊതു സമൂഹത്തെ നയിച്ചു. മൃഗങ്ങളെ ഇണക്കി വളർത്താൻ മനുഷ്യനു കഴിയുന്നത് അവരുടെ തലച്ചോറിന് വികാസം കുറവായതു കൊണ്ടാണ്. അതുപോലെ തന്നെയാണ് ജനങ്ങൾ മന്ത്രവാദിക്കും പുരോഹിതനും വിധേയരായത്.

മോഷ്ടാക്കളുടേതായ ഒരു സർക്കാർ (kleptocracy) ഉണ്ടായാൽ ജനങ്ങൾ നിരാശ്രയരും ശ്രേഷ്ഠർ സമ്പന്നരുമാകും. ജനങ്ങൾക്ക് ആദരം നൽകുമെന്നു പറഞ്ഞ് സന്തുഷ്ടരാക്കും. സമ്മർദ്ദത്തിലൂടെ പൊതുവ്യവസ്ഥ നിലനിർത്തും. വ്യവസ്ഥയെ നീതികരിക്കാൻ മതത്തെ സൃഷ്ടിച്ചു നിർത്തും. മതനേതാക്കളും രാഷ്ട്രനേതാക്കളും ഒന്നിച്ചു നിന്നു വ്യവസ്ഥയെ സംരക്ഷിക്കും. വ്യവസ്ഥാപിത മതം മതസിദ്ധാന്തം കൊണ്ട് മനുഷ്യരെ ഒന്നിപ്പിക്കും. മറ്റുള്ളവർക്കുവേണ്ടി സമർപ്പിക്കുന്നത് മഹത്താണെന്നു പ്രചരിപ്പിക്കും. ചുരുക്കത്തിൽ ജനങ്ങളുടെ വിധേയത്വം; പരിചാരക വൃത്തിക്കു സഹായം ചെയ്തുകൊടുക്കുന്നത് മതമായിരിക്കും.

മതമാണ് ധാർമ്മിക ജീവിതം നൽകുന്നതെന്ന തോന്നലിൽ നിന്നാണ് ജനങ്ങൾ മതസേവകരാകുന്നത്. ജൈവികമായ പൊരുത്തമല്ല ധാർമ്മിക മൂല്യം. മതമൊരു വൃഥാസിദ്ധാന്തം പടച്ചുവെച്ചിട്ടുണ്ട്. തങ്ങൾ തിരഞ്ഞെടുക്കപ്പെട്ടവരാണെന്നും സർവ്വശക്തൻ എപ്പോഴും തങ്ങളെ സഹായിച്ചുകൊണ്ടിരിക്കുമെന്നും അതിനായി വിശ്വാസത്തെ മുറുകെ പിടിക്കണമെന്നും അവർ ഘോഷിക്കും. സംഘം ചേരുന്നത് പരിഷ്കൃത സമൂഹത്തിന്റെ ലക്ഷമാണ്. പരസ്പര സംരക്ഷണം, സാമ്പത്തിക സുരക്ഷിതത്വം തുടങ്ങി പലകാരണങ്ങളും അതിനുണ്ട്. എന്നാൽ മതസമൂഹത്തിന്റെ സംഘം ചേരൽ ഇതല്ല. മതത്തെ നിലനിർത്താനും മേധാവിത്വം സ്ഥാപിക്കാനുമാണ് മതസംഘലക്ഷ്യം. അത് പരിണാമപരമായ സംഘം ചേരലല്ല, ഡോക്കിൻസ് വിശദീകരിച്ചതു പോലെ മതമീമുകൾ മൂലമാണ്. ക്രിസ്തുമതത്തിന്റെ ഉള്ളടക്കം തന്നെ സ്വയം വിധേയത്വത്തിന്റേതാണ്. ഇസ്ലാമെന്ന പദത്തിനർത്ഥം കീഴടങ്ങൽ എന്നാണ്. തലമുറകളെ തന്നെ അവർ അടക്കി നിർത്തുന്നു. നിങ്ങൾക്കു സംസാരിക്കാനും കേൾക്കാനും മറുപടി പറയാനും കഴിയുന്ന ദൈവമാണ് നിങ്ങളുടേത് എന്ന് ആവർത്തിച്ചുകൊണ്ടിരിക്കും. ദൈവവും അമാനുഷികതയും അത്ഭുതവുമില്ലാതെ മതത്തിന് എന്തുഭാവി എന്ന ഡോൺ കുപ്പിന്റെ ചോദ്യം എത്ര പ്രസക്തമാണ്.

വിശ്വാസത്തിലെ വിശ്വാസം

എന്താണു വിശ്വാസം. വംശീയ പരിഗണയില്ലാതെ സകലരെയും തുല്യതയിൽ കാണുകയും പരിപാലിക്കുകയും ചെയ്യുന്നതാണ് യഥാർ

ത്ഥ വിശ്വാസം. ആ വിശ്വാസത്തിനുള്ളിലേക്കു കടന്നുവരുന്നവർ ദൈവത്തിൽ വിശ്വസിക്കുന്നില്ല. എന്നറിയുമ്പോൾ എന്തു ചെയ്യും. അതു പരിരക്ഷിക്കപ്പെടേണ്ടതാണെന്നു പലരും കരുതും. ബഹുദൈവവിശ്വാസം ഏകദൈവവിശ്വാസത്തിലേക്കും അവിടെ നിന്ന് ഏബ്രഹാമിക് മതങ്ങളുടെ പ്രചോദനമായും മാറി. നേരിട്ടു കേൾക്കാനും അടുത്തിരിക്കാനും കഴിയാത്ത യഹോവ അസൂയക്കാരനും കോപിഷ്ഠനും യുദ്ധക്കൊതിയനുമാണെന്നു ബൈബിൾ സാക്ഷ്യപ്പെടുത്തുന്നു.

എന്തുകൊണ്ടാണ് സർവ്വശക്തനെ GOD എന്നു വിളിക്കുന്നത് ? അതൊരു വിശ്വസ്തബ്രാന്റാണ്. യഹോവ, അള്ള, തിയോസ് എന്നൊക്കെ വിളിച്ചാൽ അതു പൊതു സ്വീകാര്യമാവുകയില്ല. വിശ്വാസികൾ എന്ന പേരിൽ ഒരു ഐക്യപ്പെടലും നാസ്തികർക്കെതിരായ ഐക്യമുന്നണിക്കും നല്ലത് 'ഗോഡ്' എന്നതാണ്. ഫലത്തിൽ അവർ യഥാർത്ഥ ദൈവത്തിന്റെ പേരിൽ പരസ്പരം കലഹിക്കുന്നവരാകും. മറ്റുള്ളവരുടെ കാര്യത്തിൽ ഏവരും നാസ്തികരാണെന്ന ഡോക്കിൻസിന്റെ വിശദീകരണം ഇവിടെ കൂട്ടിവായിക്കാവുന്നതാണ്. തങ്ങളുടേതല്ലാത്തയാതൊന്നും യഥാർത്ഥ ദൈവമല്ലെന്ന് ഓരോ മതവാദിയും തർക്കിക്കും.അവരുടേത് മാത്രമാണ് ഒറിജിനൽ. മായാവിനികളിൽ വിശ്വസിക്കുന്നോ എന്നു ചോദിക്കുന്നതും ദൈവത്തിൽ വിശ്വസിക്കുന്നു എന്നു പറയുന്നതും, ലണ്ടനിലെ ബേക്കർ സ്ട്രീറ്റിൽ ഷെർലക്ഹോംസ് താമസിക്കുന്നു എന്ന് വിശ്വസിക്കുന്നതുപോലെയാണ്. കോനൻഡോയൽ കഥകൾ ശരിയെന്നു കരുതുന്ന ഷെർലോക്കിയൻസ് (Sherlockians) പോലെ തന്നെയാണ് ദൈവവിശ്വാസികളും. വിശ്വസിക്കുന്നത് യഥാർത്ഥമാകണമെങ്കിൽ യഥാർത്ഥത്തിൽ വിശ്വസിക്കണം. അവിടെ യുക്തിപരതവേണമെന്നില്ല. പ്രഭാത നക്ഷത്രമെന്നും സന്ധ്യാനക്ഷത്രമെന്നും വിശ്വസിക്കുന്നത് ഒരു നക്ഷത്രത്തെപോലുമല്ല, വ്യാഴമെന്ന ഗ്രഹത്തെയാണ്. എന്നാലും ഉദ്ദേശിത വസ്തുവിനെ അങ്ങനെ തന്നെ വിശ്വസിക്കാനാണു നാം ഇഷ്ടപ്പെടുക. അതാണ് വിശ്വാസത്തിലെ വിശ്വാസം.

ദൈവമില്ല എന്ന് വിഡ്ഢി തന്റെ ഹൃദയത്തിൽ പറയുന്നു (സങ്കീർത്തനം 14:1) എന്നത് ഷേക്സ്പിയർ അല്ല ഹാംലെറ്റ് എഴുതിയത് എന്നു പറയുന്നതു പോലെയാണ്. ഷേക്സ്പിയർ എന്നൊരാൾ ഇല്ലെന്നോ അതു മാർലോ ആണെന്നോ വാദിക്കാം. പക്ഷേ അതു സത്യമാകില്ല. 'ദൈവത്തിന്റെ ചരിത്രം' എഴുതാമെന്നു കരുതിയാൽ അതു 'ദൈവവിശ്വാസത്തെപ്പറ്റിയുള്ള ചരിത്ര'മായിരിക്കും. അതു ഹാംലെറ്റിനെപ്പറ്റി എഴുതുന്നതുപോലെയല്ല. കത്തോലിക്കാ ദൈവം, യഹൂദ ദൈവം എന്നിങ്ങനെ ആ ചരിത്രം വഴിമാറിപ്പോകും. ദൈവമുണ്ടോ എന്നാവില്ല, ദൈവത്തിലു

ള്ള വിശ്വാസത്തിലായിരിക്കും വിശ്വസിക്കപ്പെട്ടുക - ഷെർലക്ഹോം സിലെ പോലെ. പിശാചിൽ വിശ്വസിക്കാത്തവർക്കു ദൈവത്തിൽ വി ശ്വസിക്കാനാവില്ല.

ആൻസലാം

ദൈവത്തിൽ വിശ്വസിക്കുന്നു എന്നതും ദൈവവിശ്വാസത്തിൽ വിശ്വസിക്കുന്നു എന്ന തും രണ്ടാണോ. മഹോന്നതരിൽ മഹോന്നത നാണ് ദൈവമെന്നും, ദൈവവിശ്വാസം ഒരു പ്ര ചോദനമാണെന്നു പറയുന്നതും ഒന്നല്ല. ചില സങ്കല്പങ്ങളിൽ വിശ്വസിക്കുന്നു, അതിൽ വിശ്വ സിക്കാത്തവരെ തെറ്റിദ്ധരിക്കുന്നു. എന്നതിൽ സത്യമല്ല പ്രശ്നം, വിശ്വാസമാണ്. ദൈവം എല്ലാം കാണുന്നു എന്ന് വിശ്വസിക്കുന്നവന് സ്വയം ഭോഗം ചെയ്യാനാകുമോ? അതതിനർ ത്ഥം അങ്ങനെയൊരു വിശ്വാസമില്ല എന്നുതന്നെയാണ്. പുരോഹി തൻ പ്രാർത്ഥിച്ചാൽ വീഞ്ഞു രക്തമാകുമോ? രക്തമാണെന്നു വിശ്വസി ച്ചാൽ അതു കുടിക്കാൻ കഴിയുമോ? ഇതൊന്നുമല്ല, നരകാഗ്നി പറഞ്ഞാ ണ് ഭയപ്പെടുത്തുന്നത്. അന്ധതാബോധം ലോജിക്കിനെ പ്രതിരോധി ക്കുന്നു. വിശ്വാസം മതത്തിന്റെ പര്യായമാണ്. ശാസ്ത്രത്തിലേത് സന്ദേ ഹവാദപരമായ വിശ്വാസങ്ങളല്ല.

ബൈബിളിലെ ദൈവം മനുഷ്യരൂപത്തിലുള്ളതാണ്. ആൻസലാമി ന്റെ അസ്തിത്വ സ്വഭാവത്തിലൂടെ (Ontological Argument) അതിനെ മറികടക്കാനുള്ള ശ്രമം പരിതാപകരമാണ്. ആർക്കും സങ്കല്പിക്കാനാവു ന്നതിലും മഹത്താണ് ദൈവം. (ചിന്തിക്കാൻ വയ്യാത്തത്രയുള്ളത് എങ്ങ നെ നിലനിൽക്കും) എല്ലാ പൂർണ്ണതകളോടൊപ്പം അസ്തിത്വവും ദൈവ ത്തിനുണ്ട്. (അങ്ങനെയെങ്കിൽ നിലനിന്നല്ലേ പറ്റൂ) ഇമ്മാനുവൽ കാന്റ് മറുകണ്ടം ചാടിക്കൊണ്ട് പറയുന്നത് യുക്തികൊണ്ട് എല്ലാറ്റിനെയും തെളിയിക്കാൻ പറ്റില്ല എന്നാണ്. ട്രില്യനെക്കാൾ വലിയ നമ്പറുണ്ടെ ങ്കിൽ അതിനു പ്രത്യക്ഷ തെളിവുവേണം. എല്ലാത്തിനും കാരണമുണ്ടാ യേ പറ്റൂ എന്നും ആ കാരണമാണ് ദൈവമെന്നും ആൻസലാം. എല്ലാ റ്റിനും കാരണം വേണ്ടെന്ന് ക്വാണ്ടം ഫിസിക്സ് പറയുന്നു. ദൈവത്തി ന്റെ കാരണം സ്വയം കാരണമാണോ? ബൗദ്ധിക രൂപകല്പനാവാദം പ്രകൃതി നിർദ്ധാരണ തത്വത്തിന് എതിരാണ്.

മതവും ധാർമ്മികതയും

സ്നേഹത്തെക്കുറിച്ചുള്ള വാഴ്ത്തലുകൾക്ക് പഞ്ഞമില്ല. ധാരാളം പേർ അവരുടെ മതത്തെ സ്നേഹിക്കുന്നു. സ്നേഹമില്ലാത്ത സമാധാന

ജീവിതം അസാദ്ധ്യമാണ്. നീതിയും സ്വാതന്ത്ര്യത്തെയും കാൾ പ്രധാനമാണ് സ്നേഹം. അത് അന്ധമാണെന്നും ദുരന്തത്തിലേ കലാശിക്കു എന്ന പ്രണയ സിദ്ധാന്തം കാല്പനിക പ്രണയത്തെ കുറിച്ചുള്ളതാണ്. അത് ഇണയെ തേടുന്ന പ്രക്രിയയുടെ ഭാഗമാണ്. സ്നേഹപ്രവാചകരായ മതങ്ങൾ പക്ഷേ, അതിനുള്ളിൽ തന്നെ പരസ്പരം കൊന്നൊടുക്കുന്നു. സെർബുകളും ക്രോട്ടുകളും, ഷിയാകളും സുന്നികളും സ്വന്തം മതക്കാരെ തന്നെയാണ് കൊന്നുതള്ളുന്നത്. അഫ്ഗാനിസ്ഥാനിലെ ബുദ്ധമതസ്മാരകങ്ങൾ തകർക്കുന്നതും ഗുജറാത്തിലെ വംശീയോന്മൂലനവുമെല്ലാം സ്നേഹപ്രഭാഷകരുടെ പ്രവൃത്തിതന്നെയാണ്. സ്നേഹം മതത്തിന് ഒരു പുകമറയാണ്. കൊല്ലുന്നതിൽ എന്തുധാർമ്മികതയാണുള്ളത്.

മതം പഠിപ്പിക്കാത്തവൻ മതവികാരത്തെപ്പറ്റി പറയുന്നത് അന്ധൻ വർണ്ണത്തെപ്പറ്റി പറയുന്നതുപോലെയാണന്ന എമിലി ഡർക്ക്യ്മിന്റെ വാദമാണു ശരി. ശാസ്ത്രജ്ഞർ ശാസ്ത്രം മാത്രമല്ല പഠിക്കുന്നത്, ചരിത്രത്തിൽ നിന്നും നരവംശശാസ്ത്രത്തിൽ നിന്നും അവർക്കും ധാരാളം പഠിക്കാനുണ്ട്.

ദൈവവിശ്വാസത്തിൽ എന്തിനു വിശ്വസിക്കണം എന്നു ചോദിച്ചാൽ ദൈവം ഉള്ളതുകൊണ്ട് എന്ന് പറയും. നിങ്ങളുടെ ദൈവത്തിൽ മറ്റുള്ളവർ വിശ്വസിക്കുമോ എന്നതിനു പക്ഷേ മറുപടി ഉണ്ടാവില്ല. ദൈവത്തിനു രൂപമുണ്ടെന്നു പറയുന്നത് രൂപാത്മകമാ (allegorical) ണെന്ന് അവർ പറയും. ദൈവം സ്നേഹിക്കുന്നതുകൊണ്ടാണോ നമ്മൾ നല്ലവരാകുന്നത്.? മതം നമ്മെ നന്നാക്കാറുണ്ടോ? പ്രത്യേക മതത്തിൽ വിശ്വസിക്കുന്നതുകൊണ്ടും സ്ഥിരം പള്ളിയിൽ പോകുന്നതുകൊണ്ടും പ്രാർത്ഥിക്കുന്നതിനാലും അവർക്ക് രോഗം ഇല്ലാതാകുന്നുണ്ടോ? ദൈവവിശ്വാസം മൂലമുള്ള മനഃസുഖം കൊണ്ട് ആരോഗ്യം വർദ്ധിക്കുന്നുണ്ടോ?

മതം സദാചാരം സൃഷ്ടിക്കുന്നുണ്ടോ? കൊള്ളയും കൊലയും ബലാൽസംഗവും നടക്കാത്തത് മതം നിലനിൽക്കുന്നതുകൊണ്ടാണോ? എങ്കിൽ ജയിലിൽ കിടക്കുന്നതൊക്കെ നാസ്തികരായിരിക്കണം. സദാചാര പെരുമാറ്റത്തിൽ മതത്തിനു പങ്കുണ്ടെങ്കിൽ, അതിന്റെ പാരമ്പര്യ വിശ്വാസങ്ങളെപ്പറ്റി ശാസ്ത്രീയമായി വിശദീകരിക്കണം. സ്വർഗ്ഗനരക വിശ്വാസങ്ങൾ മൂലമാണ് നന്മചെയ്യുന്നതെന്നതിനു തെളിവുവേണം. എന്നാൽ 9/11 ലെ വേൾഡ് ട്രേഡ് സെന്റർ ആക്രമണം ദൈവഫലം ഇച്ഛിച്ചും 72 ഹൂറിമാർക്കും വേണ്ടിയായിരുന്നു എന്നതാണു സത്യം. ദൈവം നീതിമാനാണെങ്കിൽ എല്ലാവർക്കും കരുണയും സ്നേഹവും തുല്യതയും ഉണ്ടാകണം. ഇത്തരം ഫലേച്ഛകൾ അപക്വധാരണകളാണ്. ഇതൊന്നും യഥാർത്ഥ ധാർമ്മികതയല്ല.

ദൈവഹിതം എന്നത് സ്വന്തം ലക്ഷ്യത്തിനു വേണ്ടിയുള്ള തന്ത്രമാണ്. മതവൈതാളികർ ദൈവത്തെ കൂട്ടുപിടിക്കുന്നത് മതഭ്രാന്തിന്റെ താല്പര്യമാണ്. ഇസ്ലാമിക മോചനം, രക്തസാക്ഷിത്വം, ജിഹാദ്ദ്, ഒക്കെ ദൈവത്തെ കൂട്ടുപിടിച്ചുള്ള ഭീകരപ്രവർത്തനമാണ്.

മതം ജീവിതത്തിന് സവിശേഷ അർത്ഥം നൽകുന്നുണ്ടോ. ഓരോ മതവും അന്യരുടേത് കപടമതമാണെന്നു പറയുന്നു. തങ്ങളുടെ മതത്തിലൂടെയല്ലാതെ മോക്ഷമില്ലെന്നു പ്രഖ്യാപിക്കും. കാഫിറുകൾ മരണത്തിന് അർഹരാണെന്ന് ഖുറാൻ പ്രസ്താവിക്കുന്നു (5:44) ഇത് എല്ലാ സെമിറ്റിക് മതങ്ങളുടെയും സ്വഭാവമാണ്. തങ്ങളുടെ യഥാർത്ഥ പ്രവാചകന്റെ പേരിലാണ് മതനിന്ദ ആരോപിച്ച് അവർ കൊന്നൊടുക്കിയത്. തന്റേതല്ലാത്ത മതത്തിൽപെട്ടവരുടെ ജീവിതം പാഴാണെന്ന വലിയൊരു ഗൂഢാലോചനയിലാണ് മതലോകം മുഴുവൻ. ഇതാണോ ധാർമ്മികത?

ദൈവനിശ്ചയപ്രകാരമാണ് ലഭിക്കുന്നതെങ്കിൽ പരാജയങ്ങളിൽ എന്തിനു വഴക്കുണ്ടാക്കുന്നു. സ്വന്തം കുഴപ്പത്തിന് അന്യരെ പഴിക്കണോ. ഓരോ മതവും അവരിൽതന്നെയുള്ള ഉപവിഭാഗങ്ങൾക്കെതിരെ കലാപമുണ്ടാക്കുന്നതെന്തിന്? സത്യത്തിൽ ലോകത്ത് അസമാധാനത്തിനു കാരണം മതമാണ്. യാതൊരു വിശുദ്ധമൂല്യങ്ങളും അവർക്കിടയിൽ ഇല്ല.

വിശ്വാസവും മാനസികാരോഗ്യവും ധാർമ്മികതയും തമ്മിലുള്ള ബന്ധം മനഃശാസ്ത്രജ്ഞർ പരിശോധിച്ചിട്ടുണ്ട്. അതീന്ദ്രിയ അനുഭവങ്ങൾ മനോവിഭ്രമങ്ങളാണ്. ധാർമ്മികനന്മ, ആത്മീയതയും, ധാർമ്മികതിന്മ ഭൗതികതയും എന്നൊക്കെ വിഫലബോധത്തിൽ നിന്ന് ഉണ്ടാകുന്നതാണ്. നീതി, സ്നേഹം, സന്തോഷം, സൗന്ദര്യം, സ്വാതന്ത്ര്യം ഒക്കെ ഭൗതികമാണ്, ആത്മീയമല്ല. ഭക്ഷണവും വസ്ത്രവും അടക്കമുള്ള ഭൗതികാവശ്യങ്ങൾ ആത്മീയതകൊണ്ടു നേടാനാകുമോ? അമിത ആത്മീയത പ്രകടിപ്പിക്കുന്നവർ ക്രൂരരും സ്വാർത്ഥരുമായിരിക്കും. അമിതവിശ്വാസികൾക്കും മറ്റുള്ളവരുടെ കാര്യത്തിൽ യാതൊരു താല്പര്യവും ഉണ്ടാവുകയില്ല.

എന്തു ചെയ്യണം

മതത്തിനും പരിണാമമുള്ളതിനാൽ അതു നിലനിൽക്കും. കാലത്തിനൊത്തവിധം വെട്ടിയൊരുക്കിയും എഡിറ്റു ചെയ്തു ആകർഷണീയമായ വിധത്തിൽ മതത്തെ സംവിധാനം ചെയ്തുകൊണ്ടിരിക്കും. എല്ലാവർക്കും ഉപയോഗ്യമായ വിധത്തിൽ അതിനെ പരുവപ്പെടുത്തും. പ്രചോദനപരമാണെന്നോ സാമൂഹ്യനീതിയുടെ പ്രശ്നമെന്നോ വിദ്യാഭ്യാസ-സാമ്പത്തിക നവീകരണമെന്നോ ഒക്കപ്പറഞ്ഞ് മതത്തെ പരിഷ്ക്കരിച്ചുകൊ

ണ്ടിരിക്കും. പലർക്കും ഈ മതം ഒരു ലഹരിയായിരിക്കും.

മതം എങ്ങനെ ഇന്നത്തേതുപോലെയായി എന്ന പരിശോധിച്ച് വേണം അന്ധവിശ്വാസം അടക്കമുള്ളതിനെ പ്രതിരോധിക്കാൻ. പഴ ങ്കഥകൾ ആവർത്തിക്കുന്നതിൽ അർത്ഥമില്ല. മതത്തെപ്പറ്റി ഭയഭക്തി ബഹുമാനങ്ങളോടെയാണ് അവർ സംസാരിക്കുന്നത്, പ്രത്യക്ഷമോ ശാസ്ത്രീയമോ ആയിട്ടല്ല. ശാസ്ത്രീയപഠനങ്ങൾ വികസിച്ചത് ഫിലോസ ഫി, ബയോളജി, ആന്ത്രപ്പോളജി തുടങ്ങിയവയുമായി ബന്ധപ്പെട്ടാണ്.

2001-ൽ അമേരിക്കയിൽ നടത്തിയ American Religious Identification Survey യിൽ കണ്ടെത്തിയത് ഇതാണ്.

മതവിശ്വാസികൾ	-	42%
മതരഹിതർ	-	23%
രണ്ടിലും സംശയമുള്ളവർ	-	37%

1999-ൽ 'ഏതാണ നിങ്ങളുടെ മതം' എന്ന ചോദിച്ചിടത്ത് 2001-ൽ ചോദിക്കേണ്ടി വന്നത്, 'ഏതാണ മതം അങ്ങനെയൊന്നുണ്ടെങ്കിൽ' എന്നാണ്. സ്കെപ്റ്റിക് സൊസൈറ്റി ഡയറക്ടറായ മൈക്കൽ ഷേർ മർ 2003-ൽ നടത്തിയ സർവ്വേയിൽ കണ്ടെത്തിയത്, 90% വിശ്വാസി കളും പ്രാർത്ഥന കേൾക്കുന്ന ദൈവത്തിൽ മാത്രമാണ് വിശ്വസിക്കു ന്നത് എന്നാണ്. അതായത് ഫലത്തിന്റെ അടിസ്ഥാനത്തിൽ മാത്രമാ ണ് അവർക്കു വിശ്വാസം. നേരത്തെ അദ്ദേഹം നടത്തിയ സർവ്വേയിൽ 64% വിശ്വാസികളും 25% അവിശ്വാസികളും ആണ് ഉണ്ടായിരുന്നത്.

Breaking the Spell ന്റെ സമാപനത്തിലെത്തുമ്പോൾ ഡെന്നറ്റ് കേന്ദ്രീകരിക്കുന്നത് കുട്ടികളിലാണ്. അവരോടെന്താണ പറയേണ്ടത് എന്നതു പ്രധാനമാണ്. മതപഠനം നടത്തുന്നവരാണ് കുട്ടികൾ. മദ്യം കൊടുക്കുന്നതുപോലെയാണത്. പുകവലിക്കാരന്റെ കുട്ടി പുകവലിക്കു ന്നതിലും മദ്യപാനിയുടെ മകൻ മദ്യപിക്കുന്നതിലും അത്ഭുതപ്പെടേണ്ട തില്ല. കുട്ടികളെ എല്ലാം പഠിപ്പിക്കണം- ശാസ്ത്രവും ചരിത്രവും ആചാര ങ്ങളും കലയും സാഹിത്യവുമൊക്കെ. ഒപ്പം ചരിത്രത്തിൽ മതം നടത്തി യിട്ടുള്ള ദുരന്തങ്ങളും കൃത്യമായി ബോദ്ധ്യപ്പെടുത്തണം. മതങ്ങളുടെ ജീ വശാസ്ത്രപരവും മനഃശാസ്ത്രപരവുമായ അടിത്തറ അഭ്യസിപ്പിക്കണം. ഭയത്തിലൂടെയും വിദ്വേഷത്തിലൂടെയും ഒന്നും പഠിപ്പിക്കരുത്. അവരു ടെ അന്വേഷണാത്മകതയെ തടയരുത്. തീവ്രമായ സംസ്കാരിക മീ മുകൾക്കു വിധേയരാക്കരുത് (ഡോക്കിൻസിന്റെ ബൈപ്രോഡക്റ്റ് തിയ റിയും ഇതോടൊപ്പം ചേർത്തുവെക്കാം)

***

ഡാനിയേൽ ഡെന്നറ്റിന്റേത് അസാമാന്യമായ വിശകലനങ്ങളാണ്. ശാസ്ത്രീയവും മനഃശാസ്ത്രപരവും താത്വികവുമാണ് അപഗ്രഥനങ്ങൾ. ഒന്നും അടിച്ചേല്പിക്കുന്ന ശൈലിയല്ല. വായനക്കാർക്കു വിട്ടു നൽകുകയാണ്. സമകാലിക യാഥാർത്ഥ്യങ്ങളെ യഥേഷ്ടം ഉദ്ധരിച്ചുകൊണ്ടാണ് നിലപാടുകൾ വിശദീകരിക്കുന്നത്. മതം, മനസ്, ആചാരം തുടങ്ങിയവയെ ശാസ്ത്രപക്ഷത്തു നിന്നു വിശദീകരിക്കുമ്പോൾ യുക്തിചിന്ത സ്വയം ഉദയം ചെയ്യും. ഒടുവിലത്തെ നിഗമനം എറെ ശ്രദ്ധേയമാണ്. 'ജനങ്ങളെ സ്വയം തിരഞ്ഞെടുക്കാനാവും വിധം പഠിപ്പിക്കുക. അറിവില്ലായ്മ നാണക്കേടല്ല, പക്ഷേ അജ്ഞത അടിച്ചേൽപ്പിക്കുന്നത് ലജ്ജാകരമാണ്.' കുട്ടികളിലൂടെ പലതും നമുക്ക് പഠിക്കാനാവും. അതൊരു സന്തുഷ്ടിയായി കാണണം. നമ്മൾ അവർക്കായി പണിയിച്ച അസ്തിവാരത്തിനുമേൽ മനോജ്ഞമായ സ്ഥാപനങ്ങൾ അവർ പടുത്തുയർത്തുന്നതു കാണാം.

നവനാസ്തികതയുടെ സന്ദേശം ഇതു തന്നെയാണ്.

ഒൻപത്

അഞ്ചാം അശ്വാരൂഢ

അയാൻ ഹിർസി അലിയുടെ ജീവിതപോരാട്ടം

ഇസ്ലാം പ്രചരിപ്പിക്കുന്നത് വെറുപ്പിന്റെ രാഷ്ട്രീയമാണ്

ആത്യന്തിക ലക്ഷ്യം മതരാഷ്ട്രമാണ്.
ഈ ഇസ്ലാം തന്നെയാണ് മുസ്ലീമിന്റെ ശത്രു

+1 Horse Woman എന്ന വിശേഷിപ്പിക്കപ്പെട്ട അയാൻ ഹിർസി അലി നവനാസ്തികലോകത്തെ അസാമാന്യ വ്യക്തിത്വമാണ്. മറ്റുള്ളവർ താത്വികവും ശാസ്ത്രീയവുമായ വിശകലനങ്ങളാണ് നടത്തിയതെങ്കിൽ സ്വന്തം ജീവിതം കൊണ്ടാണ് അയാൻ നാസ്തികതയുടെ മഹത്വം ലോകത്തിനു മുന്നിൽ അവതരിപ്പിച്ചത്.അസാമാന്യമായ ധീരതയും ധിഷണയുമുള്ള അയാൻ ഇസ്ലാമിക ജീവിതത്തിന്റെയും രാഷ്ട്രീയത്തിന്റെയും ഉള്ളറകളെ ലോകത്തിനു മുന്നിൽ അനാവരണം ചെയ്തു. അടിമജീവിതത്തിൽ നിന്ന് സടകുടഞ്ഞ് എഴുന്നേറ്റുവന്ന് അനുഭവങ്ങളുടെ സംഗീതം കൊണ്ട് ലോകത്തെ വിസ്മയിപ്പിച്ചു. Infidel, Nomad, Heretic, Prey തുടങ്ങിയ കൃതികളിലൂടെ ജ്ഞാനോദയത്തിന്റെ പുതിയ ചക്രവാളങ്ങൾ അനുഭവിപ്പിച്ചു തന്നു. പ്രായോഗിക ഇസ്ലാം എന്താണെന്നറിയാൻ അയാൻ ഹിർസിയെ വായിക്കുക തന്നെ വേണം.

തീയിൽ കുരുത്ത ജീവിതം

ഒരു സോമാലിയൻ ഇസ്ലാം നാടോടി കുടുംബത്തിലാണ് അയാൻ ജനിച്ചുവളർന്നത്. ഗോത്രജീവിതത്തിൽ നിന്ന് ഏറെ വ്യത്യസ്തമല്ലാത്ത കുടുംബം. അമ്മയുടെ അമ്മയ്ക്ക് മൂന്നാം വിവാഹത്തിലുണ്ടായ ഒൻപതു കുട്ടികളിൽ ഒരാളായിരുന്നു അഷ. അവരെ പെറ്റിട്ടത് ഒരു മരച്ചുവട്ടിൽ. അഷയുടെ രണ്ടാംവിവാഹം ഹിർസിമഗാനുമായിട്ടായിരുന്നു. അതിൽ പിറന്ന മൂന്നു മക്കളിൽ നടുവിലത്തേതായിരുന്നു 1969 നവംബർ 23 നു മെഗാദിഷുവിൽ ജനിച്ച അയാൻ.

അയാൻ ഹിർസി അലി

സൊമാലിയൻ ഏകാധിപതി മുഹമ്മദ് സിയാദ് ബാരെയ്ക്കെതിരെ കലാപംനയിച്ച ജനാധിപത്യമുന്നണി നേതാവായിരുന്ന ഹിർസി മഗാൻ ഇസ്സെ. കലാപത്തെ തുടർന്ന് 1975ൽ ഒളിവിൽ പോയ ഇസ്സയെ കുടുംബം കാണുന്നത് പത്തു വർഷങ്ങൾക്കു ശേഷമാണ്. ജയിൽ ചാടി സൗദിയിലെത്തിയ അദ്ദേഹം മൂന്നാമതും വിവാഹം ചെയ്തു. അദ്ദേഹത്തെ തേടി സൗദിയിലും എത്യോപ്യയിലും ഒടുവിൽ കെനിയയിലും എത്തി അയാന്റെ കുടുംബം.

വികലമത ജീവികളായ അമ്മയുടെയും വല്യമ്മയുടെയും പീഡനങ്ങളും അടുക്കള പണിയും ചെയ്തു വളർന്ന അയാൻ പുറം ജീവിതം ഏറെ കണ്ടില്ല. മദ്രസ്സയിൽ പഠിക്കുമ്പോൾ കറുത്തതായതിനാൽ സഹപാഠികളാൽ 'അബിദ്' (അടിമ) എന്നു പരിഹസിക്കപ്പെട്ടു. വീട്ടിൽ മതം പഠിപ്പിക്കാനെത്തിയവന്റെ മർദ്ദനമേറ്റ് ആശുപത്രിയിൽ വരെയെത്തി. ജ്യേഷ്ഠൻ മഹദിന്റെ താന്തോന്നിത്തമോ അനുജത്തി ഹവേയയുടെ സ്വാതന്ത്ര്യമോ അവൾക്കു ലഭിച്ചില്ല.

എല്ലാ മുസ്ലീം പെൺകുട്ടികളേയും പോലെ കുട്ടിക്കാലത്തു തന്നെ സുന്നത്തു നടത്തി അവളുടെ കൃസരി മുറിച്ചു മാറ്റി യോനി തയ്ച്ചുവെച്ചു. 22-ാം വയസ്സിൽ അച്ഛന്റെ നിർബ്ബന്ധത്തിനു വഴങ്ങി ഒസ്മാൻ മൂസയെ വിവാഹം കഴിച്ചു. ആദ്യരാത്രിയിൽ തന്നെ അവൾ വേണ്ടത്ര അനുഭവിച്ചു. കാനഡയിൽ നടക്കാനിരുന്ന വിവാഹസൽക്കാരത്തിനു ക്ഷണിച്ച് മൂസ പോയി. കാനഡയിലേക്കെന്ന ഭാവേന അയാൻ പുറപ്പെട്ടെങ്കിലും എത്തിയത് ജർമ്മനിവഴി ഹോളണ്ടിലാണ്. 1992 ജൂലൈ 24ന് ആംസ്റ്റർഡാമിലെത്തിയ അയാൻ പറയുന്നത് അതാണ് തന്റെ യഥാർത്ഥ ജന്മദിനമെന്നാണ്.

ഒസ്മാൻ വന്നു നിർബന്ധിച്ചിച്ചെങ്കിലും അയാൻ അയാൾക്കൊപ്പം പോയില്ല. ഹോളണ്ടിൽ അഭയാർത്ഥിയായി അംഗീകാരം കിട്ടിയതോടെ ഫ്ളാറ്റും തൊഴിലില്ലായ്മ വേതനവും ഉറപ്പായി. ജോലിക്കു രജിസ്റ്റർ ചെയ്തു. ചെറിയ ജോലിയോടൊപ്പം ഡ്രീബർഗൻ കോളജിൽ ബിരുദ പഠനത്തിനു ചേർന്നു. അവിടെ വെച്ച് ഫ്രോയ്ഡിനെക്കുറിച്ചു പഠിച്ചതോടെ പുതിയ വെളിച്ചം വീണു. അഭയാർത്ഥി ക്യാമ്പിലെ പരിഭാഷക ജോലി മത ഭീകരതയെപ്പറ്റിയുള്ള ഏറെ അനുഭവങ്ങൾ നല്കി. ലെയ്ദൻ യൂണിവേഴ്സിറ്റിയിൽ പൊളിറ്റിക്സ് പഠിച്ചതോടെ സോഷ്യൽ ഡെ

മോക്രസി, ലിബറലിസം, സ്വാതന്ത്ര്യം തുടങ്ങിയവയെക്കുറിച്ചുള്ള വാതിലുകൾ തുറന്നുവന്നു. അവിടെവെച്ച് മാർക്കോയുമായുണ്ടായ ബന്ധം അഞ്ചുവർഷത്തെ ദാമ്പത്യത്തിനു ഇടയാക്കി. 1997-ൽ ഡച്ചുപൗരത്വവും 36-ാം വയസ്സിൽ ബിരുദവും ലഭിച്ചു.

പാശ്ചാത്യചിന്താസരണിയിൽ മതവിരുദ്ധ ചിന്തയ്ക്കു കാരണമായ 9/11 ലെ ഭീകരാക്രമണം അയാന്റെയും മനസ് തുറപ്പിച്ചു. തുടർന്ന് സംവാദങ്ങളുടെയും എഴുത്തിന്റെയും ലോകത്തിലേക്കു വഴി തുറന്നു. മാർക്കോ തന്ന 'എതീസ്റ്റ് മാനിഫെസ്റ്റോ' യുമായി 2002-ൽ യാത്രയായി. സ്പിനോസയുടെ ചിന്തകളായിരുന്നു മറ്റൊരു പ്രേരണ. ഏതെങ്കിലും ദൈവത്തിന്റെ കല്പനയ്ക്കു കീഴിലല്ല ലോകമെന്ന് അദ്ദേഹം തുറന്നടിച്ചിരുന്നു. തുടർന്ന് ടി.വി ചർച്ചകളിൽ അയാൻ നിത്യസാന്നിധ്യമായി.

തിയോവാൻ ഗോഗ്

ലേബർ പാർട്ടിയുമായി ബന്ധപ്പെട്ടു പ്രവർത്തിച്ചിരുന്ന അയാൻ ലിബറൽ പാർട്ടി നേതാവ് നീലിക്രോസുമായുള്ള ബന്ധത്തെ തുടർന്ന് പാർലമെന്റ് തിരഞ്ഞെടുപ്പിൽ സ്ഥാനാർത്ഥിയായി. പ്രവാചക വിമർശനത്തിന്റെയും, അഭിമാന കൊലയ്ക്കെതിരായും ഉള്ള പ്രചാരണപരിപാടികളുടെ പേരിൽ ജീവനു ഭീഷണിയായി. 2003 ഫെബ്രുവരിയാൽ ചലച്ചിത്രകാരൻ തിയോവാൻഗോഗുമായി ചേർന്നുനിർമ്മിച്ച Surrender - Part-1 എന്ന ഹ്രസ്വസിനിമ പ്രശ്നങ്ങളെ ഗുരുതരമാക്കി. തിയോ അതിഭീകരമായി വധിക്കപ്പെട്ടു. പിന്നെ അയാന്റെ ജീവിതം കൂടുമാറ്റത്തിന്റേതായിരുന്നു.അമേരിക്കയിലേക്കും ഹോളണ്ടിലേക്കും ജർമ്മനിയിലേക്കും ഒക്കെയായി മറ്റൊരു ജന്മം. സ്വതന്ത്രചിന്തയുടെ തീനാളങ്ങളായ ഒട്ടേറെ കൃതികളുമായി അവർ അതിജീവിച്ചു നിൽക്കുന്നു.

കൂട്ടിലടയ്ക്കപ്പെട്ട കന്യകാത്വം

സ്വന്തം അനുഭവങ്ങൾക്കൊപ്പം ചുറ്റും കണ്ടതുകൂടിയായപ്പോൾ ഇസ്ലാമിന്റെ ഭീകരമുഖം അയാനു വ്യക്തമായി. അഭയാർത്ഥിക്യാമ്പുകളിൽ പോലും പർദ്ദയ്ക്കുള്ളിൽ കുരുക്കപ്പെട്ട എയ്ഡ്സ് രോഗികളായ, ക്രൂരമായി ബലാത്സംഗം ചെയ്യപ്പെട്ട സ്ത്രീകളുടെ ജീവിതം പങ്കുവെച്ചപ്പോൾ അയാന് ഒന്നു വ്യക്തമായി. ഇസ്ലാമിന്റെ മേധാവിത്വം ലൈംഗിക ധാർമ്മികതയിലാണ്. സ്ത്രീയെന്നാൽ ഇസ്ലാമിന് അവളുടെ ഗുഹ്യഭാഗം മാത്രമാണ്. അതിലെ കന്യാചർമ്മത്തിനുമേലെയാണ് ഇസ്ലാമിക പുരുഷാധിപത്യം.

അഞ്ചോ ആറോ വയസ്സിനു മുൻപ് തന്നെ പെൺ സുന്നത്ത് നടത്തും. കറിക്കത്തി കൊണ്ട് ഭഗശിശ്നിക മുറിച്ചുകളഞ്ഞ് യോനീഭാഗം തയ്ച്ചു വെയ്ക്കും. അത് ഭേദിക്കാനുള്ള അവകാശം ഭർത്താവിനുമാത്രമാണ്. വിവാഹരാത്രിയിൽ കിടക്കയിൽ രക്തം പുരണ്ടില്ലെങ്കിൽ അവൾ വേശ്യയായി മുദ്രയടിക്കപ്പെട്ടു പുറത്താക്കപ്പെടും. കന്യകാത്വം പുരുഷന്റെ വ്യാപാരമാണ്. ദിനംപ്രതി ആറായിരം പെൺകുട്ടികൾ സുന്നത്തെന്ന ഭീകരതയ്ക്ക് ഇടയാകുന്നുവെന്ന് അയാൻ കണക്കു നിരത്തുന്നു. സൊമാലിയയിൽ 98 ശതമാനവും സുഡാനിൽ 90 ശതമാനവും മാലിയിൽ 95 ശതമാനവും ഈജിപ്തിൽ 97 ശതമാനവും പേർ ഇതിന് ഇരയാകുന്നു.

സ്ത്രീക്ക് അടിമത്തം ഖുറാനികമാണ്. ഒട്ടേറെ ആയത്തുകൾ പ്രാകൃതമായ സ്ത്രീവിരുദ്ധതയാണ്. പുരുഷന്മാർ സ്ത്രീകളുടെ മേൽ കൈകാര്യകർത്താക്കളാണെന്നും, അനുസരണക്കേട് കാണിക്കുന്നവരെ വെടിയാനും അടിക്കാനും വിശുദ്ധഗ്രന്ഥം ആഹ്വാനം ചെയ്യുന്നു (ഖുറാൻ 4:35) ബാലവിവാഹവും ബഹുഭാര്യാത്വവും വ്യാപകമാണ്. അഭിമാന ക്ഷതത്തിന്റെ പേരിൽ കൊന്നുകളയുന്നത് ഒരു കുറ്റമേ അല്ല.

ഭർത്താവിനെ പേരെടുത്തു വിളിച്ചുകൂട. റജൽ (എന്റെ പ്രഭോ) എന്നു വേണം സംബോധന ചെയ്യാൻ. ഉപേക്ഷിക്കപ്പെട്ടാൽ സ്ത്രീക്കു പുനർവിവാഹമില്ല. അല്ലെങ്കിൽ രക്ഷിതാക്കൾ കണ്ടെത്തണം. സമ്പന്നപ്രഭുവിന് അടിയാനോടുള്ള ബന്ധമാണ് ഭർത്താവിന് ഭാര്യയോടുള്ളത്. ആദ്യം പിതാവിന്റെയും പിന്നെ ഭർത്താവിന്റെയും തുടർന്ന് മകന്റെയും സംരക്ഷണയിലാണവൾ. പുറത്തിറങ്ങി നടക്കാൻ ആൺതുണ വേണം. ഇറങ്ങുമ്പോൾ നിഖബോ (മുഖവും കണ്ണുമടക്കം മറയ്ക്കുന്ന കുപ്പായം) ജിൽബബോ (മുടിയും ശരീരവും മറയ്ക്കുന്ന) ധരിച്ചിരിക്കണം.

കന്യകാത്വം സൂക്ഷിക്കൽ സ്ത്രീയുടെ മാത്രം ബാദ്ധ്യതയാണ്. അതിനുവീട്ടിലിരിക്കണം. വിവാഹപൂർവ്വ ബന്ധമുണ്ടാകുന്നവർ യോനി കൂട്ടിത്തയ്ച്ച് വെക്കാറുണ്ടെന്നു അയാൻ സാക്ഷ്യപ്പെടുത്തുന്നു. വിവാഹത്തിൽ പോലും സ്ത്രീക്ക് പങ്കില്ല. അത് പിതാവും ഭർത്താവും തമ്മിലുള്ള കരാറാണ്. ഇസ്ലാമിൽ തലച്ചോറിനേക്കാൾ പ്രാധാന്യം യോനിക്കാണെന്ന് അയാൻ പരിഹസിക്കുന്നു. മുസ്ലീം പുരുഷൻ ഒരു മുട്ടനാടാണെന്നും പറയാൻ അയാൻ മടിക്കുന്നില്ല. അത്രമാത്രം കൊടുംക്രൂരതയാണ് ഇസ്ലാമിലെ സ്ത്രീ അനുഭവിക്കുന്നത്.

വെറുപ്പിന്റെ സിദ്ധാന്തം

ലോകജനസംഖ്യയുടെ നാലിലൊന്നുണ്ടെങ്കിലും ഏകമായ ഇസ്ലാമില്ല എന്നു തന്നെയാണ് അയാൻ അനുഭവത്തിലൂടെ പ്രഖ്യാപിക്കു

ന്നത്. സംസ്കാരം, വ്യക്തിത്വം, രാഷ്ട്രീയം എന്നിവയിൽ ഒരേമുഖമല്ല. എന്നാൽ വിശ്വാസത്തിൽ ഒന്നു തന്നെയാണ്. ദൈവത്തിനാൽ തിരഞ്ഞെടുക്കപ്പെട്ട ഏകവർഗ്ഗം. മുഹമ്മദിന് അപ്രമാദിത്വം. ഖുറാനും ഹദീസുകളും മാത്രം സത്യം. ഇതിലില്ലാത്തവരെല്ലാം കാഫിറുകൾ. ഒരു പ്രമാണങ്ങൾളും വിമർശിക്കപ്പെടാവുന്നതോ തിരുത്താവുന്നതോ സംഗ്രഹിക്കാവുന്നതോ അല്ല.

ദൈവവുമായി ഇസ്ലാമിന്റെ ബന്ധം ഭീതിയുടേതാണ്. അനുസരിക്കാത്തവർക്കും ഉപേക്ഷിക്കാത്തവർക്കും അതിഘോരമായ പീഡനങ്ങളാവും. ശവമാടത്തിൽ വെച്ചുതന്നെ ആക്രമിക്കപ്പെടും. നരകത്തിൽ വെച്ച് ചുട്ടെരിക്കും. മതം വിട്ടവരൊക്കെ നരകത്തിലെ വിറകുകൊള്ളികളാണ്. യാതൊരു തെളിവും അതിന് ആവശ്യമില്ല. സ്വർഗത്തിൽ തേനും പാലും ഒഴുകുന്ന നദികളും ഹൂറികളും യഥേഷ്ടമാണ്. അവിടെയും സ്ത്രീകളെ ഒഴിച്ചുനിർത്തിയിരിക്കുന്നു. പ്രാർത്ഥന എന്നത് വലിയ പീഡനമാണ്. അഞ്ചുനേരത്തെ നിസ്കാരം മാത്രമല്ല, ഭക്ഷണം കഴിക്കുമ്പോൾ മുതൽ ലൈംഗികബന്ധത്തിൽ വരെ പ്രാർത്ഥന ഒഴിച്ചുകൂടാനാവാത്തതാണ്.

ഇസ്ലാമിന്റേത് ഗോത്രസംസ്കാരമാണ്. മൂന്നുകാര്യങ്ങൾ മാത്രമാണ് അന്നുമുതൽ ഇന്നുവരെയും ഇസ്ലാം കേന്ദ്രീകരിക്കുന്നത്. രതി,പണം, ഹിംസ എന്നിവയാണവ. എങ്ങനെയും ഇതു സാധിതമാക്കുന്നതിൽ വിശ്വാസം തടസ്സമല്ല. മറ്റൊരു രാജ്യത്തു കുടിയേറിയാലും ഈ തനതു സ്വഭാവങ്ങൾ അവർ വ്യക്തമാക്കും. വിശ്വാസ പാരമ്പര്യത്തോടുള്ള കൂറ് അത്രമാത്രമാണ്. എവിടെയുള്ള ഇസ്ലാമിനെയും സൗദി അറേബ്യ പണം കൊടുത്തുസഹായിക്കും. മുസ്ലീം വേൾഡ്ലീഗ്, ഇസ്ലാമിക് സൊസൈറ്റി ഓഫ് നോർത്ത് അമേരിക്ക, മുസ്ലീം സ്റ്റുഡന്റ്സ് അസോസിയേഷൻ പോലുള്ള സംഘടനകൾ അതിനുവേണ്ടിയുള്ളതാണ്. പള്ളി നിർമ്മാണം, മതസാഹിത്യപ്രചാരണം, ഇമാം പരിശീലനം തുടങ്ങിയവയ്ക്ക് എത്രപണം വേണമെങ്കിലും ലഭ്യമാണ്. അങ്ങനെ ഒരു അന്താരാഷ്ട്ര അന്തർധാര സജീവമാണ്. യൂറോപ്പിൽ ഇസ്ലാം അഞ്ചാം പത്തിയാണെന്ന് അയാൻ. അമേരിക്കയിലെ പ്യൂ സെന്റർ സർവ്വേയിൽ വ്യക്തമായത്, സ്വതന്ത്രമായ അമേരിക്കയിൽ പോലും 63 ശതമാനം മുസ്ലീങ്ങൾ അതിഭക്തരും 32 ശതമാനം പേർ സംഘർഷം അനുഭവിക്കുന്നവരുമാണെന്നാണ്. അമേരിക്കയിൽ വസിച്ചിട്ടുപോലും പകുതിപ്പേർ പ്രഥമമായി മുസ്ലീമും പിന്നെ മാത്രം അമേരിക്കക്കാരുമാണ്. എത്ര അഗാധമാണവരുടെ മതബോധം!

റാഡിക്കൽ ഇസ്ലാമിനെപ്പറ്റി അയാൻ മുന്നറിയിപ്പ നല്കുന്നുണ്ട്. ഈ 'റാഡിക്കൽ' പുരോഗമനപരമല്ല, ഭീതിദമാണ്. ഇസ്ലാമിക് ബ്രദർഹുഡ്ഡി

ന്റെ രാഷ്ട്രീയമാണ് വ്യക്തമാക്കുന്നത്. അമേരിക്കയ്ക്കുപോലും അത് മനസിലാകാത്തതുകൊണ്ടാണ് 9/11 സംഭവിച്ചത്. ബ്രദർഹുഡ്, ബ്രദർഹുഡ് വിമൻ എന്നിവയെ കരുതിയിരിക്കേണ്ടതുണ്ട്. പ്രഭാഷണങ്ങൾ, സി.ഡികൾ, രക്തസാക്ഷിത്വ കഥകൾ എന്നിവ പ്രായേണ നിരുപദ്രവകരമാണെന്നു തോന്നും. അങ്ങനെയല്ല. കുട്ടികളെ ജിഹാദികളാക്കി വളർത്തുകയാണ് ഒരു പദ്ധതി. മദ്രസകൾ ജിഹാദി കേന്ദ്രങ്ങൾ ആണ്. തങ്ങൾ ഒരു ആഗോള സമൂഹമാണെന്ന കള്ളക്കഥ പ്രചരിപ്പിക്കുന്നു. പാശ്ചാത്യ രാജ്യങ്ങൾ ഇസ്ലാമിന്റെ ശത്രുക്കളാണ്. ദൈവത്തിന്റെ തിരഞ്ഞെടുക്കപ്പെട്ടവർ തങ്ങൾ മാത്രമാണ്. ഇതരവിഭാഗങ്ങളെ നശിപ്പിക്കുന്നത് ദൈവഹിതമാണ്. വെറുപ്പിന്റെ സിദ്ധാന്തമാണ് പ്രചരിപ്പിക്കുന്നത്. (അഭയം തരുന്ന രാജ്യങ്ങളിൽ പോലും അവർക്കെതിരെ കലാപമുണ്ടാക്കുന്നതിന്റെ തെളിവായി ഹോളണ്ടിലെ അനുഭവം അയാൻ വ്യക്തമാക്കുന്നു)

റാഡിക്കൽ ഇസ്ലാമിന്റെ രാഷ്ട്രീയതന്ത്രം അപകടകരമാണ്. മുസ്ലീങ്ങളെ ഐക്യപ്പെടുത്താൻ അവർ ശത്രുവിനെ പ്രഖ്യാപിക്കുന്നു. അത് ജൂദരാണ്. ലോകം നിയന്ത്രിക്കുന്നത് അവരാണ്. കമ്മ്യൂണിസവും മുതലാളിത്തവും ഇസ്ലാമിന്റെ ശത്രുക്കളാണ്. മാർക്സിസം നാസ്തികമായതിനാൽ വലിയ ശത്രു തന്നെയാണ്. വ്യക്തിസ്വാതന്ത്ര്യമടക്കമുള്ള പുരോഗമന ചിന്തകൾ അത്യന്തം മതവിരുദ്ധമാണ്. വ്യക്തിതാല്പര്യങ്ങൾ പോയിട്ട് സ്വപ്നം കാണുന്നതുപോലും ഇസ്ലാമിൽ നിഷിദ്ധമാണ്. ലോകത്തിലെ തിന്മകൾ ഒക്കെയും ജൂദരും ക്രൈസ്തവരും ഉണ്ടാക്കിയതാണ്. അതൊക്കെ ഇസ്ലാമിന്റെ എതിർപ്രമാണങ്ങളാണ്. ഇസ്ലാമിന് ഭൂരിപക്ഷമില്ലാത്ത മേഖലയിൽ അവർ ഉയർത്തുന്ന മറ്റൊരു പ്രതിലോമചിന്ത 'ഇരവാദ'മാണ്. തങ്ങൾ മറ്റുള്ളവരാൽ പീഡിപ്പിക്കപ്പെടുന്നു എന്ന് വിളിച്ചുകൂവി സഹതാപം നേടുകയാണ് ഈ തന്ത്രം.

ഇപ്പോഴും എപ്പോഴും ഒരു ഗോത്രവ്യവസ്ഥയെ മുറുകെപ്പിടിക്കുന്ന മതമാണ് ഇസ്ലാം എന്നു ദീർഘമായ അനുഭവങ്ങളിലൂടെ അയാൻ സാക്ഷ്യപ്പെടുത്തുന്നു. ഗോത്രം ശക്തമാകണമെങ്കിൽ മുഴുവൻ അംഗങ്ങളും അതിനോടു കൂറുള്ളവരായിരിക്കണം. സ്വതന്ത്ര ലൈംഗികതയും ഗോത്രബാഹ്യബന്ധവും അനുവദിച്ചുകൂടാ. സ്ത്രീകളാണ് ആചാരസംരക്ഷകരെന്നതിനാൽ അവർ പുറത്തുപോകാൻ പാടില്ല. അന്യർ അവരെ കാണാതിരിക്കാൻ അവർ മൂടുപടങ്ങൾ ധരിക്കണം.

കുട്ടികളെ പരിശീലിപ്പിക്കുന്നതിൽ ഈ ഗോത്രബോധം പ്രകടമാണ്. 'ആദ്യം കയറിയടിക്കുന്നത് നീയാവണം' എന്നാണ് ഉൽബോധനം. ആരുടെയും മർദ്ദനമേറ്റ വരരുത്. കുടുംബത്തിലും ഈ അക്രമോത്സുകതയുണ്ട്. അച്ഛൻ മക്കളെയും മകൻ തന്റെ ഇളയവരെയും നി

ഷ്ഠരമായി മർദ്ദിക്കും. മദ്രസ്സയിലും ഈ മർദ്ദനങ്ങൾക്ക് ഒരു മയവുമില്ല.

ഇസ്ലാമിന്റെ ആത്യന്തിക ലക്ഷ്യം മതരാഷ്ട്രമാണ്. ഖിലാഫത്ത് എവിടെ സ്ഥാപിക്കപ്പെട്ടാലും അതിൽ ഏതു രാജ്യത്തെയും മുസ്ലീങ്ങൾ ആഹ്ലാദിക്കും. എന്നാൽ യൂറോപ്പിലെയും അമേരിക്കയിലെയും മുസ്ലീങ്ങൾ ഇതിനെതിരാണ്.

ഇസ്ലാമിക കൽത്തുറുങ്കിലേക്കു വെളിച്ചം കടന്നു വരില്ല എന്നു അയാൻ നിരാശപ്പെടുന്നില്ല. താൻ വിമോചിക്കപ്പെട്ടത് ആംസ്റ്റർഡാമിലെ ജീവിതത്തോടെയാണ്. മാർക്കോ നല്കിയ ഏതിസ്റ്റ് മാനിഫെസ്റ്റോയും, സ്പിനോസ, ഫ്രോയിഡ് തുടങ്ങിയവരെക്കുറിച്ചുള്ള പഠനവുമാണ് തന്നെ യാഥാർത്ഥ്യലോകത്തിൽ എത്തിച്ചത്. അതോടെ 'നരകാഗ്നി' എന്ന ഭയത്തിൽ നിന്നു മോചിതയായി. ദൈവമില്ലെങ്കിൽ പിന്നെ ചെകുത്താനും മാലാഖമാരും എങ്ങനെയുണ്ടാവാനാണ്. ഭീതിമൂലമുള്ള അനുസരണയല്ല വേണ്ടത്, യുക്തിചിന്തയാണ് സത്യത്തിലേക്കു നയിക്കുക എന്ന തിരിച്ചറിവാണ് ഉണ്ടാകേണ്ടത്.

വേൾഡ് ട്രേഡ് സെന്റർ ചാമ്പലാക്കുന്നത് കണ്ടതോടെ സൈനിക ഇസ്ലാമിന്റെ തീവ്രത തിരിച്ചറിഞ്ഞു. അതോടെ അയാന്റെ ജ്ഞാനം മോചിതമായി.

മുസ്ലീങ്ങൾ അനുഭവിക്കുന്ന പ്രശ്നങ്ങൾക്കു പരിഹാരം ഇസ്ലാം മതത്തിലില്ല എന്നതാണ് അയാന്റെ തിരിച്ചറിവ്. മതം തന്നെയാണ് മുസ്ലീങ്ങളുടെ പ്രശ്നം. മതത്തെ പള്ളിയിൽ ഒതുക്കാത്തിടത്തോളം മുസ്ലീം ജനതയ്ക്ക് മോചനമുണ്ടാകില്ല. മതവും ചിന്തയും തമ്മിലുള്ള വ്യത്യാസം അവർക്കറിയില്ല. ലോകത്തുണ്ടായ യാതൊരു ജ്ഞാനോദയവും അവരെ സ്പർശിച്ചിട്ടില്ല. നവോത്ഥാന മൂല്യങ്ങൾ തിരിച്ചറിയണം. വ്യക്തി സ്വാതന്ത്ര്യം എന്താണെന്ന് അനുഭവിച്ചറിയണം. സ്ത്രീപുരുഷന്മാർ തമ്മിലുള്ള തുല്യത നേരിട്ടറിയണം. അത്തരം ആശയങ്ങൾ പ്രചരിപ്പിക്കുന്ന പ്രസ്ഥാനങ്ങളെ കണ്ടെത്തണം. ജാതിപരവും ശാസ്ത്രീയവുമായ വിശകലനങ്ങൾ മനസ്സിലാക്കണം. ചുരുക്കത്തിൽ മുസ്ലീം മാനസികാവസ്ഥയിൽ അടിസ്ഥാനപരമായ മാറ്റം വരണം.

കേവലം വിദ്യാഭ്യാസം കൊണ്ടുമാത്രം ഇതു സാദ്ധ്യമാകില്ല. ശാസ്ത്രീയ വിദ്യാഭ്യാസവും പരിശീലനവും വേണം. മദ്രസ്സയിൽ മാത്രം പോകുന്ന കുട്ടികൾക്ക് ആധുനിക ലോകവും ശാസ്ത്രവും സാങ്കേതിക വിദ്യയും നിഷേധിക്കപ്പെടുന്നു. അവർക്ക് ലോകത്തെ കാണാൻ പറ്റുന്ന ആധുനിക വിദ്യാഭ്യാസം ലഭ്യമാക്കണം. കുട്ടികളുടെ സ്വാതന്ത്ര്യം പരമപ്രധാനമാണ്. ഇസ്ലാമിൽ ഇല്ലാത്തതും അതു തന്നെയാണ്. മതം അതിന്റെ പിടി മുറുക്കുന്നത് ശിശുമസ്തിഷ്കങ്ങളിലാണ്. അവിടെ നിന്ന് അവരെ മോചിപ്പി

ക്കൽ പരമപ്രധാനമാണ്.

ഏതൊരു സമൂഹത്തിന്റെയും രാഷ്ട്രീയമുന്നേറ്റത്തിന്റെയും അടിസ്ഥാനപ്രശ്നം വനിതാവിമോചനം തന്നെയാണ്. ലോകം കാണുന്ന മുസ്ലീം പലരാജ്യങ്ങളിലും ഒന്നാമത് എത്തുന്നത് ജനസംഖ്യയിലാണ്. എണ്ണത്തിലെ മെച്ചം ഗുണത്തിൽ ഉണ്ടാവുകയില്ല എന്നതുകൊണ്ട് ജനപ്പെരുപ്പം നിയന്ത്രിക്കേണ്ടത് സ്ത്രീസ്വാതന്ത്ര്യത്തിൽ പരമപ്രധാനമാണ്. ഗർഭം അലസിപ്പിക്കൽ ഇസ്ലാമിൽ അനുവദനീയമല്ല. സ്ത്രീയുടെ ആരോഗ്യസംരക്ഷണത്തിന് അബോർഷൻ പലപ്പോഴും ആവശ്യമാണ്. ലൈംഗികഅതിക്രമങ്ങൾക്ക് ഏറെ ഇരയാകുന്ന അവസ്ഥയിൽ നിന്ന് രക്ഷപ്പെട്ടേ മതിയാകൂ. ഗാർഹിക പീഡനങ്ങളുടെ മുഖ്യപ്രശ്നം ഇതു തന്നെയാണ്. പുരുഷൻ ആവശ്യപ്പെടുന്ന ഏതുസമയത്തും ഏതു സ്ഥലത്തും സ്ത്രീ കിടന്നുകൊടുക്കണം എന്നു പ്രമാണിക്കുന്ന ഒരു മതത്തിൽ നിന്ന് എങ്ങനെയാണ് സ്ത്രീയുടെ വ്യക്തിത്വം സംരക്ഷിക്കപ്പെടുക. ഇസ്ലാമിലെ സ്ത്രീക്കു ശരീരം സ്വന്തമല്ല. അവളൊരു ഭോഗവസ്തുമാത്രമാണ്. സ്വന്തം ശരീരത്തിന്റെ ഉടമയായി സ്ത്രീ മാറുമ്പോഴേ മോചനം സാധ്യമാകൂ.

ആത്മീയത വേണമെന്നുള്ളവർക്ക് അതാകാം; പക്ഷെ അതു മതേതര ആത്മീയതയാവണം. ജീവിതം ദൈവത്തിന്റെ പരീക്ഷണത്തിനുള്ളതല്ല. നാസ്തികർ ജീവിതത്തെ ഒരു ലക്ഷ്യമായി കാണുന്നു. മനസും പണവുമൊക്കെ ജീവിതത്തെ സുഖകരമാക്കാനുള്ളതാണ്. അതിന് പുതിയ ആശയങ്ങൾ തേടേണ്ടതുണ്ട്. ഏതുമതവും സ്ത്രീവിരുദ്ധമാണ്. അതിനാൽ സ്ത്രീയുടെ മോചനം മതത്തിൽ നിന്നുള്ള മോചനമാണെന്ന് അയാൻ ഹിർസി അലി ജീവിതം കൊണ്ട് അടയാളപ്പെടുത്തുന്നു.

പത്ത്

മതമൊരു നന്മമരമല്ല

ഹിച്ചൻസ് -ബ്ലയർ സംവാദം

മതഗ്രന്ഥങ്ങളിൽ നിന്നാണ് ദ്രോഹം എന്നത് അനിഷേധ്യമാണ്
വിശ്വാസികൾ പ്രവൃത്തിപരിഷ്ക്കരിക്കണം

ബ്ലെയർ

ആത്യന്തിക പരിഹാരവും ദൈവിക മേൽനോട്ടവുമില്ലെന്നു വന്നാൽ
തന്നെ വിശ്വാസം ഇല്ലാതാകും

ഹിച്ചൻസ്

കാനഡയിലെ ടൊറന്റോയിൽ 2010 നവംബർ 26ന് നടത്തിയ സംവാദം മങ്ക് ഡിബേറ്റിലെ (Munk Debate) ഒന്നായിരുന്നു. ഓറിയ ഫൗണ്ടേഷൻ (Aurea Foundation) പീറ്റർ മങ്കിന്റെ നാമവിധേയത്തിൽ സംഘടിപ്പിക്കുന്നതാണ് മങ്ക് സംവാദം. ഹാളിലെ 2700 പേർക്കൊപ്പം ബി.ബി സിയിലൂടെ 240 ദശലക്ഷം പേർ സാക്ഷ്യം വഹിച്ചതായിരുന്നു പ്രസിദ്ധമായ ഈ ചർച്ച. സംഘാടകരിലൊരാളും കോളമിസ്റ്റുമായ റുഡ്യാർഡ് ഗ്രിഫിത്സ് (Rudyard Griffiths) ആയിരുന്നു മോഡറേറ്റർ.

'ലോകനന്മയ്ക്ക് ശക്തി പകരുന്നതാണ് മതമെന്നു നിശ്ചയിക്കാമോ' എന്നതായിരുന്നു ചർച്ചാവിഷയം. 1997- 2007 കാലത്ത് ബ്രിട്ടീഷ് പ്രധാനമന്ത്രിയായിരുന്ന ടോണി ബ്ലെയറും, പ്രസിദ്ധ നാസ്തികനായ ക്രിസ്റ്റഫർ ഹിച്ചൻസുമായിരുന്നു സംവാദകർ. നാസ്തികരായ മാതാപിതാക്കൾക്കു ജനിച്ച പ്രൊട്ടസ്റ്റന്റുകാരനായിരുന്നു ബ്ലയർ എങ്കിലും പിന്നീട് കത്തോലിക്കാ സഭയിൽ ചേർന്നു. എന്നാൽ മതത്തെ രാഷ്ട്രീയവൽക്കരിക്കാൻ ശ്രമിച്ചില്ല.

സംവാദത്തെ വ്യാഖ്യാനിക്കുന്നതിലും നല്ലത് സംവാദാത്മകമായ വാദഗതികൾ ചുരുക്കി അവതരിപ്പിക്കുന്നതാകും. ക്രിസ്റ്റഫർ ഹിച്ചൻസാണ് തുടങ്ങിവെക്കുന്നത്.

ഹിച്ചൻസ്

ബ്ലെയർ

രോഗമുണ്ടാക്കിയ ശേഷം സുഖപ്പെടുത്തുക

ഹിച്ചൻസ്; വിശുദ്ധനാക്കപ്പെടാൻ പോകുന്ന കർദ്ദിനാൾ ന്യൂമാൻ എന്ന ക്രൈസ്തവ ചിന്തകൻ 'അപ്പോളജിയ' എന്ന കൃതിയിൽ ഇങ്ങനെ എഴുതുന്നു.'പൊറുക്കപ്പെടാവുന്ന പാപം ചെയ്യുന്ന ഒരാളെയോ, ബോധപൂർവ്വം നുണപറയുന്ന ഒരാളെയോ, നിസ്സാരമായൊരു വസ്തു കാരണമില്ലാതെ മോഷ്ടിക്കുകയോ ചെയ്യുന്ന ഒരാളെക്കാൾ, ആകാശത്തു നിന്നും സൂര്യചന്ദ്രന്മാർ താഴെ വീണു ഭൂമി നശിച്ചും മനുഷ്യവംശം ഇല്ലാതാകുന്നതുമാണ് കത്തോലിക്കാ സഭയ്ക്ക് മുഖ്യം.' എത്ര ഭയാനകമായ അധർമ്മത്തെക്കുറിച്ചാണ് ഈ വ്യാകുലത. രോഗമുണ്ടാക്കിയ ശേഷം ദൈവം അതു സുഖപ്പെടുത്തുകയാണ്! ആകാശത്തിരിക്കുന്ന ഏകാധിപതി എല്ലാറ്റിനും മേൽനോട്ടം വഹിക്കുകയാണ്. അദ്ദേഹം രാപ്പകൽ തനിക്കു സ്തുതി ആവശ്യപ്പെടുകയാണ്. സ്തുതിക്കാത്തവരെ ശിക്ഷിക്കുകയാണ്. രക്ഷ വാഗ്ദാനം ചെയ്തിരിക്കുന്നു. പക്ഷേ എല്ലാം സമർപ്പിച്ചാൽ മാത്രമേ പാപമോചനം നൽകുകയുള്ളൂ.

അസാധാരണമായ അവകാശവാദങ്ങളാണ് മതങ്ങളുടേത്. പക്ഷേ അവകാശങ്ങൾ അംഗീകരിക്കണമെങ്കിൽ തെളിവുകൾ വേണം. പ്രകൃത്യാതീത ശക്തിയുണ്ടെന്നതിന് ഒരു ചെറിയ തെളിവു പോലുമില്ല. ഈ ശക്തി ലോകത്തിന് ആവശ്യമാണോ? വിശ്വാസം ശീലിക്കുന്നതാണോ സംശയിക്കുന്നതാണോ ഉചിതം? യുദ്ധത്തിലും മനുഷ്യവിഷയങ്ങളിലും ഭയത്തിലും കുറ്റബോധത്തിലും നിലനിർത്തപ്പെടുന്ന ഒരു ദൈവം എന്തിനാണ്? ലൈംഗികതയിൽ കുറ്റബോധവും ലജ്ജയും തോന്നിപ്പിക്കുന്ന ദൈവത്തെ ലോകത്തിനു വേണോ? കുട്ടികളെ നരകത്തെയും ശിക്ഷയെയും കുറിച്ച് പറഞ്ഞു ഭയപ്പെടു

ത്തുന്ന ദൈവമെന്തിനാണ്? സ്നേഹിക്കുന്നതിനെക്കുറിച്ചല്ല അവരോടു പറയുന്നത്. സ്ത്രീകൾ തരം താഴ്ന്നവരാണെന്നു പറയുന്നത് ഭൂഷണമാണോ? മനുഷ്യൻ സൃഷ്ടിക്കപ്പെട്ടതല്ല. എന്നതിനു തെളിവുണ്ട്. എന്നാൽ ഈ സത്യം തുറന്നു പറയുന്ന ഒരു മതമുണ്ടോ? ആളുകളെ തെറ്റു ചെയ്യാൻ പ്രേരിപ്പിക്കുന്നതു മതമാണ്. നല്ലവർക്ക് നല്ലതു ചെയ്യാൻ പ്രേരിപ്പിക്കുന്നത് മതമാണ്. നല്ലവർക്കു നല്ലതു ചെയ്യാൻ മതമെന്തിന്? മറിച്ച് അവരെ ക്കൊണ്ട് തീയത് ചെയ്യിക്കുന്നത് മതമാണ്. ഏകദൈവ വിശ്വാസമുള്ള മിഡിൽ ഈസ്റ്റിൽ എന്തു സമാധാനവും സന്തോഷവുമാണുള്ളത്? ഒരു രാജ്യത്തു തമ്മിലടിക്കുന്ന രണ്ടു ജനത. അറബികളും യഹൂദരും. ഐക്യരാഷ്ട്ര സഭയ്ക്കു പോലും അവിടെ സമാധാനമുണ്ടാക്കാൻ കഴിഞ്ഞിട്ടുണ്ടോ? അമേരിക്കയ്ക്കോ പി എൽ ഒ യ്ക്കോ ഇസ്രയേൽ പാർലമെന്റിനോ കഴിയില്ല. കാരണം ഇരുകൂട്ടരെയും ദൈവം വീറ്റോ ചെയ്യുന്നു. അനുരഞ്ജനം പാടില്ലെന്നു ദൈവം വിധിക്കുന്നു. പരസ്പരം കൊന്നൊടുക്കുന്ന ദുരന്തം മാത്രമാണ് അവിടെ. പഴയകാലത്തെ പുസ്തകത്തിന്റെ പേരിലാണ് മിശിഹാ ഭ്രാന്തന്മാർ തമ്മിലടിക്കുന്നത്. ഇസ്ലാമിക് റിപ്പബ്ലിക് ഓഫ് ഇറാൻ അവിടെ സൈന്യമുണ്ടാക്കി യുദ്ധം നടത്തുന്നു. റഷ്യയും ശത്രുതാപരമാണ്

ജീവകാരുണ്യവും സ്ത്രീശക്തിയും

ബ്ലെയർ; മതത്തിന്റെ പേരിൽ ഭീകരത ചെയ്യുന്നവരുണ്ട്. എന്നാൽ നന്മ ചെയ്യുന്നവരുമുണ്ട്. ആഫ്രിക്കയിലെ ആരോഗ്യപ്രവർത്തനങ്ങളിൽ പകുതിയും വിശ്വാസ പ്രസ്ഥാനങ്ങളാണു ചെയ്യുന്നത്. കാനഡയിൽ നിരാലംബരെ സഹായിക്കാൻ അവരുണ്ട്. വിനാശകരമാകുമ്പോൾ തന്നെ കരുണാമയരുമുണ്ട്. നന്മ ചെയ്യുന്നത് അവരുടെ വിശ്വാസം കൊണ്ടാണ്. അവർ യേശുവിന്റെ സ്നേഹത്താൽ പ്രചോദിതരായവരാണ്. നിങ്ങൾക്കു വെറുപ്പുളവാക്കുന്നത് അന്യരോടു ചെയ്യരുതെന്ന് 'തോറ' പറയുന്നു. മുഹമ്മദും ബുദ്ധമതവുമൊക്കെ നന്മയെ പ്രചോദിപ്പിക്കുന്നു. ആത്മീയ സാന്നിദ്ധ്യമാണ് നന്മയുണ്ടാക്കുന്നത്. ഇങ്ങനെ വിശ്വാസത്തെ വീക്ഷിച്ചാൽ ശാസ്ത്രവും മതവും മത്സരാത്മകമാകുകയില്ല. ഭൗതികലോകം എങ്ങനെ വർത്തിക്കുന്നുവെന്നു ശാസ്ത്രം വിശദീകരിക്കുമ്പോൾ ജ്ഞാനം എന്തിനാണെന്നാണ് വിശ്വാസം പറയുന്നത്. വിശ്വാസമില്ലാത്ത ലോകത്തിൽ ദുർബ്ബലന് പ്രതിരോധമില്ല.

മതമില്ലാത്തതുകൊണ്ടുമാത്രം തീവ്രവാദം ഇല്ലാതാകുമോ? ഹിറ്റ്ലറും

സ്റ്റാലിനും പോൾ പോട്ടുമുണ്ടാക്കിയ ഭീകരതകൾ മതപരമാണോ? മതം ദുരന്തമുണ്ടാക്കുന്നുവെങ്കിൽ അതു വിശ്വാസത്തിന്റെ തലതിരിവാണ്. മതമില്ലെങ്കിൽ ആത്മീയതയും ധാർമ്മികതയും വികാരവുമൊക്കെ ഇല്ലാതാകും. ലോകം എങ്ങനെയാണ് നന്മ പ്രാപിക്കുക!

ഹിച്ചൻസ്: മതമില്ലാതാകുമെന്ന വിശ്വാസമില്ല, പക്ഷേ മതം ഇല്ലാതിരിക്കുന്നതാണ് നല്ലത്. സെക്കുലറിസമാണു വേണ്ടത്.

ജീവകാരുണ്യ പ്രവർത്തനത്തിലൂടെ ദാരിദ്ര്യമില്ലാതാക്കാനാവില്ല. അതിനുള്ള യഥാർത്ഥ പരിഹാരം സ്ത്രീ ശാക്തീകരണമാണ്.അവരെ സ്വയം പര്യാപ്തരാക്കിയും ജനസംഖ്യ നിയന്ത്രിച്ചുമാണ് ദാരിദ്ര്യ പരിഹാരം സാധിക്കുക. അതിനാകട്ടെ മതം സമ്മതിക്കില്ല. ദാരിദ്ര്യം മാത്രമല്ല, വിദ്യാഭ്യാസവും ആരോഗ്യവുമൊക്കെ കാതലായ പ്രശ്നങ്ങളാണ്. ബംഗ്ലാദേശിലായാലും ബൊളീവിയയിലായാലും പ്രശ്നം ഒന്നു തന്നെയാണ്- സ്ത്രീകളുടെ ശാക്തീകരണം. പക്ഷേ മതം എക്കാലത്തും ഇതിനെതിരാണ്. ആഫ്രിക്കയിൽ കത്തോലിക്കരുടെ ചാരിറ്റി പ്രവർത്തനമുണ്ട്. പക്ഷെ എയ്ഡ്സിനെക്കാൾ അപകടം കോണ്ടം(ഉറ)മാണെന്ന് അവർ പ്രചരിപ്പിക്കുന്നു. തന്മൂലം ദശലക്ഷങ്ങളാണ് എയ്ഡ്സ് ബാധിച്ചു മരിച്ചത്. അതിന്റെ ഉത്തരവാദിത്തം ഈ ജീവകാരുണ്യ പ്രവർത്തകർക്കു തന്നെയാണ്. മതം ഇവിടെ കുറ്റവാളിയാണ്. അടിച്ചേല്പിക്കപ്പെട്ട അച്ചടക്കമാണ്.

ഹമാസിനോടോ, ഹിസ്ബുള്ള മുജാഹിദ്ദീനോടോ ചാരിറ്റിയെക്കുറിച്ചു പറഞ്ഞാൽ എന്താവും പ്രതികരണം. അവരും ചിലപ്പോൾ ചാരിറ്റി ചെയ്യുന്നുണ്ടാകും. പക്ഷേ അവരുണ്ടാക്കുന്ന വിനാശവുമായി താരതമ്യം ചെയ്യുമ്പോഴോ? നന്മതിന്മകൾ തിരിച്ചറിയാൻ എന്തിനാണ് ദൈവത്തിന്റെ അനുമതി? മരുന്നു കഴിച്ചിട്ട് ധാർമ്മികത പറയുന്നതുകൊണ്ടെന്തു കാര്യം? ധാർമ്മികത യുക്തിചിന്തയിൽ നിന്നുണ്ടാകുന്നതാണ്.

നരകഭയമോ നന്മയ്ക്കു കാരണം

ബ്ലെയർ: തെറ്റുകൾ മതത്തിന്റെ അനുബന്ധമാണ്. ആഫ്രിക്കയിൽ സഭ ചെയ്തതെല്ലാം ശരിയാണെന്നു ഞാൻ പറയുന്നില്ല. പെൺകുട്ടികൾക്കു വിദ്യാഭ്യാസം കൊടുത്തിട്ടുണ്ട്. ലോകമെമ്പാടും സഭ ചെയ്ത തെറ്റുകളെ ഞാൻ ന്യായീകരിക്കുന്നില്ല. ദാരിദ്ര്യത്തിനെതിരെ അവർ ചെയ്തത് വിശ്വാസത്താൽ പ്രചോദിക്കപ്പെട്ടിട്ടാണ്. നല്ലതു ചെയ്യാൻ ഒരു വിശ്വാസം ആവശ്യമാണെന്ന് എനിക്കും അനുഭവത്തിൽ അറിയാം. ജനസേവകരായാലും വിശ്വാസം ഒരു മോട്ടിവേ

ഷൻ ആണ്. മതം ഇല്ലാതാകില്ല എന്ന താങ്കൾ പറഞ്ഞു. കാരണം അനേകർ അഗാധമായി അതിൽ വിശ്വസിക്കുന്നു, അതിനാൽ പ്രേരിപ്പിക്കപ്പെടുന്നു. എങ്കിൽ അതു വേണ്ടെന്നു വെയ്ക്കുമോ? മതം തെറ്റു ചെയ്യുന്നു എന്നത് ശരി തന്നെ. മതമില്ലാതെ നടന്നിട്ടുള്ള ദ്രോഹങ്ങളോ? മതത്തിൽ നിന്നുള്ള നന്മകളെ കൂടി ആഘോഷിക്കേണ്ടേ?

ഹിച്ചൻസ്: പോളിയോ വാക്സിൻ കണ്ടുപിടിച്ചപ്പോൾ മതങ്ങൾ എതിരു നിന്നു. അതു ദൈവത്തിനെതിരായ ഗൂഢാലോചനയാണ്, ദൈവകല്പനയ്ക്കു വിരുദ്ധമാണ് എന്നൊക്കെ മുറവിളി കൂട്ടി. സ്മോൾ പോക്സിനെതിരെ വാക്സിൻ വന്നപ്പോഴും തിമോത്തിഡ്വിലൈറ്റിനെപോലുള്ളവർ രംഗത്തു വന്നു. UNICEF ലോകമെമ്പാടും നടത്തുന്ന സേവനങ്ങൾ വിശ്വാസത്തിന്റെ പേരിലാണോ?അതു ജീവകാരുണ്യപ്രവർത്തനമാണോ? ചാരിറ്റിയാണ് ആദരിക്കപ്പെടേണ്ടതെങ്കിൽ ഒരു സാമൂഹ്യ രാഷ്ട്രീയ പ്രവർത്തനത്തെയും ആദരിക്കേണ്ടതില്ല. ആന്തരിക നന്മയെയാണ് ആശ്രയിക്കേണ്ടത്. മതം നല്ലതാണെന്നു പറയാൻ, അതിനുള്ളഎന്തു നന്മയാണ് ചെയ്യുന്നത്? സ്വർഗത്തിലെ പ്രതിഫലവും നരകത്തിലെ ശിക്ഷയും പേടിച്ചാണോ ഒരാൾ നന്മ ചെയ്യുന്നത്? അതോ അത്ഭുതങ്ങൾ കണ്ടാണോ? അന്ത്യവിധിയിലും നടത്തിപ്പിലും മരണാനന്തരഭയത്തിൽ നിന്നുമാണോ നന്മയുണ്ടാവുക. മാനവികതയിൽ നിന്നുമാണ് കരുണയുണ്ടാവുക. മനുഷ്യ ഐക്യസാക്ഷാത്ക്കാരത്തിലാണ് ഓരോരുത്തരും ഉത്തരവാദിത്തങ്ങൾ നിറവേറ്റുന്നതും പരസ്പരം സഹായിക്കുന്നതും. അതിനു മതത്തിന്റെ ആവശ്യമില്ല.

ബ്ലെയർ; ആഫ്രിക്കയിലെ സഭാസേവനം നരകഭയത്തിൽ നിന്നല്ല, സഹജീവി സ്നേഹമാണ്. അതു വിശ്വാസവുമായി ബന്ധപ്പെട്ടതാണ്. മതം പലപ്പോഴും നിഷേധപരമാണ്. പക്ഷേ അതിനു വാസ്തവികമായ സത്യം ഉണ്ട്. അടിമത്തത്തിനെതിരെ സെക്കുലറിസ്റ്റുകളുമായി ബന്ധപ്പെട്ടു പ്രവർത്തിച്ചിട്ടുണ്ട്. മതം ഇല്ലാതാക്കിയതുകൊണ്ടു മാത്രം തെറ്റുകളോ തീവ്രവാദമോ ഇല്ലാതാക്കാനാവില്ല. ദൈവസ്നേഹം പ്രകടിപ്പിക്കാനാവുന്നത് അയൽക്കാരനെ സ്നേഹിക്കുന്നതു വഴിയും നന്മ പ്രവർത്തിക്കുന്നതിലൂടെയുമാണ്. അതിന്റെ പ്രചോദനമാണ് മതം.

തമ്മിലടിപ്പിക്കുന്ന മതം

സദസ്സിൽ നിന്നൊരു ചോദ്യം ഹിച്ചൻസിനോട്:

വിശ്വാസത്തെ ഭയപ്പെടുത്തുന്നതിനു പകരം മതത്തിലെ നന്മകളെ

ക്കൊണ്ട് മനുഷ്യരെ ഐക്യപ്പെടുത്തിക്കൂടെ?

ഹിച്ചൻസ്: പൊതുമാനവികത മതവിശ്വാസം കൊണ്ടു നേടിയെടുക്കാവുന്നതല്ല. ഓരോ മതവും ഓരോ വിശ്വാസത്തിലാണ്. ഇതു ഞങ്ങളുടെ മതം. ഞങ്ങളുടെ വംശം സൃഷ്ടിച്ച ദൈവം തുടങ്ങിയ വർഗീയ ചിന്തകളാണ് മതങ്ങളുടേത്, മനുഷ്യസത്താപരമല്ല. ബാൾക്കനാവുമ്പോൾ കത്തോലിക്കനാവില്ല, ക്രോട്ടാകുമ്പോൾ ദേശവാദിയാകില്ല. അവിടെയൊക്കെ യുക്തിചിന്ത വിശ്വാസത്തിനു വഴിമാറുന്നു. യോജിപ്പിലും വിഘടനാത്മകതയാണ് മുഖ്യമാകുന്നത്. സ്ത്രീകൾക്കും, ശാസ്ത്രത്തിനും മരുന്നുകൾക്കും ജ്ഞാനത്തിനും എതിരാണ് മതങ്ങൾ എന്നതാണ് ചരിത്രം. രാജ്യങ്ങൾ തമ്മിൽ യുദ്ധം ചെയ്യുമ്പോൾ മതം അതു കാണുന്നില്ല.

ബ്ലെയറിനോടൊരു ചോദ്യം:

ഒരേമതത്തിൽപ്പെട്ടവർ തമ്മിലടിക്കുമ്പോൾ പൊതുനന്മയെപ്പറ്റി എങ്ങനെ പറയാനാവും?

ബ്ലെയർ: നോർത്ത് അയർലൻഡിൽ കത്തോലിക്കരും പ്രൊട്ടസ്റ്റന്റുകളും ഒന്നിച്ചു പ്രവർത്തിക്കുന്നു. യഥാർത്ഥമതം ആരെയും അന്യവൽക്കരിക്കുന്നില്ല. മുഹമ്മദിനു ശേഷം ഇസ്ലാംമതം ശാസ്ത്രത്തിനും സ്ത്രീകൾക്കും വേണ്ടി നിലകൊണ്ടു. ചിലർക്കു പൊതുമാനവികത പോരാ, കൂടുതൽ ശക്തി വേണം. അതുകൊണ്ട് മതം തകർത്തിട്ടും വിഘടനവാദം നശിച്ചിട്ടില്ല.

ഹിച്ചൻസ്: നോർത്ത് അയർലൻഡിൽ എവിടെനിന്നാണ് മതവിഭജനം വന്നത്? ഏതു ക്രിസ്ത്യാനി ശരി എന്നു ചോദിച്ചുകൊണ്ടാണ് എന്റെ രാജ്യത്ത് കഴിഞ്ഞ നാനൂറ് വർഷമായി കുട്ടികളെ പരസ്പരം കൊന്നൊടുക്കുന്നത്. തൊഴിലില്ലായ്മ, ദാരിദ്ര്യം, അജ്ഞത തുടങ്ങിയവയുടെ ഉത്തരങ്ങളാണ് വടക്കൻ യൂറോപ്പ്. അവർ നോർത്ത് അയർലൻഡിലെ നാസ്തികരെയും മതേതരവാദികളെയും കേൾക്കേണ്ടതുണ്ട്.

ആഫ്രിക്കയിലെ ഏറ്റവും വലിയ ക്രിസ്ത്യൻ രാജ്യമാണ് റുവാണ്ട. അവിടുത്തെ ഹുത്തു, തുറ്റ്സീ വിഭാഗങ്ങൾക്കിടയിൽ ശത്രുത വളർത്തിയത് കത്തോലിക്കാ സഭയാണ്. ഹുത്തുവംശത്തിനെതിരെ വംശീയാക്രമണം നടത്തിയത് സഭയാണ്. വത്തിക്കാൻ അതു മറച്ചുവെക്കുകയായിരുന്നു. എന്നിട്ടും ടോണിബ്ലെയർ വിശ്വാസത്തെപ്പറ്റി വാചാലമാകുന്നു.

ബ്ലെയർ; റുവാണ്ടയിൽ പ്രശ്നമുണ്ടാക്കിയത് കത്തോലിക്കാ സഭയാണെന്നതു സത്യമാണ്. ഹിറ്റ്ലറുടെ ഹോളോകാസ്റ്റിനു ശേഷമുള്ള ഭീ

കരമായ ഉന്മൂലനമായിരുന്നു അത്. ഗോത്രാടിസ്ഥാനത്തിൽ കത്തോലിക്കർ തന്നെയാണതു ചെയ്തത്. എന്നാൽ നോർത്ത് അയർലൻഡിൽ വിശ്വാസപരമായി വിഘടിച്ചെങ്കിലും കത്തോലിക്കരും പ്രൊട്ടസ്റ്റന്റുകളും രാഷ്ട്രീയമായി ഐക്യപ്പെട്ടു. മതം ഹിറ്റ്ലറെയും സ്റ്റാലിനെപ്പോലെയും പ്രവർത്തിച്ചുവെന്നതു സത്യം. എന്നാൽ മതം സമാധാനമാണെന്നതിന് മിഡിൽ ഈസ്റ്റ് സാക്ഷ്യമാണ്. വിഘടിപ്പിക്കുന്നതിൽ മതം മാത്രമല്ല രാഷ്ട്രീയവും പങ്കു വഹിക്കുന്നുണ്ട്. പാലസ്തീൻ, ഇസ്രായേൽ രാഷ്ട്രീയ നേതാക്കൾ അവിടെ പ്രശ്നങ്ങൾക്കു കുറ്റക്കാരാണ്. അതുകൊണ്ടുതന്നെ സംഘർഷം കുറയ്ക്കാൻ അവർക്കേ കഴിയൂ.

സദസ്സിൽ നിന്നു ചോദ്യം:

അമേരിക്ക ഏറെ മാതാത്മകമാകുമ്പോഴും അത്രതന്നെ ജനാധിപത്യപരവും ബഹുസ്വരവുമായിരിക്കുന്നത് എന്തുകൊണ്ട്?

ഹിച്ചൻസ്: അമേരിക്കൻ ഭരണഘടന മതത്തെ ഗവൺമെന്റിൽ നിന്ന് മാറ്റി നിർത്തിയിരിക്കുന്നു. മതം അവിടെ സ്വകാര്യവിഷയമാണ്. ജഫേഴ്സൺ എഴുതി:സഭയും രാഷ്ട്രവും തമ്മിൽ വേർതിരിക്കുന്ന മതിൽ എന്നുമുണ്ടാകും. ഞങ്ങളെപ്പോലെയുള്ളവർ എന്നും ആ മതിൽ സംരക്ഷിക്കുന്നു. സ്കൂളിൽ കപടശാസ്ത്രം പഠിപ്പിക്കുന്നതിനെ ഞങ്ങൾ എതിർക്കുന്നു.

ബ്ലെയർ: തീവ്രവാദം മതത്തിനും പുറത്തും സംഭവിക്കാമെന്നു പറഞ്ഞല്ലോ. ജനാധിപത്യം ഞങ്ങളുടെ ആഗ്രഹവും ആവശ്യവുമാണ്. വ്യത്യസ്ത വിശ്വാസങ്ങൾ അവർ ആചരിക്കട്ടെ. മതം വിട്ടുപോകാനുള്ള അവകാശം ഹിച്ചൻസിനുണ്ട്. പക്ഷെ ജനാധിപത്യത്തെ അട്ടിമറിക്കാൻ നമ്മൾ ആഗ്രഹിക്കുന്നില്ല. മറ്റുള്ള ശബ്ദങ്ങൾക്കൊപ്പം നമ്മുടെ ശബ്ദവും ഉയരട്ടെ.

മതവും ഭരണകൂടവും

മോഡറേറ്റർ ഇടപെടുന്നു: മതത്തിന്റെ സാമൂഹ്യകർത്തവ്യം എന്താണ്?

മതവിശ്വാസത്തിന് വ്യക്തമായ പൊതുനന്മയുണ്ടോ?

ഹിച്ചൻസ്: ജഫേഴ്സൺ ഇങ്ങനെയാണ് പറഞ്ഞത്. എന്റെ അയൽക്കാരൻ ദൈവത്തിൽ വിശ്വസിക്കുന്നതും വിശ്വസിക്കാത്തതും എന്റെ പ്രശ്നമല്ല. അതിന്റെ പേരിൽ എന്റെ കാലു തല്ലിയൊടിക്കുകയോ പോക്കറ്റടിക്കുകയോ ചെയ്യാൻ അനുവദിക്കില്ല.

സർക്കാർ ചെലവിൽ എന്റെ കുട്ടികളെ നിങ്ങളുടെ മതം പഠിപ്പിക്ക

രുത്, അക്രമം പ്രോത്സാഹിപ്പിക്കുന്നില്ലെങ്കിൽ എനിക്കു അത് പ്രശ്നമല്ല. എന്നെ ബലമായി വിശ്വസിപ്പിക്കാൻ ശ്രമിക്കുന്നത് കരാർ ലംഘനമാണ്. ക്രിസ്മസ് ആഘോഷിക്കാനോ, മൃഗങ്ങളെ അറുത്തു തിന്നാനോ നിങ്ങൾക്കു അവകാശമുണ്ട്. പക്ഷെ കുട്ടികളെ സുന്നത്തു ചെയ്യിക്കാൻ അവകാശമില്ല. ഒരു രക്ഷകനുണ്ടെന്നോ അദ്ദേഹം നിങ്ങൾക്കായി മരിച്ചെന്നോ ഒക്കെ പറഞ്ഞോട്ടെ; അതു വിശ്വസിക്കുന്നത് മഹത്വമായിക്കൊള്ളട്ടെ. പക്ഷെ കാണിക്കണം! വിശുദ്ധ ഗ്രന്ഥത്തിൽ വിശ്വസിച്ചേ മതിയാകൂ, എല്ലാവരുടെയും മുട്ടുകൾ ക്രിസ്തുവിന്റെ മുമ്പിൽ കുത്തപ്പെടണം എന്നൊക്കെ പറയുന്നത് ഭീഷണിയാണ്.

മോഡറേറ്റർ ബ്ലെയറിനോട്: ഇറാക്കിനുമേലുള്ള അധിനിവേശത്തിൽ പ്രധാനമന്ത്രി എന്ന നിലയിൽ വിശ്വാസത്തിന്റെ പങ്ക് എന്തായിരുന്നു?

ബ്ലെയർ; അതു വിശ്വാസത്തിന്റെ പ്രശ്നമായിരുന്നില്ല, അങ്ങനെ ഒരു തോന്നൽ ഉണ്ടാക്കിയതാണ്. എല്ലാം ദൈവകരങ്ങളിൽ എന്നത് തന്ത്രപരമായ പ്രയോഗമാണ്. മെത്തഡിസ്റ്റ് സഭയും വത്തിക്കാനും ഇറാക്ക് മോചനത്തെ എതിർത്തു. ഫാസിസ്റ്റ് ഏകാധിപത്യ പ്രവണതയെ സഭ പിന്തുണയ്ക്കുന്നത് നല്ലപ്പോഴല്ലല്ലോ. സദ്ദാം ഹുസൈൻ പ്രശ്നത്തിൽ മുസ്ലീം മൗലിക വാദികൾ ഒറ്റക്കെട്ടായിരുന്നു. ലോകമെമ്പാടുമുള്ള ഫെമിനിസ്റ്റുകൾ സദ്ദാമിനെതിരായിരുന്നു. അതിൽ ഞങ്ങൾക്ക് പശ്ചാത്താപമില്ല

മോഡറേറ്റർ: മിഡിൽ ഈസ്റ്റിന്റെ സമാധാനത്തിൽ മതങ്ങൾ എതിരാണ്. ഇസ്രയേൽ/പാലസ്തീനിൽ എങ്ങനെ സമാധാനമുണ്ടാകും.

ബ്ലെയർ: മൂന്നു അബ്രഹാം മതങ്ങൾക്കും വിശുദ്ധമാണ് യറുശലേം. അവർക്ക് അവിടെ ആരാധിക്കണമെന്നത് മതമൗലികബോധമാണ്. മോക്ഷത്തിന്റെ മാർഗം അവർക്ക് അതാണ്. ജനമതവിശ്വാസത്തെ കണക്കിലെടുക്കാതെ ഇസ്രയേൽ/പാലസ്തീൻ പ്രശ്നം പരിഹരിക്കാനാവില്ല. മതങ്ങളാണ് പ്രശ്നമുണ്ടാക്കിയതെന്ന് അംഗീകരിക്കുമ്പോൾ തന്നെ വിശ്വാസത്തിലൂടെയേ അതു പരിഹരിക്കാനാവൂ

ഹിച്ചൻസ്: ദൈവാരാധനയെന്നാൽ മതിലിനോട് സംസാരിക്കുന്നതുപോലെയാണ്. ബൈബിളിൽ യഹോവ പറഞ്ഞിരിക്കുന്നത് ഒരു റിയൽ എസ്റ്റേറ്റു വിഷയം എന്നതിനപ്പുറം ഒന്നുമില്ല. എന്ത് ആധികാരികതയാണ് അതിനുള്ളത്. ഡേവിഡ് ഗൊരിയോൺ ഇസ്രായേൽ പ്രധാനമന്ത്രിയായിരുന്നപ്പോൾ പറഞ്ഞത് മരുഭൂമി കുഴിച്ചു നോക്കി ആധാരം കണ്ടെത്താനാണ്. പക്ഷെ മോശ വേണ്ട തെളിവൊന്നും വെച്ചിട്ടുണ്ടായിരുന്നില്ല. ദൈവം വസ്തുതർക്കത്തിൽ ഇടപെ

ടുമെന്ന് വിശുദ്ധ ഗ്രന്ഥത്തിലൊന്നുമില്ല. പഴയനിയമത്തിലെ അന്ധകാരവും, മരണവും ഭീകരതയും കൾട്ടുകളും എന്തിനു നാം കൊണ്ടു നടക്കണം. അള്ളാഹ തന്ന ഒരിഞ്ചു സ്ഥലവും വിട്ടുകൊടുക്കരുതെന്നു ഏതെങ്കിലും മുസ്ലീമിനോട് പറഞ്ഞിരുന്നോ. മതങ്ങൾ മന:പൂർവ്വം കലാപങ്ങൾ ഉണ്ടാക്കുന്നതാണ്. അതുകൊണ്ടാണ് മതങ്ങൾ അപകടകരവും പരിഷ്കൃതിയുടെ അതിജീവനത്തിന് എതിരുമാണെന്നു പറയുന്നത്. വിശുദ്ധഗ്രന്ഥങ്ങൾ പ്രകാരം പ്രവർത്തിച്ചാൽ അതു മനുഷ്യവംശത്തിനു തന്നെ നാശകരമാകും. മതഗ്രന്ഥങ്ങളിൽ വിശ്വസിച്ചാൽ അങ്ങനെയേ വരൂ.

മതത്തിന്റെ സത്ത

മോഡറേറ്റർ: ആരുടെ വാദമാണ് ഏറെ സ്വീകാര്യം

ബ്ലെയർ; മതത്തിന്റെ പേരിൽ ചെയ്യുന്ന ദ്രോഹങ്ങൾ മഹദ്ഗ്രന്ഥങ്ങൾ അനുസരിച്ചാണെന്നത് സത്യം. അത് അപ്രതിരോദ്ധ്യവുമാണ്. പക്ഷേ മതത്തിന്റെ സത്ത അതല്ല. ഏഴാം നൂറ്റാണ്ടിലെ രീതിയനുസരിച്ച് ഇന്നു മുസ്ലീമിനു ജീവിക്കാൻ പറ്റുമോ. പ്രവാചക കാലത്തോട് ഇന്ന് സ്ത്രീകൾക്ക് യോജിച്ച് പോകാനാകുമോ? ക്രിസ്തുമതത്തിന്റെ കാര്യത്തിലും ഇതേ വിചിത്ര സ്വഭാവങ്ങളുണ്ട്. എന്നാൽ മതത്തിനൊരു പാരമ്പര്യമുണ്ട്. ക്രിസ്തുമതത്തിന്റെ സത്ത ക്രിസ്തുവിന്റെ മാർഗമാണ്. സ്നേഹം, ത്യാഗം തുടങ്ങിയവയാണവ. മതഗ്രന്ഥങ്ങളിൽ നിന്നാണ് ദ്രോഹം എന്നത് നിഷേധിക്കാനാവാത്തതാണ്. അതുകൊണ്ട് വിശ്വാസികൾ അതു കണക്കിലെടുത്ത് പ്രവൃത്തികൾ പരിഷ്ക്കരിക്കണം.

ഹിച്ചൻസ്: മതം പെട്ടെന്ന് അപ്രത്യക്ഷമാകില്ല. പക്ഷെ മതം ഉപേക്ഷിക്കണമെങ്കിൽ അതു പഠിച്ചേ പറ്റൂ.

മോഡറേറ്റർ; മതത്തിന്റെ കാഠിന്യവും വഴക്കവും എത്രമാത്രമാണ് AIDS നെതിരായ സഭാ നിലപാട് എന്താണ്

ബ്ലെയർ: സഭയുടെ നിലപാടിൽ പല കത്തോലിക്കർക്കും വിയോജിപ്പുണ്ട്. പ്രകൃത്യതീതശക്തിയിൽ മതവിശ്വാസികൾ ഉറച്ചു നിൽക്കുന്നു. അതീന്ദ്രിയമോ ആഹ്ലാദകരമോ ആയതെന്തോ ഹിച്ചൻസ് പറയുന്നതിലുമുണ്ട്. അതീന്ദ്രിയശക്തിയോട് വിശ്വാസികൾക്കു വിധേയത്വമുണ്ട്. വിശ്വസിക്കണമെങ്കിലും ഒരു അമാനുഷീക ശക്തി വേണം മതവിശ്വാസമാണ് നമ്മെ രൂപപ്പെടുത്തുന്നത്. അത് അടിമത്തമോ അന്ധതയോ അല്ല, യുക്തിവിരുദ്ധവുമല്ല. അതുകൊണ്ടാണ് ഡാർവിനിസത്തിലും ദൈവത്തിലും ഞാൻ ഒന്നിച്ചു വിശ്വസിക്കുന്നത്. വി

ശ്വാസം വിധിരൂപമാണ്. അതിനർത്ഥം വിശ്വാസമില്ലാത്തവർ നല്ലവരല്ലെന്നല്ല; വിശ്വാസി സുപ്പീരിയർ ആണെന്നല്ല. എന്നാലും വിശ്വാസമാണ് പലരെയും നല്ലവരാക്കി നിർത്തുന്നത്.

ഹിച്ചൻസ്: ആത്യന്തിക പരിഹാരവും, ദൈവീക മേൽനോട്ടവും ഇല്ലെന്നു കരുതിയാൽ വിശ്വാസം ഇല്ലാതെയാകും. ഇല്ലെങ്കിൽ, പാതിവഴി പുറത്താകും. പ്രകൃത്യതീതശക്തി, അത്ഭുതങ്ങൾ, മരണാനന്തരവിശ്വാസം, മാലാഖമാരിൽ ഒക്കെ വിശ്വസിക്കുന്നതിലൂടെ ദൈവവിധേയരാക്കപ്പെടുകയാണ്. ഒരു രക്ഷകനിൽ വിശ്വസിക്കുന്നില്ലെങ്കിൽ ഒരാൾ വിശ്വാസിയാകില്ല.

ബ്ലെയർ: ക്രിസ്തുവിൽ വിശ്വസിക്കുമ്പോൾ എനിക്കു മാനുഷികത അനുഭവപ്പെടുന്നുണ്ട്. ആൽബർട്ട് ഐൻസ്റ്റീൻ നാസ്തികനോ കടുത്ത മതവിശ്വാസിയോ ആയിരുന്നില്ല. ശാസ്ത്രമില്ലാത്ത മതം മുടന്തനും മതമില്ലാത്ത ശാസ്ത്രം അന്ധവുമാണെന്നാണ് അദ്ദേഹം പറഞ്ഞത്. വിശ്വാസം എനിക്ക് ഒരു ഉറപ്പല്ല. എന്റെ അജ്ഞതയെക്കുറിച്ചുള്ള ബോധത്തിന്റെ പ്രതിഫലനമാണ്. ജീവിതപ്രക്രിയകളെ ശാസ്ത്രം കൊണ്ടു വിശദീകരിക്കാം. പക്ഷേ ശാസ്ത്രത്തിന് ജീവിതത്തിന്റെ അർത്ഥവും ലക്ഷ്യവും വിശദീകരിക്കാനാവില്ല. മനുഷ്യന് ഉപരിയായ ശക്തി നമുക്ക് അച്ചടക്കം നൽകുന്നു. അതുകൊണ്ടു വിശ്വാസികൾ ചെയ്യുന്നതെല്ലാം ശരിയാണെന്നു ഞാൻ പറയുകയില്ല.

***

സംവാദം ഇവിടെ സമാപിക്കുന്നു. അന്തിമമായ ഒരു വിധി പ്രഖ്യാപിക്കാൻ മോഡറേറ്റർ തയ്യാറാകുന്നുമില്ല. ചില ചെറിയ തുടർസംഭാഷണങ്ങൾ പിന്നീടുണ്ട്. സംവാദത്തിനുമുമ്പ് പ്രമേയത്തിന് അനുകൂലമായി 25 ശതമാനവും എതിർത്ത് 55 ശതമാനവുമായിരുന്നു. 20 ശതമാനം നിലപാടില്ലാത്തവരും സംവാദാനന്തരത്തിൽ നിശ്ചയമില്ലാതിരുന്നവരിൽ 32 ശതമാനം പ്രമേയത്തിന് അനുകൂലവും 68 ശതമാനം എതിരും ആയിരുന്നു.

ഒരു വിധി പ്രഖ്യാപനത്തിലൂടെ സമാപിക്കാനാവാത്തതാണ് നന്മ ചെയ്യാൻ മതം ഒരു പ്രേരകമാണോ എന്ന ചർച്ച. പക്ഷേ ചിന്തിക്കുന്നവർക്കുള്ള മറുപടി സംവാദത്തിൽ വ്യക്തമായി ഉണ്ടെന്നതാണ് സത്യം. ഹിച്ചൻസ് പറഞ്ഞ ഒരു വാക്യം ഉദ്ധരിക്കേണ്ടതുണ്ട്. ജ്യോതിശാസ്ത്രത്തിനും, വൈദ്യശാസ്ത്രത്തിനും തത്വചിന്തയ്ക്കുമൊക്കെ മുമ്പ് ഉണ്ടായതാണ് മതം. അതിനോടു തർക്കിച്ചാൽ ക്ഷീണിക്കും. അത്രതന്നെ

പതിനൊന്ന്

ശാസ്ത്രമാത്രവാദവും നവനാസ്തികതയും

ദൈവം നിലനിന്നിട്ടില്ലെങ്കിൽ അങ്ങനെ കണ്ടെത്തേണ്ടത് നമ്മുടെ അനിവാര്യതയാണ്

വോൾട്ടയർ

അമേരിക്കൻ പത്രപ്രവർത്തകൻ ഗാരിവോൾഫ് 2006 ലാണ് 'നവനാസ്തികത' എന്ന പദപ്രയോഗം നടത്തിയത്. അസഹനീമായ അന്ധവിശ്വാസ മത പ്രചാരങ്ങൾക്കെതിരെ ശാസ്ത്ര/തത്വശാസ്ത്രങ്ങൾകൊണ്ട് നടത്തിയ കനത്ത വിമർശനങ്ങളുടെ പശ്ചാത്തലത്തിലായിരുന്ന ഗാരിയുടെ ഈ പ്രയോഗം. അമേരിക്കൻ തത്വചിന്തകനായ പോൾകുർട്ട്സിനെ (1952 - 2012) ഇതിന്റെ കാരണഭൂതനെന്നു പറയാം. മതേതര മാനവികത എന്ന നവസിദ്ധാന്തം അവതരിപ്പിക്കുകയും രണ്ടാം 'ഹ്യൂമനിസ്റ്റ് മാനിഫെസ്റ്റോ' തയ്യാറാക്കുകയും ചെയ്ത യുക്തിവാദിയായിരുന്ന അദ്ദേഹം. തുടർന്ന് സാം‌ഹാരിസ്, റിച്ചാർഡ് ഡോക്കിൻസ്, ഡാനിയൽ ഡെന്നറ്റ്, ക്രിസ്റ്റഫർ ഹിച്ചിൻസ്, അയാൻ ഹിർസി അലി, വിക്ടർ ജെ. സ്റ്റെൻജൻ,ടോം ഫ്‌ളൈൻ, ഡാൻബാർക്കർ, പീറ്റർ ബൊഗേഷ്യൻ, ഗ്രേറ്റ ക്രിസ്റ്റീന, ജറി കോയ്ൻ, റബേക്കാ ജെയ്ൻ, മൈക്കൽ ഓൺഫ്രേ തുടങ്ങി നിരവധി പേർ അഹമഹമികയാരംഗത്തെത്തി. അവരുടെയൊക്കെ കൃതികൾ പലതും ബെസ്റ്റ് സെല്ലറുകളായി. സാമൂഹ്യമാദ്ധ്യമങ്ങളിലൂടെ 'നവനാസ്തികത' ഒരു വൈജ്ഞാനിക വിപ്ലവമായി.

ഇവർ ദൈവത്തെ ഒരു ധാരണയായല്ല (concept) അനുമാനമായാണ് (hypothesis) വിവക്ഷിച്ചത്. ദൈവമതങ്ങളെ ശാസ്ത്രരീത്യാ പോസ്റ്റ്മോർട്ടം നടത്തിയത് ശക്തമായ തെളിവുകളോടെയാണ്. എന്നാൽ ഇതിനെതിരെ ധാരാളം വാദങ്ങളും കൃതികളുമുണ്ടായി. രാഷ്ട്രീയ തത്വചി

പോൾകർട്സ്

ന്തകനായ ജോൺ ഗ്രേ പ്രസ്താവിച്ചത് നവ നാസ്തികത മതമൗലികവാദത്തിന്റെ കണ്ണാടിയാണെന്നാണ്. മതവിമർശകർ മതം പഠിക്കാതെ കളിയാക്കുകയാണെന്നാണ് ജോനാതൻ സാക്സിന്റെ ദുർബ്ബലവാദം. മതം തെറ്റുകൾ ചെയ്തുവെന്നതു നേരാകുമ്പോഴും നല്ല മതവും ഉണ്ടെന്ന് അദ്ദേഹം പറയുന്നു. സ്റ്റീഫൻ ലീഡ്സ്, ജാക്വിസ് പ്രെർലിൻ ബ്ലാം, റോജർ സ്കർട്ടൺ, നിസ്വാഡ് ഫീസർ തുടങ്ങി വലിയൊരു നിരതന്നെ നവനാസ്തികതയ്ക്കെതിരെ കച്ചകെട്ടിയിറങ്ങി.

ശാസ്ത്രവും തെളിവും

ദൈനംദിനം വികസിക്കുന്ന ശാസ്ത്രമാണ് നവനാസ്തികതയുടെ മുഖ്യമാനകം. യുക്തിവാദത്തെ ഏറെ ശാസ്ത്രവൽക്കരിച്ചു. ഏതിനെയും ശാസ്ത്രത്തിനു വിശദീകരിക്കാനാവുമെന്നും ധാർമ്മികതെയപ്പോലും ശാസ്ത്രീയമായി വിശകലനം ചെയ്യാമെന്നും അവർ തെളിയിച്ചു ന്യൂറോ സയൻസ്, മനഃശാസ്ത്രം, നരവംശശാസ്ത്രം തുടങ്ങിയതിനെയൊക്കെ അവർ ഉപയോഗിച്ചു. ഡോക്കിൻസ്, സാംഹാരിസ്, സ്റ്റെൻജർ തുടങ്ങിയവർ ശാസ്ത്രകാരന്മാരായതിനാൽ ഏറെ മുന്നേറാൻ കഴിഞ്ഞതിൽ വിറളിപൂണ്ട ആസ്തികർ ഇതിനെ സയന്റിസം (scientism) എന്ന് ആക്ഷേപിച്ചു. ശാസ്ത്രത്തെ വല്ലാതെ ആശ്രയിച്ചാലും എല്ലാം ശാസ്ത്രത്തിനു തെളിയിക്കാനാവില്ലെന്ന പരിഹാസമായിരുന്നു ഈ പദം.

പ്രകൃതി നിർദ്ധാരണത്തിലൂടെ (natural selection) ജീവിവർഗ്ഗങ്ങൾ നടത്തിയ മുന്നേറ്റത്തെ പരിണാമശാസ്ത്രവും മസ്തിഷ്ക്കത്തിന്റെ അസാമാന്യസവിശേഷതകളെ ന്യൂറോസയൻസും വിശദമാക്കിയതോടെ ദൈവം അപ്രസക്തമായി. പ്രവൃത്തിയും ബോധവും തമ്മിലുള്ള ബന്ധത്തെ അവർ വിശദീകരിച്ചു. ഒരാൾ നന്മ ചെയ്യുന്നതോ മറ്റൊരാളെ സ്നേഹിക്കുന്നതോ മതബോധം കൊണ്ടല്ല, സഹജാവബോധം കൊണ്ടാണെന്ന് തെളിയിച്ചു. ജനിതകപഠനങ്ങളുടെ വികസിതഘട്ടം, മനുഷ്യസാംസ്കാരിക ഘടകത്തെ മീമിലൂടെ (meme) വിശദീകരിച്ചു. ഒരു തലമുറയിൽ നിന്ന് മറ്റൊരു തലമുറയിലേക്ക് നല്ലതും ചീത്തയുമൊക്കെ കൈമാറുന്നത് മീമിലൂടെയാണെന്ന് ഡോക്കിൻസ് തെളിയിച്ചു. സൂസൻ ബ്ലാക്ക്മോർ, പീറ്റർ റിച്ചേഴ്സൺ, റോബർട്ട് ബോഡം തുടങ്ങിയവർ ഈ മേഖലയിൽ കൂടുതൽ പഠനങ്ങൾ നടത്തി. ധാർമ്മികതയെ സൃഷ്ടിക്ക

ന്നതിൽ മതബോധത്തിനു യാതൊരു പങ്കുമില്ലെന്നും പലപ്പോഴും അതു വിപരീത ഫലമാണുണ്ടാക്കുന്നതെന്നും തെളിയിക്കപ്പെട്ടു.

ശാസ്ത്രീയമായി എല്ലാം വിശദീകരിക്കാമെന്നതിനർത്ഥം ശാസ്ത്രം ഒറ്റമൂലിയാണെന്ന് നവനാസ്തികർ അവകാശപ്പെട്ടിട്ടില്ല. തത്വശാസ്ത്രത്തിന്റെ പ്രസക്തിയെ ഡെന്നറ്റോ ഹിച്ചൻസോ തള്ളിപ്പറഞ്ഞില്ല. പക്ഷേ ശാസ്ത്രത്തെ വിമർശിക്കുന്നവരോടും മതഗ്രന്ഥങ്ങൾ സർവ്വജ്ഞമാണെന്നു വാദിക്കുന്നവരോടും ഒന്നു പറഞ്ഞു. ആദ്യം അവർ മനസ്സിലാക്കിയ ശാസ്ത്രമെന്താണെന്നു വിശദീകരിക്കണം. എന്നിട്ട് ആ ശാസ്ത്രസത്യങ്ങളോ സമവാക്യങ്ങളോ തങ്ങളുടെ മതഗ്രന്ഥത്തിൽ എവിടെ ഉണ്ടെന്നു തുറന്നു കാണിക്കണം. അല്ലാത്തതിനെ അംഗീകരിക്കാനാവില്ല. ശാസ്ത്രം ശത്രുതാപരമല്ല. അതിനെ മനുഷ്യോപകാരപ്രദമായി ഉപയോഗിക്കണമെന്നാണ് നവനാസ്തിക നിലപാട്

പ്രാകൃത നീതിയുടെ മതം

ദൈവമെന്ന അനുമാനത്തെ ഭേദിച്ചുകൊണ്ട് മതഭീകരതയെയാണ് നവനാസ്തികർ അനാവരണം ചെയ്യുന്നത്. അക്വിനാസും ആൻസലാമും അവതരിപ്പിക്കുന്ന തെളിവുകളുടെ ബാലിശത്വത്തെ അനായസം തുറന്നു കാണിച്ചു. കാര്യകാരണബന്ധം, ബൗദ്ധിക രൂപകല്പനാവാദം തുടങ്ങിയവയൊന്നും സാമാന്യയുക്തിക്കുപോലും നിരക്കുന്നതല്ല. ബൗദ്ധിക സത്യസന്ധതയും ധീരതയും നന്മയുമൊന്നും ദൈവവിശ്വാസംകൊണ്ട് ഉണ്ടാകുന്നതല്ല. ദൈവത്തെപ്പറ്റി പറയുമ്പോൾ തന്നെ ശപിക്കുകയും കോപിക്കുകയും ചെയ്യുന്ന വിശ്വാസി സ്വയം തെറ്റു സമ്മതിക്കുകയാണ്. എതിർശബ്ദങ്ങളെ നിശബ്ദമാക്കുകയാണ് മതതീവ്രവാദം ചെയ്യുന്നത്.

മതത്തിന്റെ ചരിത്രം കൊലക്കളങ്ങളുടേതാണ്. ഗോത്രകാലജീവിതത്തിന്റെ ശവപേടകങ്ങളെ വിശുദ്ധഗ്രന്ഥങ്ങളെന്നു കൊണ്ടാടുന്നു. ഏകപക്ഷീയ പ്രാകൃത നീതിബോധമാണ് മതശാസനകൾ. അന്യമത വിശ്വാസികളെ കൊന്നു തള്ളാൻ വിശുദ്ധഗ്രന്ഥങ്ങൾ ആഹ്വാനം ചെയ്യുന്നു. ഇസ്ലാമാകട്ടെ ഒരു യുദ്ധമുന്നണിയാണ്. 9/11 ന് ആ ഭീകരത ലോകം നേരിട്ടുകണ്ടു. പ്രാകൃതകാല നീതിയേയോ, കാലഹരണപ്പെട്ട ഗോത്രരാഷ്ട്രീയത്തെയോ, അപ്രസക്തമായ മതബോധത്തെയോ തിരുത്താൻ അവർ തയ്യാറാകുന്നില്ല. മാത്രമല്ല വിശുദ്ധ ഗ്രന്ഥങ്ങളുടെ അപ്രമാദിത്വത്തിൽ അഹങ്കരിക്കുന്നു. ദൈവത്തെ കലാപത്തിന്റെ ഉപാധിയാക്കുന്നു. സൈബർ കാലത്തും സഹസ്രാബ്ദങ്ങൾക്കു മുമ്പത്തെ നികൃഷ്ടബോധത്തെ ആനയിക്കുകയാണ്. ഒരു പരിഷ്കൃത സമൂഹത്തിനും ജനാധിപത്യബോധത്തിനും ഒരർത്ഥത്തിലും മതസിദ്ധാന്തങ്ങളെ

ഉൾക്കൊള്ളാനാവില്ലെന്നു നവനാസ്തികർ അടിവരയിടുന്നു. കാലത്തിനു പിന്നോട്ടു സഞ്ചരിക്കാനാവില്ല.

പാപബോധത്തിന്റെ മുറിവുകൾ

പാപവും നരകവുമാണ് മതങ്ങളുടെ തുരുപ്പചീട്ടുകൾ. ദൈവത്തിനെതിരായ പാപം കുറ്റകൃത്യമാണ് (ഉല്പത്തി 4:7). ജനിക്കുന്നതു തന്നെ പാപമാണെന്നു പറഞ്ഞു ഭയപ്പെടുത്തുന്നു. ജന്മപാപം മൂന്നുതലമുറകൾ വരെ നീണ്ടുനില്ക്കും. മനുഷ്യരിലൂടെ പാപം, പാപത്തിലൂടെ മരണം (റോമർ 5:12-21) തോമസ് അക്വിനാസ് പാപങ്ങളെ സനാതന നിയമവുമായി ബന്ധപ്പെടുത്തി Proximate sins എന്നും മനുഷ്യസഹജപാപങ്ങളെ Homogeneous sins എന്നും വേർതിരിച്ചിരിക്കുന്നു. കത്തോലിക്കാസഭയുടെ വ്യാഖ്യാന പ്രകാരം മൂന്നുതരം പാപങ്ങളാണുള്ളത്. ജനിക്കുന്നതു തന്നെ പാപമാണ്. 10 കല്പനകൾ ലംഘിക്കുന്നത് പാപമാണ് (mortal sins). ക്ഷന്തവ്യമായ പാപങ്ങളുമുണ്ട് (venial sins). പാപങ്ങളുടെ ശമ്പളം മരണമാണ്.

ഒരു ശരാശരി മനുഷ്യനെ ഭയപ്പെടുത്താൻ ഇത്രയേറെയൊന്നും വേണ്ട. ഇല്ലാത്ത സ്വർഗ്ഗത്തിലേക്ക് കയറ്റിവിടാനാണ് പൗരോഹിത്യം മതത്തെ ഉപയോഗിക്കുന്നത്. മതത്തിനപ്പുറത്ത് മോക്ഷമില്ലെന്നും അവർ ആവർത്തിച്ച് വിശ്വാസിയിൽ സന്നിവേശിപ്പിക്കുന്നു. മുറിവുകൾ ഉണ്ടാക്കിയ ശേഷം സുഖപ്പെടുത്തുന്നവനാണ് ദൈവം. ദുരന്തങ്ങൾ തടയാൻ ദൈവത്തിനാകില്ല. ലിംഗ നീതി ദൈവലോകത്തില്ല. പുരുഷന്റെയും ദൈവത്തിന്റെയും അടിമയാണു സ്ത്രീ. ഒരു ഉപഭോഗ വസ്തു. സ്വന്തം ഇഷ്ടപ്രകാരം വസ്ത്രം ധരിക്കാൻ പോലും മതം അനുവദിക്കുന്നില്ല. ഇസ്ലാമിന് ദീനല്ല, യോനിയാണ് പരമപ്രധാനം എന്ന് അയാൻ ഹിർസി അലി സാക്ഷ്യപ്പെടുത്തുന്നു (അദ്ധ്യായം 9) ഏതുവഴി നോക്കിയാലും മതം സാമൂഹ്യവിരുദ്ധ ശക്തിയായി പ്രവർത്തിക്കുന്നതുകൊണ്ടാണ് നാസ്തികർ മതവിരുദ്ധ സമരം പ്രഖ്യാപിക്കുന്നത്.

എല്ലാ വിധത്തിലും പ്രതിരോധം തകരുമ്പോൾ മതശക്തികൾ ഉപയോഗിക്കുന്ന കച്ചിത്തുരുമ്പാണ് ജീവകാരുണ്യ പ്രവർത്തനം. മറ്റൊരാളെ സഹായിക്കുന്നതു മതബോധം കൊണ്ടാണെങ്കിൽ മനുഷ്യത്വം അയാൾക്ക് അന്യമാകണം. സത്യത്തിൽ ജീവകാരുണ്യ പ്രവർത്തനം മതങ്ങൾക്ക് ഒരു വരുമാന സ്രോതസും പ്രചാരണ ഉപാധിയും മാത്രമാണ്. ലോകത്ത് ഏറ്റവുമധികം സേവനം ഈ രംഗത്തു ചെയ്യുന്നത് ബിൽഗേറ്റ്സും ജോർജ്ജു സോറസും പോലുള്ള നാസ്തികരാണെന്നും തെളിവുണ്ട്.

കുട്ടികളുടെ സ്വാതന്ത്ര്യം

സ്ത്രീകളെയെന്നപോലെ കുട്ടികളെയും ജന്മം മുതൽ അടിമകളാക്കുകയാണ് മതങ്ങൾ. തലച്ചോർ വികസിക്കുന്ന കാലത്തുതന്നെ അവരെ പിടികൂടി അന്ധതകളും ഭയങ്ങളും കുത്തിച്ചെലുത്തുന്നു. മാതാപിതാക്കളും അദ്ധ്യാപകരും പുരോഹിതരും ഇക്കാര്യത്തിൽ ഒരു പോലെ കുറ്റക്കാരാണ്. മദ്രസ്സകളും മതപാഠശാലകളും അടിമത്തത്തെ വാഴ്ത്തുകയാണ്. അവരുടെ തനത് വ്യക്തിത്വത്തെയും വികാസത്തെയും വിവേകത്തെയുമാണ് ഇവർ തടയുന്നത്. ചോദ്യങ്ങൾ ചോദിക്കാൻ അനുവദിക്കുന്നില്ല. സ്വാതന്ത്ര്യവും ശാസ്ത്രബോധവും നിഷേധിക്കുന്നതോടെ അവർ മതത്തിന്റെ ഇരകളാകുകയാണ്. ഭാവിരാഷ്ട്ര നിർമ്മാതാക്കളായ അവരെ മത വിദ്വേഷമല്ല പഠിപ്പിക്കേണ്ടത്. വിശാല ജനാധിപത്യത്തിന്റെയും സ്നേഹസാഹോദര്യങ്ങളുടെയും ഉദാത്തലോകമാണ് അവർക്കു മുന്നിൽ തുറക്കേണ്ടത്. നിർമ്മിത ബുദ്ധിയുടെയും ജനിതകഎഞ്ചിനീയറിങ്ങിന്റെയും അതിവിശാല ലോകത്ത് സ്വന്തം മസ്തിഷ്ക്കത്തെ പ്രയോജനപ്പെടുത്താൻ അവരെ പ്രാപ്തരാക്കുക. പ്രായപൂർത്തിയാകും വരെ കുട്ടികളെ മതം പഠിപ്പിക്കരുത് എന്ന് നവനാസ്തികർ ഏക സ്വരത്തിൽ പ്രസ്താവിക്കുന്നു. അവരിലാണ് ലോകത്തിന്റെ പ്രതീക്ഷ.

പിൻമൊഴി

നവനാസ്തികത കേരളത്തിൽ

തൊണ്ണൂറുകളിൽ നവനാസ്തികത യൂറോപ്പിനെ പിടിച്ചുകുലുക്കിയെങ്കിലും പിന്നെയും രണ്ടുപതിറ്റാണ്ടുകളെടുത്തു കേരളത്തിൽ അതിന്റെ അനുരണനങ്ങൾ ഉണ്ടാകാൻ. കേരളത്തിൽ യുക്തിവാദി പ്രസ്ഥാനത്തിനു വിലാസമുണ്ടായിരുന്ന 2009 ൽ സി. രവിചന്ദ്രന്റെ ഡോക്കിൻസ് പഠനം (നാസ്തികനായ ദൈവം) ആണ് നവനാസ്തികതയ്ക്ക് ആരംഭം കുറിക്കുന്നത്. അദ്ദേഹത്തിന്റെ പ്രഭാഷണങ്ങൾ യുവതലമുറയിൽ തരംഗമുണ്ടാക്കി. കേരളത്തിൽ യുക്തിവാദി പ്രസ്ഥാനത്തിന് ഒരു നൂറ്റാണ്ടിന്റെ ചരിത്രവും പ്രവർത്തനവും സാംസ്കാരിക രംഗത്തെ ഇടപെടലും ഉണ്ട്. അതിൽ നിന്നും വ്യത്യസ്തമായ ആശയതലങ്ങളാണ് രവിചന്ദ്രൻ തുറന്നത്. കേരള യുക്തിവാദി സംഘത്തിന്റെ വേദികളിലൂടെ തന്നെയാണ് തുടക്കം കുറിച്ചത്. ഫ്രീതിങ്കേഴ്സ്, ന്യൂറോൺസ്, ആന്റിവൈറസ് തുടങ്ങിയ സമൂഹ മാദ്ധ്യമങ്ങളിലൂടെ യുവതയിലേക്ക് അദ്ദേഹം വേഗം ഇറങ്ങിച്ചെന്നു. വൈശാഖൻ തമ്പി, സി. വിശ്വനാഥൻ, ഡോ.അഗസ്റ്റസ് മോറിസ്, മനുജ മൈത്രി തുടങ്ങി നിരവധി പേർ ജനപ്രിയരായി മാറി. പവനനും ഇടമറുകും കലാനാഥനും ജബ്ബാറും ഈ ലേഖകനും ഒന്നും സ്വീകരിച്ച വഴിയായിരുന്നില്ല ഇവരുടേത്. എസ്സൻസ് ഗ്ലോബലിന്റെ വർണ്ണശബളമായ പൊതുപരിപാടികൾ ആയിരങ്ങളിൽ ആവേശമുണ്ടാക്കി. അതുമായി ബന്ധപ്പെട്ട നിരവധി കൃതികളും രംഗത്തു വന്നു. സോഷ്യൽ മീഡിയ ഉപാസകരായ യുവതലമുറയിൽ നവനാസ്തികത ഒരു ട്രെന്റായി.

അതോടെ വിമർശകരുടെ വരവായി. സയന്റിസം എന്ന യൂറോപ്യൻ പല്ലവി ഏൽക്കാതെ വന്നു. ഉരുളയ്ക്ക് ഉപ്പേരിപോലെ മതപ്രഭാഷകർക്കും വിമർശകർക്കും മറുപടി പ്രവഹിച്ചപ്പോൾ വിമർശകർ പ്രതിരോധത്തിലായി. അതുകൊണ്ട് ഇസ്ലാമോ ഫോബിയ, കമ്യൂണിസ്റ്റ് വിരുദ്ധത,

മെറിറ്റോക്രസി, സംഘപരിവാർ അജണ്ട തുടങ്ങിയ ആരോപണങ്ങളു മായി മതവാദികൾ മാത്രമല്ല ഇടതു ബുദ്ധിജീവികളായി നടക്കുന്നവർ വരെ രംഗത്തെത്തി. മുതലാളിത്ത പുനഃസ്ഥാപനമാണ് നവനാസ്തിക തയുടെ ലക്ഷ്യമെന്നുവരെ വിലപിക്കാൻ തുടങ്ങി.

ഇസ്ലാമോഫോബിയ സംഘടിത ഇസ്ലാമിക സൈനികതയുടെ ഉല്പ ന്നമാണ്. ഖിലാഫത്തിന്റെ ആഗോളപ്രചാരകരായ പൊളിറ്റിക്കൽ ഇസ്ലാം ആഗോളതലത്തിൽ തന്നെ ഇതര മതങ്ങൾക്കും രാഷ്ട്രങ്ങൾ ക്കും ഉണ്ടാക്കിയ ഭീഷണിയിൽ നിന്നാണ് ഇസ്ലാമിനെ ഭയപ്പെടാൻ തുടങ്ങിയത്. തങ്ങളൊരു വിശുദ്ധവർഗമാണെന്ന് പ്രത്യേക വേഷവും രീതിയും സൈന്യങ്ങളും രൂപീകരിച്ചുകൊണ്ട് അവർ തന്നെ പ്രഖ്യാപി ക്കുന്നു. അവർ പരസ്പരം ബോംബാക്രമണം നടത്തി ലോകത്തെ ഭയ പ്പെടുത്തുന്നതിന് നവനാസ്തികർ എന്തു പിഴച്ചു? അതിന്റെ ചരിത്രപര വും മതാത്മകവുമായ സിദ്ധാന്തങ്ങൾ തുറന്നു കാണിക്കുക മാത്രമാണ് നവനാസ്തികർ ചെയ്തത്. അത് ഇന്നലെ തുടങ്ങിയതല്ല; യുക്തിവാദമു ള്ള കാലത്തെന്നുമുണ്ട്.

മാർക്സിസത്തെ വിമർശിക്കുന്നതും പുതിയ കാര്യമല്ല. ഭൗതികവാദ ത്തിലധിഷ്ഠിതമായ മാർക്സിസം, പ്രയോഗത്തിൽ അതിന്റെ വർഗവീ ക്ഷണങ്ങളിൽ നിന്നു വ്യതിചലിച്ച്, പാർലമെന്ററി രംഗത്തെ എല്ലാ വി ഴുപ്പുകളെയും പേറുന്നുണ്ട്. വർഗീയ പ്രീണനം, ന്യൂനപക്ഷ പ്രേമം തുട ങ്ങി മതേതര സംസ്കാരത്തിനു നിരക്കാത്തതൊക്കെ രാഷ്ട്രീയമായും വ്യക്തിപരമായും അവർ കൊണ്ടു നടക്കുന്നു. അത്തരം നിലപാടുകളെ വിമർശിക്കുന്നതെങ്ങനെ കമ്മ്യൂണിസ്റ്റ് വിരുദ്ധമാകും. കാലത്തിനൊത്ത് അപ്ഡേറ്റ് ചെയ്യാത്തത് ഏതും മതത്തിന്റെ ചട്ടക്കൂടിലേക്ക് ചുരുക്കപ്പെ ടുകതന്നെ ചെയ്യും. യാന്ത്രികവാദം, കേവലവാദം എന്നൊക്കെ പണ്ടേ യുക്തിവാദത്തെ ആക്ഷേപിച്ച് ഒതുക്കാൻ ശ്രമിച്ചതിന്റെ തുടർച്ചയായി ഇതിനെ കണ്ടാൽ മതി. കമ്യൂണിസം നാലാം മതമാണെന്ന നവനാ സ്തിക നിലപാടിനോടു വിയോജിക്കുമ്പോൾ തന്നെ, കമ്യൂണിസത്തെ മതപരമാക്കാതിരിക്കാനുള്ള ബാദ്ധ്യത അവർക്കുമുണ്ടെന്നു പറയേണ്ടി വരും. അവരുടെ അപ്രമാദിത്വം, ഘടന, ആഘോഷങ്ങൾ ഒക്കെ മത രീതികൾ പോലെയാണ്.

സംവരണ വിരുദ്ധത നവനാസ്തികരുടെ സാമൂഹ്യശാസ്ത്ര അജ്ഞത യുടെ ഉല്പന്നമാണ്. ഇന്ത്യൻ സമൂഹത്തെയും ജാതിവ്യവസ്ഥയേയും കുറി ച്ചുള്ള പഠനങ്ങളുടെ പരിമിതിയാണ് സംവരണമെന്ന ജനാധിപത്യാവ കാശത്തിനെതിരായ മെരിറ്റോക്രസിവാദം. - കർഷകസമരം, പൗരത്വ

നിയമം തുടങ്ങിയവയിൽ രവിചന്ദ്രൻ അടക്കമുള്ളവർ എടുക്കുന്ന നില പാടുകളും ഇന്ത്യൻ രാഷ്ട്രീയത്തെ തെറ്റായി മനസ്സിലാക്കുന്നതുകൊണ്ടു തന്നെയാണ്. അഥവാ സംഘപരിവാരപക്ഷത്തേക്കു ചായുന്ന ഒരാൾക്ക് നാസ്തികനാകാനും കഴിയില്ല.

യൂറോപ്യൻ നവനാസ്തികതയുടെ സവിശേഷതകൾ മുഴുവൻ ഉൾക്കൊള്ളുന്ന നവനാസ്തിക പ്രസ്ഥാനമല്ല കേരളത്തിലേത്. പ്രത്യയശാസ്ത്രപരമായി അതു പക്വമായിട്ടില്ല. യുക്തിവാദം, തത്വശാസ്ത്രം തുടങ്ങിയ ഒന്നിനേയും നിഷേധിച്ചു കൊണ്ടുള്ള ശാസ്ത്രമാത്രവാദമല്ല യൂറോപ്യൻ നവനാസ്തികത. ഇനിയും ഏറെ പഠനങ്ങൾ കേരളത്തിൽ ഉണ്ടാകേണ്ടതുണ്ട്.

Bibliography

1. The End of Faith: Sam Hariss
2. The GodDelusion: Richard Dawkins
3. God is not great: Christopher Hitchens
4. The Portable Atheist: Ed. Christopher Hitchens
5. Outgrowing God: Richard Dawkins
6. The New Atheism: Victor J Stenger
7. Hitchens Vs Blair: Ed. Rudyard Griffiths
8. The Four Horsemen: For word by Stephen Fry
9. The Caged Virgin: Ayan Hirzi Ali
10. Breaking the spell: Daniel Dennet
11. Story of Philosophy: Will Durant
12. The Selfish Gene: Richard Dawkins
13. The Inquisition: Michael Beigent, Richard Leigh
14. അവിശ്വാസി: അയാൻ ഹിർസി അലി
15. നാടോടി: അയാൻ ഹിർസി അലി
16. ഇന്ത്യൻ നിരീശ്വരവാദം: ദേവി പ്രസാദ് ചതോപാദ്ധ്യായ
17. കുറ്റിപ്പുഴയുടെ പ്രബന്ധങ്ങൾ: (മൂന്നു ഭാഗങ്ങൾ)
18. യുക്തിവാദത്തിനൊരു മുഖവുര: പവനൻ
19. തത്വശാസ്ത്രങ്ങളും ശാസ്ത്ര തത്വങ്ങളും: സി. രാമചന്ദ്രൻ
20. ശാസ്ത്രവും തത്വചിന്തയും: വി. വിജയകുമാർ
21. ദൈവത്തിനെത്ര വയസ്സായി; രാജഗോപാൽ വാകത്താനം
22. Google & Journals

www.ingramcontent.com/pod-product-compliance
Lightning Source LLC
LaVergne TN
LVHW040751051026
849519LV00007BA/2522
* 9 7 8 9 3 5 5 1 7 3 7 6 8 *